மாணவர்களுக்கான தமிழ்

பாகம் 5

மாணவர்களுக்கான தமிழ்

பாகம் 5

என். சொக்கன்

ZDP
SPECIFICS

Title: Maanavarkalukkaana Tamil - Part - 5
Author's Name: N. Chokkan

Published by ZDP Specifics

SPECIFICS

(An imprint of Zero Degree Publishing)
No. 55(7), R Block, 6th Avenue,
Anna Nagar,
Chennai - 600 040

Website: www.zerodegreepublishing.com
E Mail id: zerodegreepublishing@gmail.com
Phone: 89250 61999

ZDP Specifics First Edition: January 2024
ISBN: 978-93-95222-37-2
TITLE NO ZDPS: 64

Cover Design & Layout: Vijayan, Creative Studio

பொருளடக்கம்

1. இளைஞர் உழவு

அந்தப் பள்ளியின் மாணவர்கள் அனைவரும் விளையாட்டு அரங்கத்தில் குழுமியிருந்தார்கள். ஆளாளுக்கு ஏதேதோ பேசிக்கொண்டிருந்தாலும், ஒவ்வொருவருடைய கண்ணும் தலைமையாசிரியர் அறையின்பக்கம்தான். அங்குள்ள கதவு எப்போது திறக்கும், சிறப்பு விருந்தினர் எப்போது வெளியில் வருவார் என்று எல்லாரும் ஆவலுடன் எதிர்பார்த்துக் கொண்டிருந்தார்கள்.

சிறிதுநேரத்துக்குப்பிறகு, அவர்கள் ஆவலுடன் எதிர்பார்த்த சிறப்பு விருந்தினர் அங்கு வந்தார். அழகிய சிரிப்புடன் மேடை மீது ஏறினார்.

உடனே, மாணவர்களுடைய பேச்செல்லாம் நின்றுவிட்டது. அவர் என்ன சொல்லப்போகிறார் என்று கவனத்துடன் கேட்கத்தொடங்கினார்கள்.

'அன்புள்ள மாணவர்களே, விழாவைச் சிறப்பாக ஏற்பாடு செய்துள்ள ஆசிரியர்களே, அனைவருக்கும் வணக்கம்' என்று பேச்சைத் தொடங்கினார் அவர். 'நான் ஒரு விவசாயி. இயற்கை முறைகளைப் பயன்படுத்தி வேளாண்மையை மேம்படுத்தும் பல உத்திகளைக் கண்டறிந்துள்ளேன். அதற்காக, அரசாங்கம்

என்னைப் பாராட்டிப் பெருமைப்படுத்தியுள்ளது. நான் இந்த ஊரைச் சேர்ந்தவன் என்பதால், நீங்களெல்லாம் என்னை அழைத்துப் பேசச்சொல்லியிருக்கிறீர்கள். இது எனக்கு மிகுந்த மகிழ்ச்சியையும் பணிவுணர்வையும் தருகிறது.'

'ஆனால், மாணவர்களுக்கும் உழவுத்தொழிலுக்கும் என்ன தொடர்பு? மாணவர்கள்மத்தியில் பேசுவதற்கு எனக்கு என்ன தகுதி இருக்கிறது? இதையெல்லாம் நேற்றுமுழுக்கச் சிந்தித்துக்கொண்டிருந்தேன், குழப்பத்துடன் நூலகத்தில் சென்று தேடினேன், என்னுடைய கேள்விக்கு ஒரு நல்ல பதில் கிடைத்தது.'

'முனைப்பாடியார் என்றொரு புலவர்; அறநெறிச்சாரம் என்ற சிறந்த நூலை எழுதியிருக்கிறார்' என்று தன் கையிலிருந்த நூலை உயர்த்திக் காண்பித்தார் சிறப்பு விருந்தினர், 'அந்த முனைப்பாடியார், உங்களையெல்லாம் உழவர்களாகச் சொல்கிறார்.'

'நாங்கள் எப்படி உழவர்களாக முடியும்? எங்களிடம் நிலம் இல்லையே என்கிறீர்களா? இனிய சொற்கள்தான் உங்களுடைய விளைநிலம். தன்னிடம் இருப்பதைப் பிறருக்கு வாரி வழங்கும் மனம்தான் உங்களுடைய விதை.'

'நிலமும் விதையும் இருந்தால் போதுமா? ஆங்காங்கே களைகள் முளைக்குமே, அவற்றை நீக்கவேண்டுமே!'

'அப்படி உங்களிடமும் சில களைகள் இருக்கும். சில நேரங்களில் பிறரிடம் கடுஞ்சொல் பேசும் பழக்கம்தான் அந்தக் களை. அதை அகற்றிவிடுங்கள்.'

'அடுத்து, வளரும் பயிருக்கு எரு போடவேண்டும். அப்போதுதான் அது செழித்து வளரும். முனைப்பாடியார் சொல்லும் அந்த எரு, உண்மையைப் பேசுவதுதான்!'

'நிறைவாக, பயிருக்கு நீர் பாய்ச்சவேண்டும். எல்லார்மீதும் அன்பு செலுத்துவதைத்தான் நீராகக் குறிப்பிடுகிறார் முனைப்பாடியார்.'

'இப்படியெல்லாம் செய்தால் அறம் என்கின்ற சிறந்த கதிர்

விளையும். அதனால் உங்களுக்கு மட்டுமில்லை, உலகுக்கே நன்மை கிடைக்கும்.'

'இதையெல்லாம் நான் ஏன் உங்களிடம் சொல்கிறேன் என்று யோசிக்கிறீர்களா?' என்று கேட்டுவிட்டு மாணவர்களைக் குறும்பாகப் பார்த்தார் சிறப்பு விருந்தினர். 'அந்தக் கேள்விக்கும் முனைப்பாடியாரே பதில் சொல்கிறார். இனிய சொற்களாகிய விளைநிலத்தில் ஈகையை விதைத்து, கடுஞ்சொற்களாகிய களைகளை நீக்கி, உண்மையை எருவாக்கி, அன்பைப் பாய்ச்சி அறத்தை விளைவிக்கிற இந்த உயர்ந்த உழவுத்தொழிலை இளவயதிலேயே செய்யத் தொடங்கிவிடவேண்டுமாம். அப்போதுதான் இந்த நல்ல பழக்கங்கள் என்றென்றும் உங்களுக்குத் துணைநிற்கும், உங்களைச் சிறந்த மனிதர்களாக உயர்த்தும்!'

> 'இன்சொல் விளைநிலனா, ஈதலே வித்து ஆக,
> வன்சொல் களைகட்டு, வாய்மை எரு அட்டி
> அன்பு நீர் பாய்ச்சி அறக் கதிர் ஈன ஓர்
> பைங்கூழ் சிறுகாலைச் செய்.'

★★★

2. சுவடிக் காப்பகங்களின் அரிய தொண்டு

சங்க இலக்கியங்கள், பக்தி இலக்கியங்களையெல்லாம் இன்று நாம் அச்சுவடிவில் படிக்கிறோம். நினைத்த நேரத்தில் வாங்கலாம், வாசித்துத் தெரிந்துகொள்ளலாம். இணையத்தில் இவற்றை இலவசமாக அணுகவும் வாய்ப்புண்டு.

மற்ற நூல்களுக்கும் இவற்றுக்கும் ஒரு முதன்மையான வேறுபாடு, இவை எழுத்தாளர்களால் அல்லது பதிப்பாளர்களால் மொத்தமாக வெளியிடப்படவில்லை. தனித்தனியாக எழுதப்பட்டுப் பின்னர் தொகுக்கப்பட்டன. அந்தத் தொகுப்புப் பணிக்கு முக்கியப் பங்காற்றியவை, சுவடிக் காப்பகங்கள்.

'சுவடு' என்ற சொல்லிலிருந்துதான் 'சுவடி' என்ற சொல் வந்ததாக எழுதுகிறார் தஞ்சை தமிழ்ப்பல்கலைக்கழகத்தைச் சேர்ந்த ம. சா. அறிவுடைநம்பி. கடற்கரையில் நாம் நடந்துசெல்லும்போது தரையில் சுவடுகள் பதிவதுபோல, காகிதத்தில், ஓலையில், செப்பேட்டில் சுவடு பதித்து (அடையாளம் உண்டாக்கி) எழுதப்படுவதால் இவற்றைச் சுவடி என்றார்கள்.

சுவடிகளில் இலக்கியம் மட்டும்தான் படைக்கப்பட்டது என்று எண்ணிவிடக்கூடாது. இன்னும் பலவிதமான சுவடிகள் கண்டறியப்பட்டுள்ளன. எடுத்துக்காட்டாக, நாட்குறிப்புகள், பயணக்குறிப்புகள், வரவு-செலவுக் கணக்குகள், நில அளவையியல் ஆவணங்கள், கடிதங்கள், இன்னும் பல.

எந்தவொரு விஷயத்தையும் மனத்திலேயே வைத்துக் கொள்ளாமல் காகிதத்திலோ வேறுவிதத்திலோ அதைப் பதிவு செய்து வைக்கும்போது, மற்றவர்கள் அதைக் கற்பது எளிதாகிறது. அந்தவிதத்தில், சுவடிகள் கண்டுபிடிக்கப்பட்ட புதிதில் மக்கள் இவற்றைக் கற்றல் கருவிகளாகப் பயன்படுத்தினார்கள். ஏராளமான சுவடிகள் எழுதப்பட்டன, படியெடுக்கப்பட்டன.

இந்தச் சுவடிகளையெல்லாம் கவனித்துக் கொண்டிருந்த சிலர், அல்லது, சில அமைப்புகள், இவற்றை வெறுமனே பயன்படுத்தி விட்டுத் தூக்கி எறிந்துவிடக் கூடாது என்று உணர்ந்தார்கள். இவற்றைத் தொகுத்துவைக்க வேண்டிய தேவையை உணர்ந்தார்கள். நாம் இன்று வாசிக்கும் பழந்தமிழ் இலக்கியங்கள் பலவும் இப்படிச் சேர்க்கப்பட்டவைதான்.

இன்றைய நூல் நிலையங்களை விட, அன்றைய சுவடிக் காப்பகங்களை இயக்குவது கடினமாக இருந்திருக்கும். ஏனெனில், நூல்கள் இப்போது ஒழுங்குபடுத்தப் பட்டிருப்பதுபோல், எளிதில் கிடைப்பதுபோல் அன்றைக்குச் சுவடிகள் கிடைக்கவில்லை. எங்கெங்கோ தேடிச் சுவடிகளைத் திரட்டி, வாசித்துப்பார்த்து, பொருள் அடிப்படையில் தொகுத்துவைக்கும் அரிய பணியைச் சுவடிக் காப்பகங்கள் செய்தன.

அரசு நிறுவனங்கள், கல்வி நிலையங்கள், சமய நிறுவனங்கள், மற்ற அமைப்புகளெல்லாம் சுவடிகளைக் காத்துவந்தார்கள். இவைதவிர, ஆர்வம் காரணமாக ஏராளமான சுவடிகளைத் திரட்டிச் சேர்த்த தனிநபர்களும் உண்டு. இதற்கு எடுத்துக்காட்டாக, காலின் மெக்கன்சி லெய்டன், அ. முத்துசாமிப் பிள்ளை, இரண்டாம் சரபோசி, பாண்டித்துரைத் தேவர், வி. கனகசபைப் பிள்ளை, உ.வே.சா. உள்ளிட்டவர்களைக் குறிப்பிடுகிறார் ம. சா. அறிவுடைநம்பி.

இப்படிச் சேகரிக்கப்பட்ட சுவடிகளில் பலவும் நூல்களாக அச்சிடப்பட்டுள்ளன, இணையத்திலும் தொகுக்கப்பட்டுள்ளன. அறிஞர்கள் பலர் இவற்றுக்கு உரையெழுதி வெளியிட்டுள்ளார்கள். இதன்மூலம், இன்னும் பலர் அவற்றை அணுகும் நிலை ஏற்பட்டுள்ளது.

அதேசமயம், இன்னும் சுவடிகளில்மட்டுமே இருக்கிற, பொது வெளிச்சத்துக்கு வராத விஷயங்களும் ஏராளம். அவற்றில் என்னென்ன உண்மைகள், நன்னெறிகள், வரலாற்று, சமூகவியல் செய்திகள் உள்ளனவோ!

நம்முடைய வரலாற்றைப் பதிவுசெய்ததிலும் இலக்கியச் செழுமையை உணர்த்தியதிலும் சுவடிக்காப்பகங்களுடைய பங்கு முக்கியமானது. அந்த நிறுவனங்கள், தனிநபர்களுடைய சேவை நம் பாராட்டுக்கும் வணக்கத்துக்கும் உரியது!

★★★

3. உடல்நலம் பேணும் எழுத்துகள்

ஒருவருக்கு உடல்நலம் சரியில்லை. மருத்துவரிடம் செல்கிறார்.

மருத்துவர் அவரை நன்கு பரிசோதிக்கிறார். அவருக்கு என்ன உடல்நலப் பிரச்னை என்று கண்டறிகிறார். அதைச் சரிசெய்வதற்கான மருந்துகளைப் பரிந்துரைக்கிறார். அந்த மருந்துகளை உட்கொண்டதும் நோய் விலகிவிடுகிறது, அவர் நலம் பெறுகிறார்.

ஆனால், இதுமட்டும் போதுமா? நோய் ஏன் வந்தது என்றும், வருங்காலத்தில் அந்நோய் வராமல் தடுப்பது எப்படி என்றும் தெரிந்துகொள்ள வேண்டாமா?

பல மருத்துவர்கள் இதையெல்லாம் நோயாளிகளுக்கு விளக்கிச் சொல்கிறார்கள். நாளிதழ்கள், வார இதழ்கள், மாத இதழ்கள், இணையத்தளங்களில் பொதுவான உடல்நலத்தைப்பற்றி விவரிக்கும் மருத்துவக் கட்டுரைகள் வெளியாகின்றன, தொலைக்காட்சிகள், வானொலிகளிலும் இதுபற்றிப் பேசுகிறார்கள், மருத்துவம், உடல்நலம் சார்ந்த தலைப்புகளில் பல நூல்களும் பதிப்பிக்கப்படுகின்றன.

ஆனால், இத்தனைக்குப்பிறகும், மக்களிடையே மருத்துவ விஷயங்கள்பற்றிய முழுமையான விழிப்புணர்வு இல்லை. ஏன்?

மருத்துவ அறிஞர்கள் பேசும் மொழியும் மக்களுடைய மொழியும் ஒன்றில்லை. ஆகவே, அவர்கள் விளக்கும் விஷயங்களைப் பொதுமக்களால் எளிதில் புரிந்துகொள்ள இயலுவதில்லை.

இதனால், இந்த இருவருக்கும் நடுவில் ஒருவர் தேவைப்படுகிறார். இவர் மருத்துவ மொழியைப் பொதுமக்கள் மொழியில் மாற்றுவார், கருத்துகளை முழுமையாகக் கொண்டுசெல்வார்.

எடுத்துக்காட்டாக, நரம்பியல் வல்லுனர் ஒருவர் மனித மூளையைப்பற்றிப் பலவிதமான கருத்துகளைத் தெரிவிக்கிறார். அவர் சொல்கிற அனைத்தும் உயர்ந்த, பயனுள்ள சிந்தனைகளாக இருப்பினும், மக்களால் அவற்றை நேரடியாகப் புரிந்துகொள்ள இயலாது. ஆகவே, இதழாளர் ஒருவர் அதைக் கேட்டு மக்களுக்குப் புரியும்படி எழுதுகிறார்.

அந்த இதழாளருக்கு நரம்பியல்துறையைப்பற்றிய அடிப்படை அறிவுமட்டுமே இருக்கும்; எனினும், அதை நன்கு பயன்படுத்திக்கொண்டு மருத்துவ வல்லுனருடைய கருத்துகளை எளிய மொழியில் வழங்குகிறார். இதன்மூலம், பெரும் எண்ணிக்கையிலானோர் அவற்றைப் புரிந்துகொண்டு பயன்படுத்தும் சாத்தியம் ஏற்படுகிறது.

இவ்வாறு மருத்துவக் கருத்துகளை மக்கள் மொழிக்கு மாற்றி எழுதுகிறவர்களை 'பொது நல இதழாளர்கள்' என்று அழைக்கிறார்கள். ஆங்கிலத்தில் *Public Health Journalists.*

இந்தப் பெயர் வேண்டுமானாலும் புதியதாக இருக்கலாம். ஆனால், இவ்வாறு பொதுமக்களுக்கு மருத்துவக் கருத்துகளைச் சொல்லும் தேவை பன்னெடுங்காலமாக இருந்துவந்துள்ளது. இதற்குச் சான்றாக, பழந்தமிழ் நூல்களில் மருத்துவம், தூய்மை, நோய்களைத் தடுத்தல், மருந்துகளைக்குறித்த பாடல்களைக் காண்கிறோம்.

இத்துடன், பொதுவான பாடல்களிலும் உடல்நலத்தை வலியுறுத்தும் கருத்துகள் தொடர்ந்து தெரிவிக்கப்பட்டுள்ளன.

எடுத்துக்காட்டாக, ‘ஓடி விளையாடு பாப்பா, நீ ஓய்ந்திருக்கல் ஆகாது பாப்பா’ என்ற பாரதியின் வரிகள் சிறுவயதிலிருந்தே சோம்பியிராமல் உடலைச் சுறுசுறுப்பாக வைத்துக்கொள்ளவேண்டியதன் அவசியத்தைக் குறிப்பிடுகின்றன.

ஒரு புதிய தொலைக்காட்சிப் பெட்டியையோ செல்பேசியையோ வாங்கும்போது, பயனாளர் கையேட்டை வாசித்து அதை நன்கு புரிந்துகொள்கிறோம், முறையாகப் பயன்படுத்துகிறோம், பழுதில்லாமல் பராமரிக்கிறோம். அதுபோல, நம்முடைய உடல் என்னும் கருவியையும் நன்கு கவனித்துக்கொள்ள வேண்டியது நம் கடமை. எதை உண்ணலாம், எதை உண்ணக் கூடாது, நல்ல பழக்கங்கள் எவை, தீய பழக்கங்கள் எவை என்றெல்லாம் கற்றுக்கொண்டு, பின்பற்றி உடலைப் பாதுகாப்பதுதான் அறிவார்ந்த செயல். அந்த விழிப்புணர்வை உண்டாக்குவதற்கு இந்த மருத்துவ இதழாளர்கள், எழுத்தாளர்கள் முதன்மையான பணியை ஆற்றுகிறார்கள்.

★★★

4. நீடிக்கும் மங்கலம்

திருவாரூர் மாவட்டத்தில் நீடாமங்கலம் என்றோர் ஊர் இருக்கிறது. சிறந்த தவில் இசைக்கலைஞரான மீனாட்சிசுந்தரம் இவ்வூரைச் சேர்ந்தவர்தான். இங்கு தயாரிக்கப்படும் 'பால் திரட்டு' என்ற இனிப்புவகை மிகவும் புகழ்பெற்றது.

ஒருமுறை, சிறந்த எழுத்தாளரும் பேச்சாளருமான கி.வா. ஜகந்நாதன் அவர்கள் இவ்வூருக்கு வந்திருந்தார். தன்னை வரவேற்ற உள்ளூர்க்காரர்களிடம், 'உங்கள் ஊருக்கு இந்தப் பெயர் வந்த காரணம் என்ன?' என்று விசாரித்தார் அவர்.

'உண்மையான காரணம் எங்களுக்குத் தெரியவில்லை' என்றார்கள் உள்ளூர்க்காரர்கள், 'ஆனால், வெளியூர்க்காரர் ஒருவர் எங்கள் ஊரின் பெயரை மிக மோசமானவகையில் விளக்கிச்சொன்னார். அதைக் கேட்டு எங்களுக்குச் சினம்தான் வந்தது.'

'இந்த அழகான ஊர்ப்பெயருக்கு மோசமான விளக்கமா?' என்று வியந்தார் கி.வா.ஜ. 'அப்படி என்னதான் சொன்னார் அவர்?'

உள்ளூர்க்காரர்கள் விளக்கினார்கள், 'மங்கலம் என்றால் நன்மை, நீடா மங்கலம் என்றால் நீடாத, நீடிக்காத மங்கலம் என்று அந்த வெளியூர்க்காரர் விளக்குகிறார். எங்கள் ஊரில் எதைச்

செய்தாலும் நன்மை இருக்காதாம், அப்படியே இருந்தாலும் அந்த நன்மை நீடிக்காதாம்!'

இந்த விளக்கத்தைக் கேட்ட கி.வா.ஜ. சிரித்தார். 'அதை அப்படிப் பிரிக்கக்கூடாது, வேறுவிதமாகப் பிரிக்கவேண்டும்' என்றார். 'உங்கள் ஊரின் பெயருக்கு உண்மையான விளக்கம் என்ன என்பதை இன்று மாலை சொற்பொழிவில் விளக்குகிறேன்.'

இதைக்கேட்ட உள்ளூர் மக்கள் மகிழ்ந்தார்கள். தங்கள் ஊரின் பெயருக்கு இப்படியொரு மோசமான விளக்கமா என்கிற கவலையில் இருந்த அவர்கள், கி.வா.ஜ. அளிக்கப்போகும் விளக்கத்தை ஆவலுடன் எதிர்பார்த்தார்கள். அன்று மாலை கி.வா.ஜ. தன்னுடைய சொற்பொழிவைத் தொடங்கினார். 'நீடாமங்கலம்' என்ற பெயரை இவ்வாறு பிரித்து விளக்கினார்: 'நீடு ஆம் மங்கலம்.'

'நீடு என்றால் நீடித்தல், நீடு ஆம் மங்கலம் என்றால், நீடித்த நன்மை என்று பொருள். உங்கள் ஊரில் எதைச் செய்தாலும் நன்மை தொடர்ந்து நீடிக்கும், மங்கலம் நீண்டு வாழும் ஊர் இது!'

ஒரே சொல்தான். அதை இருவர் வெவ்வேறுவிதமாகப் பிரிக்கிறார்கள். 'நீடா(த) மங்கலம்' என்றால் எதிர்மறைப் பொருள் வருகிறது, 'நீடு ஆ(கு)ம் மங்கலம்' என்றால் நல்ல பொருள் வருகிறது. அந்த ஊர் மக்களுக்கு அது எப்பேர்ப்பட்ட மகிழ்ச்சியைத் தந்திருக்கும் என்று கற்பனை செய்துபாருங்கள்!

நம்முடைய ஊர்ப்பெயர்கள் அனைத்துமே நல்ல எண்ணத்துடன் உருவாக்கப்பட்டவைதாம். அங்கு வாழும் மக்கள் மகிழ்ச்சியாகவும் உடல்நலத்துடனும் வளத்துடனும் வாழவேண்டும் என்ற விருப்பத்துடன்தான் முன்னோர்கள் அந்தப் பெயர்களைத் தேர்ந்தெடுத்திருக்கிறார்கள். ஆகவே, எதிர்மறையான விளக்கங்களைப் பயன்படுத்தாமல், நல்லெண்ணங்களைப் பரப்புவோம்.

★★★

5. கற்பனையா? உண்மையா?

ஒவ்வொரு மொழியிலும் எத்தனையோ புதினங்கள், சிறுகதைகள் எழுதப்படுகின்றன. பலவிதமான மனிதர்கள், நிகழ்வுகள், திடுக்கிடும் திருப்பங்கள், நெகிழ்ச்சிகள், உணர்ச்சிகள்!

ஆனால், இவையெல்லாம் உண்மையில் நடந்தவையா, அல்லது, முற்றிலும் கற்பனையானவையா? அந்தந்தக் கதைகளை எழுதிய ஆசிரியர்களுக்குமட்டுமே வெளிச்சம்!

அதேசமயம், பெரும்பாலான கதைகளில் உண்மையும் கற்பனையும் கலந்துதான் இருக்கும். அவற்றின் விகிதம்தான் மாறுபடும். அதாவது, பெருமளவு உண்மையான கதையில் சிறிது கற்பனையைக் கலப்பவர்களும் உண்டு; பெருமளவு கற்பனையான கதையில் சிறிது உண்மையைக் கலப்பவர்களும் உண்டு; இரண்டையும் சமமாகச் சேர்ப்பவர்களும் உண்டு. வாசிப்பவர்களுக்குச் சுவையாக இருக்கவேண்டும் என்பதற்கேற்ப எழுத்தாளர்கள் இந்த விகிதத்தைத் தீர்மானிப்பார்கள்.

ஒருமுறை, மலைகள் சூழ்ந்த பகுதியொன்றில் வசித்துவந்தார் எழுத்தாளர் ராஜம் கிருஷ்ணன். அங்கு பலவிதமான மனிதர்களை, நிகழ்வுகளைச் சந்தித்தார். அவையெல்லாம்

அவருடைய மனத்தில் அழுத்தமாகப் பதிந்தன. அப்படியொரு நிகழ்வு, அவரை மிகவும் பாதித்தது. அதில் கற்பனையைக் கலந்து ஒரு கதை எழுதினார், பத்திரிகையொன்றுக்கு அனுப்பிவைத்தார்.

அவர் செய்த ஒரே தவறு, அந்தக் கதையில் வருகிற பாத்திரத்தின் பெயரை மாற்ற மறந்துவிட்டார். அதாவது, அந்த நிகழ்வில் பங்கேற்ற உண்மையான மனிதருடைய பெயரையே கதையில் வருகிற மனிதருக்கும் சூட்டிவிட்டார்.

அதனால் என்ன? அது உண்மையில் நடந்த நிகழ்வுதானே? உண்மையான மனிதருடைய பெயரைப் பயன்படுத்தினால் என்ன தவறு?

பிரச்னையே அதுதான். உண்மையில் நடந்த நிகழ்வுடன், கதைச்சுவை கருதிச் சில கற்பனை நிகழ்வுகளையும் ராஜம் கிருஷ்ணன் சேர்த்திருந்தார். அதில் ஓர் உண்மையான மனிதருடைய பெயரைச் சேர்த்தால், அந்த நிகழ்வுகள் அனைத்தும் உண்மையில் நடைபெற்றதுபோல் பொருளாகி விடுமில்லையா? அதனால் அந்த மனிதருடைய நற்பெயர் பாதிக்கப்படலாமில்லையா? இதை எண்ணிக் கவலை கொண்டார் ராஜம் கிருஷ்ணன்.

இதனிடையே, அந்தக் கதை புகழ்பெற்ற இதழொன்றில் பிரசுரமானது. ஏராளமானோர் அதைப் படித்து மகிழ்ந்தார்கள்.

ஆனால், கதையை எழுதிய ராஜம் கிருஷ்ணன் மகிழவில்லை. நாள்தோறும் சந்திக்கிற ஒரு மனிதருடைய பெயரை இப்படித் தவறாகப் பயன்படுத்திவிட்டோமே என்று வருந்தினார்.

நல்லவேளையாக, அந்த மனிதர் கன்னடக்காரர், அவருக்குத் தமிழ் படிக்கத்தெரியாது.

என்றாலும், ராஜம் கிருஷ்ணனுக்கு மனநிறைவு ஏற்படவில்லை. தான் செய்த பிழைக்காக அவரிடம் மன்னிப்புக் கேட்கத் தீர்மானித்தார். மறுநாள், ராஜம் கிருஷ்ணன் அந்த மனிதரைச் சென்று சந்தித்தார். ‘நான் தெரியாமல் ஒரு தப்புப்

பண்ணிவிட்டேன்' என்று பேச்சைத் தொடங்கினார். உடனே, அந்த மனிதருடைய முகம் சிவந்தது, 'தெரியும், தெரியும்' என்றார் சினத்துடன். 'எனக்குத் தமிழ் படிக்கத் தெரியாவிட்டாலும், ஒரு நண்பர் எனக்கு அந்தக் கதையைப் படித்துக்காட்டினார்.'

நல்லவேளையாக, அவர் ராஜம் கிருஷ்ணனைத் தவறாக எண்ணவில்லை. தொடர்ந்து அவருடன் நட்பு பாராட்டினார்.

உண்மை நிகழ்வுகளைக் கதையில் சேர்ப்பது உலகம்முழுக்க உள்ள பழக்கம்தான். எனினும், அதில் தொடர்புடைய மனிதர்களுடைய தனியுரிமையைக் கருத்தில் கொண்டு, அவர்களுடைய பெயர்கள், அடையாளங்களைக் கவனமாக மாற்றவேண்டும். எதார்த்தம் என்பது பெயர்களில் இல்லை, கதையமைப்பிலும் பின்னணியிலும்தான் உள்ளது!

★★★

6. அளாவுதலும் விளாவுதலும் அளைதலும்...

'ஒளி அளாவ அமைந்தனை' என்று சூரியனைப்பார்த்துப் பேசுகிறார் பாரதிதாசன்.

'அளாவுதல்' என்ற சொல்லின் பொருள், கலத்தல். சூரியனுடைய ஒளி உலகில் எங்கெங்கும் சென்று கலக்கிறதாம்!

குழந்தைகள் ஒழுங்காகச் சாப்பிடமாட்டார்கள். உணவைத் தங்களுடைய பிஞ்சுக்கைகளால் அளாவுவார்கள். அப்படிக் குழந்தைகள் அளாவிய கூழ், அமுதத்தைவிட இனியது என்கிறார் திருவள்ளுவர்:

> 'அமிழ்தினும் ஆற்ற இனிதே தம் மக்கள்
> சிறு கை அளாவிய கூழ்.'

கம்பராமாயணத்தில், 'மஞ்சு அளாவிய மாணிக்கப் பாறை' என்றொரு வரி வருகிறது. மலையுச்சியில் உள்ள மாணிக்கப் பாறைகளில் மேகங்கள் சென்று கலக்கின்றனவாம்.

இதேபோல், 'வானளாவிய மலை' என்கிற விவரிப்பைக் கேட்டிருப்பீர்கள். 'வான்+அளாவிய', அதாவது, வானத்தையே

சென்று தொடுகிற அளவுக்கு உயரமான மலை. சில நிகழ்வுகள் 'உலகளாவிய வரவேற்பைப் பெற்றன' என்பார்கள். 'உலகு+அளாவிய', அதாவது, உலகெங்கும் அந்த நிகழ்வுகள் நன்கு ஏற்கப்பட்டுள்ளன.

'அளாவிய' என்ற சொல்லை 'அளாய' என்று சுருக்கிச் சொல்லுவதும் உண்டு. எடுத்துக்காட்டாக, நாலடியாரில் ஒரு பாடலில் 'பாலோடு அளாய நீர்' என்ற பயன்பாடு வருகிறது.

இதன் இன்னொரு வடிவம், 'அளவுதல்'. திருவருட்பாவில் வள்ளலார் இறைவனிடம் இவ்வாறு பேசுகிறார், 'தேங்காய்ப்பால், சர்க்கரைச்சாறு, வாழைப்பழம், பசுநெய், நல்ல தேன், பலாச்சுளை, மாம்பழம், மற்ற பழங்களையெல்லாம் வடித்து அளவி ஏழைக்கு அளித்தீர்களே!'

அளாவுதல் என்ற சொல்லுக்குக் கலந்து பேசுதல், விசாரித்தல் என்ற பொருளையும் சொல்கிறார்கள். இதையே 'அளவளாவுதல்' என்று சொல்லும் வழக்கமும் உள்ளது. எடுத்துக்காட்டாக, விழாவுக்கு வந்திருந்த விருந்தினர்களுடன் அவர் நன்கு அளவளாவினார்.

குளிர்காலங்களில் குளிப்பதற்காக நீரைச் சூடாக்குவார்கள். சில நேரங்களில், அந்தச் சூடு நாம் எதிர்பார்ப்பதைவிட அதிகமாகிவிடும். அந்த நேரத்தில் வெந்நீரோடு குளிர்நீரைக் கலந்து அதன் வெப்பநிலையைக் குறைப்பார்கள். இதை 'விளாவுதல்' என்பார்கள். 'வெந்நீர் விளாவிவெச்சிருக்கேன்' என்று பேச்சுமொழியில் சொல்வார்கள்.

இதேபோல், மோரை நீர்க்கச்செய்வதற்காக அதில் நீரூற்றுவதற்கும் 'விளாவுதல்' என்ற சொல் பயன்படுகிறது. எடுத்துக்காட்டாக, 'வெய்யில்ல ரொம்பக் களைச்சுப்போய் வந்திருக்கீங்க, கொஞ்சம் மோர் விளாவிக் கொடுக்கட்டுமா?'

ஆக, 'விளாவுதல்' என்ற சொல்லும் 'கலத்தல்' என்ற பொருளில்தான் பயன்படுகிறது. 'கடல் கொதித்தால் விளாவ நீர் எங்கே?' என்று ஒரு பழமொழிகூட இருக்கிறது.

'அளைதல்' என்ற சொல்லுக்கும் 'கலத்தல்' என்ற பொருள் உண்டு. ஆனால், அது இன்னும் கொஞ்சம் நுட்பமான கலத்தல், அதாவது, கையைக் கொண்டு கலத்தல்.

கண்ணபெருமான் சிறு குழந்தையாக இருந்தபோது, அவருக்கு வெண்ணெய் மிகவும் பிடிக்குமாம், வெண்ணெயில் கையை வைத்து அளைந்து, அள்ளி அள்ளி உண்பாராம். அதனால் அவருடைய உடலில் வெண்ணெய்ப் பிசுக்கி ஏறிக்கொள்ளுமாம். இதைப் பெரியாழ்வார் 'வெண்ணெய் அளைந்த குணுங்கு' என்று சுவையாக எழுதுகிறார்.

கண்ணன் வெண்ணெயுடன் நிறுத்தவில்லை, கண்ணன் புழுதியிலும் கலந்து விளையாடுகிறாராம். அதைப் பெரியாழ்வார் 'கிண்கிணி ஆர்ப்பப் புழுதி அளைகின்றான்' என்கிறார்.

அளாவுதல், விளாவுதல், அளைதல்... இப்படிப் பொருள் தொடர்புள்ள பல இனிய சொற்கள் தமிழில் அளாவியிருக்கின்றன!

★★★

7. சொற்றொடர் அமைத்தல்

ஒரே சொல்லில் ஒரு சொற்றொடரை அமைக்க இயலுமா?

இயலுமே. இதுகூட ஒற்றைச் சொல்லில் அமைந்த சொற்றொடர்தான்.

இப்படிப் பல கேள்விகளுக்கு ஒற்றைச்சொல்லில் பதில் சொல்லலாம். அவற்றைத் தனியாகப் படித்தால் முழுப்பொருள் தெரியாது, எனினும், கேள்வியுடன் படித்தால் பொருள் புரியும். எடுத்துக்காட்டாக:

'உன் பெயர் என்ன?'

'ராமன்.'

'இன்று மதியம் சாப்பிட்டாயா?'

'சாப்பிட்டேன்.'

பெரும்பாலான கட்டளைச்சொற்களை நேரடியாகச் சொற்றொடர்களாகப் பயன்படுத்தலாம். எடுத்துக்காட்டாக: வா, அமர், சாப்பிடு, எழு, நட, படி, ஆடு, பாடு...

சிறு குழந்தைகள் இப்படிதான் பேசக் கற்கிறார்கள். அவர்களுக்குச் சொற்றொடர் அமைப்பு புரிவதற்கு நாளாகும், அதற்குமுன் ஒற்றைச் சொற்களாகப் பேசத் தொடங்கிவிடுகிறார்கள்.

ஒற்றைச் சொற்களால் அமைந்த சொற்றொடர்களில் எளிய விஷயங்களைதான் தெரிவிக்க இயலும். அதைவிடச் சிக்கலான விஷயங்களைச் சொல்லவேண்டுமென்றால், குறைந்தது இரண்டு சொற்களாவது தேவைப்படும்.

எடுத்துக்காட்டாக, 'வா' என்பது பொருளைத் தந்தாலும், முழுமையாக இல்லை. அதை 'இங்கே வா' என்று அமைக்கும்போது, தெளிவு அதிகரிக்கிறது. சற்று வளர்ந்த குழந்தைகளால் இப்படி இரு சொற்களைக் கொண்டு சொற்றொடர்களை அமைக்க இயலும்.

பின்னர், அவர்களுக்குச் சொற்றொடர் அமைப்புக்கான விதிமுறைகள் புரியப்புரிய, முச்சொல் சொற்றொடர்கள் (இங்கே வந்து நில்), நாற்சொல் சொற்றொடர்கள் (உடனடியாக இங்கே வந்து நில்), ஐஞ்சொல் சொற்றொடர்கள் (உடனடியாக இங்கே ஓடி வந்து நில்) என்று அமைக்கத்தொடங்குகிறார்கள். இவை ஒவ்வொன்றும் இன்னும் விரிவான, சிக்கலான விஷயங்களை எளிமையானவகையில் விவரிக்கின்றன.

நாமெல்லாம் இப்போது வளர்ந்துவிட்டோம், பல சொற்றொடர்களைப் பேச, எழுத, படிக்கக் கற்றுக்கொண்டு விட்டோம். ஆகவே, இப்படி ஒவ்வொரு சொல்லாகச் சொற்றொடர்களைக் கோப்பது நமக்கு ஒரு பெரிய விஷயமாகத் தெரிவதில்லை. குழந்தையொன்றின் கோணத்திலிருந்து, அல்லது, புதிதாக ஒரு மொழியைக் கற்கிற ஒருவருடைய கோணத்திலிருந்து பார்த்தால்தான் அதன் சிறப்பும் முக்கியத்துவமும் நமக்குப் புரியும்.

அன்றைய சிறுவர் சுவடிகளில் எழுத்துகள், சொற்களை அறிமுகப்படுத்தியபின் இருசொல், முச்சொல், நாற்சொல், ஐஞ்சொல் சொற்றொடர்களை ஒவ்வொன்றாகச் சொல்லித் தருவார்கள். குழந்தைகள் அவற்றை வாசித்துப் புரிந்துகொள்வார்கள், சொற்றொடர் அமைப்பைக் கற்றுக் கொள்வார்கள், பின்னர் தாங்களே சொற்றொடர்களை அமைக்கப் பழகிக்கொள்வார்கள்.

ஐந்து சொற்களுடன் சொற்றொடர்களை நிறுத்திவிடவேண்டும் என்று எந்தக் கட்டாயமும் இல்லை. ஆறு, ஏழு... ஏன், நூறு சொற்களை அமைத்துக்கூடச் சிக்கலான சொற்றொடர்களை அமைக்கலாம். ஆனால், அவை எல்லாருக்கும் புரியும் என்று சொல்ல இயலாது, தொடர்ச்சி புரியாமல் முன்னே, பின்னே சென்று விளங்கிக்கொள்ளவேண்டியிருக்கும்.

ஆகவே, மிக நீண்ட சொற்றொடர்களை அமைப்பதும் பிரச்னை, மிகச் சிறிய சொற்றொடர்களை அமைப்பதும் பிரச்னை, இந்த இரண்டுக்கும் நடுவில் எளிதாக, சுருக்கமாக, அதேசமயம் தெளிவாக விஷயத்தைச் சொல்லக்கூடியவகையில் சொற்றொடர்களை அமைப்பதுதான் சிறந்தது. அவ்வாறு எழுதப்படுகிற, பேசப்படுகிற விஷயங்கள்தான் அதிகப் பேரைச் சென்றுசேரும்.

இதில் உங்களுக்கு ஐயமிருந்தால், உங்களுக்கு மிகப்பிடித்த ஏதேனும் ஒரு நூலை எடுத்துச் சில பக்கங்களைப் புரட்டிப்பாருங்கள். அல்லது, உங்களுக்குப் பிடித்த ஒரு பேச்சாளருடைய உரையைக் கேளுங்கள், அவர்கள் எந்த அளவு எளிமையாக வாக்கியங்களை அமைத்து விஷயத்தைப் புரியவைக்கிறார்கள் என்று கற்றுக்கொள்ளுங்கள். உங்களுடைய பேச்சையும் எழுத்தையும் அந்த அளவு எளிமையாகவும் தெளிவாகவும் ஆக்குவதற்குப் பயிற்சியெடுங்கள்.

★★★

8. மொழிமாற்றல் உத்திகள்

'*This is a beautiful seashore*' என்று ஆங்கிலத்தில் ஒருவர் வியக்கிறார்.

அருகில் நின்ற ஒருவருக்குத் ஆங்கிலம் தெரியவில்லை. 'என்ன சொல்றீங்க?' என்று அவரையே கேட்கிறார்.

'இது ஓர் அழகிய கடற்கரைன்னு சொன்னேன்' என்கிறார் அவர். அதைத் தலையசைத்து ஒப்புக்கொள்கிறார் இரண்டாமவர்.

இங்கு நிகழ்ந்தது 'மொழிபெயர்ப்பு' (*Translation*). ஒருவர் ஒரு மொழியில் சொன்ன கருத்து அதே நபரால் இன்னொரு மொழிக்கு அப்படியே மாற்றப்பட்டுள்ளது.

மாறாக, அந்தமுதல்மனிதர் தன்னுடைய ஆங்கிலச்சொற்றொடரை இப்படி மொழிபெயர்த்திருந்தால்? 'இது ஓர் அற்புதமான, பேரழகான, காணக்காணச் சலிக்காத கவின்நிறைந்த கடற்கரை.'

இந்த அழகிய தமிழ்ச்சொற்றொடரும் கடற்கரையைப் பாராட்டுகிறது, அவர் தொடக்கத்தில்சொன்ன ஆங்கிலச் சொற்றொடரும் கடற்கரையைப் பாராட்டுகிறது, இந்த ஓர் ஒற்றுமையைத் தவிர, இந்த இரு சொற்றொடர்களும் முற்றிலும் மாறுபட்டுள்ளன. தமிழ்ச் சொற்றொடரில் உள்ள பல

குறிப்புகள் மூலச் சொற்றொடரில் இல்லை. எடுத்துக்காட்டாக, ஆங்கிலத்தில் 'காணக்காணச் சலிக்காத' என்ற குறிப்பே இல்லை. ஆனால், தமிழில் உள்ளது.

ஆகவே, இதை மொழிபெயர்ப்பு (ஒன்றை இன்னொன்றாக மாற்றுவது) என்பதைவிட, மொழியாக்கம் (அதே கருத்தைக் கொண்ட இன்னொன்றைப் புதிதாக ஆக்குவது) என்பதுதான் சரி. ஆங்கிலத்தில் இதை *Transcreation* என்கிறார்கள்.

மொழிபெயர்ப்பு இருக்கும்போது மொழியாக்கம் எதற்காக? மூலச்சொற்றொடரில் இல்லாத விஷயங்களைப் புதுமொழியில் சேர்ப்பது சரிதானா?

ஒருமொழியிலுள்ள விஷயங்களை இன்னொருமொழிக்குக் கொண்டு செல்லும்போது, சொல்லுக்குச் சொல் அப்படியே மொழிபெயர்ப்பதில் பல பிரச்னைகள் வரக்கூடும். மொழிபெயர்ப்பாளரையும் அறியாமல் மூலமொழியின் சொற்றொடர் கட்டமைப்பு புதிய மொழியில் நுழைந்துவிடலாம், படிப்பவர்களுக்கு இது அன்னிய உணர்வைத் தரலாம், இயல்பற்ற ஒன்றை வாசிக்கிறோம் என்ற எண்ணத்தையும் சலிப்பையும் ஏற்படுத்தலாம்.

இதனால், மூல எழுத்தாளரும் அதைப் புதியமொழிக்குக் கொண்டுசெல்பவரும் இதுபற்றி முன்கூட்டியே பேசித் தீர்மானிப்பது நல்லது. சட்ட ஆவணங்கள், மருத்துவக் குறிப்புகள்போன்ற சிலவற்றைத்தவிர மற்ற அனைத்துக்கும் மொழியாக்கத்தைப் பயன்படுத்தலாம்; மூலத்திலுள்ள கருத்தைமட்டும் மாற்றிவிடக்கூடாது.

சில நேரங்களில் மூலத்தை முழுமையாக மொழிபெயர்க்காமல் அதன் கருத்துகளைமட்டும் புதியமொழியில் விளக்கிச்சொல்லும் பழக்கமும் உள்ளது. இதை *Interpretation* (விளக்கிச்சொல்லுதல்) என்கிறார்கள்.

*Translation*க்கு இன்னொரு மாற்றும் உள்ளது. அதை *Transliteration* (ஒலிபெயர்ப்பு) என்பார்கள். எடுத்துக்காட்டாக, '*Bus*' என்ற ஆங்கிலச் சொல்லைப் 'பேருந்து' என்ற தமிழ்ச்சொல்லாக

எழுதுவது மொழிபெயர்ப்பு, 'பஸ்' என்று அதே சொல்லைத் தமிழ் எழுத்துகளில் எழுதுவது ஒலிபெயர்ப்பு. அதாவது, மூலமொழியிலுள்ள ஒலியைமட்டும் புதியமொழிக்குக் கொண்டுவருகிறோம், புதியமொழியில் அதற்கென்று உள்ள சொல்லைப் பயன்படுத்துவதில்லை.

தமிழ்போன்ற வளமான மொழிக்கு ஒலிபெயர்ப்பு எப்போதும் தேவைப்படாது. எனினும், சில நேரங்களில், குறிப்பாகக் கலைச்சொற்களைப் பயன்படுத்தும்போது ஒலிபெயர்ப்பு விரும்பப்படுகிறது. எடுத்துக்காட்டாக, *Computer*க்குத் தமிழில் கணினி என்ற சொல் இருப்பினும், அதைக் கம்ப்யூட்டர் என்று எழுதுவதைப் பலர் விரும்புகிறார்கள்.

மொழிபெயர்ப்பு, மொழியாக்கம், விளக்கிச்சொல்லுதல், ஒலிபெயர்ப்பு என வகை எதுவானாலும், நோக்கம் ஒன்றுதான்: ஒருமொழியிலிருக்கும் கருத்துகளை அந்தமொழியை அறியாத வேறுமொழியினர்மத்தியில் கொண்டுசெல்வது. அவ்வகையில் மொழிபெயர்ப்பாளர்கள், மொழியாக்க வல்லுனர்கள், விளக்கிச்சொல்லுவோர், ஒலிபெயர்ப்பாளர்கள் மிக முக்கியமான பங்களிப்பை வழங்குகிறார்கள்.

★★★

௯. ஐயம்

ஔவையாருடைய ஆத்திசூடியில், 'ஐயமிட்டு உண்' என்று படித்திருப்பீர்கள். அதென்ன ஐயம்?

பேச்சாளர் ஒருவர் ஏதோ ஒரு தலைப்பில் பேசுகிறார்; அவர் சொல்லும் பெரும்பாலான விஷயங்கள் நமக்குப் புரிகின்றன; ஆனால், சில விஷயங்கள் புரியவில்லை. ஆகவே, 'ஐயா, நீங்கள் பேசியதில் எனக்குச் சில ஐயங்கள் உள்ளன' என்கிறோம்.

இங்கு 'ஐயம்' என்பது *Doubt* என்ற பொருளில் பயன்படுத்தப் படுகிறது. இதைச் 'சந்தேகம்' என்றும் சொல்வார்கள்.

ஆனால், ஔவையார் 'ஐயம்' என்ற சொல்லை இந்தப் பொருளில் பயன்படுத்துவதாகத் தோன்றவில்லை. அவர் ஐயம் இட்டு 'உண்'ணச்சொல்கிறார். ஆகவே, அந்த 'ஐய'த்துக்கும் உணவுக்கும் ஏதோ தொடர்பு இருக்கவேண்டும்.

திருப்பாவையில் ஆண்டாள், 'ஐயமும் பிச்சையும் ஆந்தனையும் கைகாட்டி' என்று எழுதுகிறார். அப்படியானால், ஐயத்துக்கும் பிச்சைக்கும் ஏதோ தொடர்பு இருக்கவேண்டும்.

பேராசிரியர் முனைவர் ரா.சீனிவாசன் இந்தப் பாடலுக்கு

உரையெழுதும்போது, ஐயத்தையும் பிச்சையையும் இவ்வாறு விளக்குகிறார்: ஐயம்=தானம், பிச்சை=தருமம்.

ம்ஹூம், இதுவும் சரியாகப் புரியவில்லையே. 'அவர் தான, தருமங்களில் சிறந்து விளங்குகிறார்' என்பார்கள்; ஆனால், இவை இரண்டும் ஒரே மாதிரியாகத்தானே தோன்றுகின்றன? தானத்துக்கும் தருமத்துக்கும் என்ன வேறுபாடு?

அழகப்பன் வீட்டுக்கு ஒருவர் வருகிறார், 'பசிக்கிறது, ஏதாவது உண்ணக்கிடைக்குமா?' என்று கேட்கிறார்.

உடனே, அழகப்பன் சமையலறைக்கு விரைகிறார்; அங்குள்ள சோற்றைக் கொண்டுவந்து அவருக்குத் தருகிறார்; குழம்பு ஊற்றிச் சாப்பிடச்செய்கிறார். வந்தவர் வயிறார உண்டுவிட்டு அழகப்பனை வாழ்த்துகிறார்.

சில நாட்களுக்குப்பிறகு, அழகப்பனுக்குப் பிறந்தநாள் வருகிறது. அதற்காகச் சுவையான விருந்துணவு சமைக்கிறார். அதே ஊரில் உள்ள ஆதரவற்றோர் இல்லமொன்றுக்குச் சென்று, அங்குள்ள எல்லாருக்கும் உணவு வழங்கி மகிழ்கிறார்.

இந்த இரு நிகழ்வுகளிலும் அழகப்பன் யாருக்கோ உணவை வழங்கியுள்ளார். ஆனால், அவற்றினிடையே ஒரு நுட்பமான வேறுபாடு உள்ளது:

முதல் நிகழ்வில், ஒருவர் அழகப்பனிடம்வந்து உணவு வேண்டுகிறார், அதன்பிறகுதான் அழகப்பன் அவருக்கு உணவை வழங்குகிறார். இதற்குப் பிச்சை (தருமம்) என்று பெயர், அதாவது, ஒருவர் கேட்டபின் உணவளிப்பது.

இரண்டாம் நிகழ்வில், யாரும் அழகப்பனிடம் உணவைக் கேட்கவில்லை. பசியுள்ளவர்களை அவரே தேடிச்சென்று உணவு வழங்குகிறார். இதற்கு ஐயம் (தானம்) என்று பெயர், அதாவது, தாமாக உணவளிப்பது. இதைத்தான் ஔவையார் ஆத்திசூடியில் வலியுறுத்துகிறார்: நீ நாள்தோறும் உண்ணுவதற்குமுன்னால், உன்னைச்சுற்றிப் பார், அங்கு பசியோடு யாராவது இருப்பார்கள், அவர்களுக்கு உணவை வழங்கிவிட்டு மீதமுள்ளதை நீ உண்.

இந்த நற்பழக்கத்தைத் திருவள்ளுவரும் வலியுறுத்துகிறார்:

> ‘பகுத்து உண்டு பல் உயிர் ஓம்புதல் நூலோர்
> தொகுத்தவற்றுள் எல்லாம் தலை.’

உன்னிடம் இருப்பதைப் பிறருக்குப் பகிர்ந்து கொடு; மனிதர்கள், விலங்குகள், பறவைகள், புழு, பூச்சிகளுக்குக்கூட உணவளிப்பதும் அவர்களைக் காப்பதும் உன்னுடைய கடமை. பல நல்ல நூல்கள் வலியுறுத்துகிற சிறந்த செயல்களிலெல்லாம் மிகச்சிறந்த செயல் இதுதான்.

★★★

10. புடைப்புச்சிற்பங்கள்

பண்டைக்கால ஆலயங்களுக்குச் செல்லும்போது, அங்குள்ள சிற்பங்களைக் கூர்ந்து கவனித்திருக்கிறீர்களா?

இந்த ஆலயங்களுக்கு வெளியிலுள்ள மண்டபத்தின் சுவர்கள், தூண்களில் இறைவர், இறைவி, அவர்களுடைய திருச்செயல்களையெல்லாம் சிற்பமாகச் செதுக்கியிருப்பார்கள். இவற்றைப் 'புடைப்புச்சிற்பங்கள்' என்பார்கள்.

'புடைப்புச் சிற்பம்' என்ற பெயர் ஏன் வந்தது என்பதைப் புரிந்துகொள்ள வேண்டுமென்றால், ஆலயச் சுவரிலுள்ள சிற்பமொன்றை எடுத்துக்கொள்ளுங்கள்; அதன் கட்டமைப்பைக் கூர்ந்து கவனியுங்கள். குறிப்பாக, சிற்பம் எங்கிருந்து தொடங்குகிறது என்பதைப் பாருங்கள்.

பொதுவாகச் சுவர்கள் சமதளவடிவில் அமைக்கப்படுகின்றன. நம் வீடுகளில் உள்ள சுவர்களைத் தொட்டுத் தடவிப்பார்த்தால் அவை எந்த ஏற்றத்தாழ்வும் இல்லாமல் சமநிலையாக அமைந்திருப்பதைக் காணலாம்.

ஆனால், சிற்பம் அமைந்த சுவர்கள் சமதளமாக இருப்பதில்லை. அவற்றின் பரப்பில் ஏற்றத்தாழ்வுகள் உள்ளன, அந்த ஏற்றத்தாழ்வுகள்தான் சிற்பமாகின்றன.

அதாவது, அந்தச் சுவர் இதற்குமுன்னால் சமதளமாக இருந்தது; அதில் சிற்பிகள் ஏற்றத்தாழ்வுகளை உருவாக்கியிருக்கிறார்கள், அதன்மூலம் பலவிதமான தோற்றங்களைக் காணச்செய்கிறார்கள்.

யாருக்காவது அடிபட்டுவிட்டால், ‘தலை புடைத்திருக்கிறது’ என்பார்கள். அதைப்போல, சுவரிலோ தூணிலோ பாறையிலோ புடைப்புகளை உருவாக்கிச் சிற்பமாக வடிப்பதுதான் புடைப்புச்சிற்பங்களின் நுட்பம்.

புடைப்புச்சிற்பங்களில் எந்த உருவமும் முழுமையாக இருக்காது; ஏனெனில், அதன் பின்பகுதி கல்லோடு அல்லது மரத்தோடு அல்லது உலோகத்தோடு பிணைந்திருக்கும்.

எடுத்துக்காட்டாக, ஒரு பாறையில் புடைப்புச்சிற்பமாக யானையொன்று செதுக்கப்பட்டிருக்கிறது என்றால், அந்த யானையின் முன்தோற்றத்தைத்தான் நம்மால் நன்கு காண இயலும், பக்கத்தோற்றங்களை ஓரளவு காணலாம், ஆனால், பின்தோற்றத்தைக் காண இயலாது, அந்தப் பாறைக்குள் யானையின் பின்தோற்றம் இருப்பதாக நாம் கற்பனை செய்துகொள்ளவேண்டும்.

சில ஆலயங்களில், கருவறைக்குள்ளும் புடைப்புச்சிற்பங்கள் உள்ளன; ஆலயத்துக்கு வெளியில், பொது இடங்களிலுள்ள பாறைகளின்மீதும் இவ்வகைச் சிற்பங்களைக் காணலாம்.

இந்தப் பழங்கால நுட்பம் இப்போதும் பயன்பாட்டில் உள்ளது. சில வீடுகளின் முன்கதவுகளிலும் அலுவலகங்கள், தொழிற் சாலைகளின் வரவேற்பறைகளிலும் புடைப்புச் சிற்பங்களைக் காண்கிறோம்.

புடைப்புச் சிற்பங்களிலுள்ள புடைப்பின் அளவை அடிப்படையாகக் கொண்டு இவற்றை இரண்டாகப் பிரிக்கிறார்கள். தாழ்புடைப்புச் சிற்பம் என்றால், குறைவான அளவு புடைப்பைக் கொண்டது, உயர்புடைப்புச்சிற்பம் என்றால், அதிக அளவு புடைப்பைக் கொண்டது. ஒரே சிற்பத்தில் இவை இரண்டும் கலந்துவருவதும் உண்டு.

கல், மரம், உலோகம், பிளாஸ்டிக் போன்றவற்றிலிருந்து புடைப்புச்சிற்பங்கள் உருவாக்கப்படுகின்றன. கல்லையும் மரத்தையும் செதுக்கிப் புடைப்புகளை உருவாக்குகிறார்கள். உலோகத்தையும் பிளாஸ்டிக்கையும் உருக்கி அச்சுகளில் வார்க்கிறார்கள். உலோகத் தகடுகளைப் பின்னாலிருந்து அடித்துப் புடைப்புகளை உருவாக்கும் நுட்பமும் உள்ளது.

சுருக்கமாகச் சொல்வதென்றால், பழமைக்குப் பழமை, புதுமைக்குப் புதுமை, இரண்டும் கலந்த கலையழகுதான் புடைப்புச்சிற்பங்களின் சிறப்பு!

★★★

11. எல்லாரும் உருகலாம்

*1965*ம் ஆண்டு, வாணியம்பாடி இந்து மேல்நிலைப்பள்ளியில் ஒரு விழா. தமிழாசிரியர் ஒருவர் திருவாசகத்தைப்பற்றிச் சொற்பொழிவு நிகழ்த்தவிருந்தார்.

அந்தப் பள்ளியின் தாளாளர் பெயர் இராஜமன்னார். சட்டமன்ற உறுப்பினரான அவரும் அந்தத் தமிழ்விழாவில் கலந்துகொண்டார்.

விழா மிகச்சிறப்பாக நடைபெற்றது. தமிழாசிரியர் திருவாசகத்தின் சிறப்புகளை நன்றாக எடுத்துரைத்தார். இதைக்கேட்ட இராஜமன்னாருக்கு வியப்பு.

தமிழாசிரியர் ஒருவர் திருவாசகத்தைப்பற்றி நன்கு பேசுவதில் வியப்பு எதற்கு?

காரணம் இருக்கிறது. அந்தத் தமிழாசிரியருடைய பெயர், மு.அப்துல்கறீம். அவர் ஓர் இஸ்லாமியர்.

மாணிக்கவாசகர் எழுதிய திருவாசகம், இந்துமதக் கடவுளான சிவபெருமானுடைய பெருமைகளைப் பாடுகிறது; சைவத் திருமுறைகளில் ஒன்றாகப் போற்றப்படுகிறது. 'திருவாசகத்துக்கு

உருகார் ஒருவாசகத்துக்கும் உருகார்' என்ற சொற்றொடர் இந்நூலின் சிறப்பைக் காட்டுகிறது.

எனினும், இஸ்லாமியர் ஒருவர் திருவாசகத்தைப்பற்றி இந்த அளவு சிறப்பாகப் பேசியது இராஜமன்னாருக்கு வியப்பளித்தது. நிகழ்ச்சி நிறைவடைந்தவுடன் அப்துல்கறீம் அவர்களைப் பார்த்து இவ்வாறு கேட்டார், 'நீங்கள் உரைத்தவை அனைத்தும் உங்களுடைய உண்மையான உணர்வுகள்தானா?'

தாளாளருடைய கேள்வியின் உட்பொருளை அப்துல்கறீம் உணர்ந்துகொண்டார், 'இஸ்லாமியனாகிய நான் திருவாசகத்தில் உருகக்கூடாதா?' என்று கேட்டார். தன்னுடைய கருத்தை நிரூபிப்பதற்காக, திருவாசகத்திலிருந்தே ஒரு பாடலை எடுத்துக்காட்டினார்:

> 'ஒரு நாமம், ஓர் உருவம் இல்லாற்கு ஆயிரம்
> திருநாமம் பாடித் தெள்ளேணம் கொட்டேமோ.'

இறைவனுக்கு ஒரு நாமம்தானா? ஓர் உருவம்தானா? இது ஒன்றுதான் அவர் பெயர், இது மட்டும்தான் அவருடைய உருவம் என்று யாராவது சொல்லிவிடமுடியுமா? இப்படிப்பட்ட சிறப்பைக்கொண்ட இறைவருக்கு ஆயிரம் திருநாமங்களைப் பாடுவோம் என்கிறார் மாணிக்கவாசகர். அதைச் சுட்டிக்காட்டிய அப்துல்கறீம், 'மாணிக்கவாசகர் சைவர்களுக்கு மட்டுமா சொந்தம்? இஸ்லாமியர்களுக்கும் சொந்தமானவரல்லவா அவர்!' என்றார்.

தமிழாசிரியர், தமிழ்த்துறைத்தலைவர், கல்லூரி முதல்வர் எனப் பல பொறுப்புகளை வகித்த மு. அப்துல்கறீம் முப்பதுக்கும் மேற்பட்ட நூல்களைப் படைத்தவர், பல இஸ்லாமியத் தமிழ்க் காப்பியங்களைப் பதிப்பித்தவர்.

அதேசமயம், அவர் இலக்கியத்தைச் சமயச்சார்புடன் பார்க்கவில்லை. 'மக்கள் வாழ்வை நெறிப்படுத்தும் இலக்கியங்கள் எச்சமயச்சார்புடையவையேனும், அவை தமிழ்ச்சொத்துக்கள், இந்தியச் செல்வங்கள்' என்றார். 'கம்பராமாயணமும் பெரியபுராணமும் திருவாசகமும் இந்துமதச்சார்புடைய

இலக்கியங்களே. எனினும், அவை தமிழர் பொதுச்செல்வங்கள், அவற்றைக் கற்று ஒழுகும் கடப்பாடு இந்தியர்கள் அனைவருக்கும் உண்டு' என வலியுறுத்தினார்.

இலக்கியத்தைக் குறுகியநோக்குடன் காணக்கூடாது என்பதற்குத் தமிழில் இன்னும் பல சான்றுகள் உண்டு. நீதியரசர், தமிழறிஞர், எழுத்தாளராகிய மு. மு. இஸ்மாயில் அவர்கள் இஸ்லாமியராக இருந்தபோதும், கம்பராமாயணத்தில் தோய்ந்தவர். இந்துமதத்தைச் சேர்ந்த கண்ணதாசன் 'இயேசு காவியம்' எழுதியிருக்கிறார். கிறித்துவரான பேராசிரியர் சாலமன் பாப்பையா கம்பராமாயணத்தைப்பற்றிப் பல ஆழமான படைப்புகளை வழங்கியவர். 'வைணவச் சுடராழி' என்று போற்றப்படும் அறிஞர், சொற்பொழிவாளர் டி.ஏ.ஜோசஃப்பும் பிறப்பால் கிறித்துவர்தான்.

ஆக, உணர்வுபூர்வமான நல்ல இலக்கியங்கள் இயற்கையைப் போல் அனைவருக்கும் சொந்தமானவை, நம் பண்பாட்டுக்குச் சொந்தமான பொதுச்சொத்துகள், அவற்றை இவர்கள்மட்டும்தான் படிக்கவேண்டும், இவர்கள்தான் அதற்கு உருகவேண்டும் என்றெல்லாம் யாராலும் கட்டுப்பாடுகளை விதிக்க இயலாது.

★★★

12. பூரியரும் சீரியரும்

அருட்செல்வம் செல்வத்துள் செல்வம், அதாவது, இந்த உலகத்திலுள்ள செல்வங்களிலேயே மிகச்சிறந்தது அருளாகிய செல்வம்தான் என்று சொல்லவரும் திருவள்ளுவர், அதை இன்னும் அழுத்தமாக விளக்குவதற்காக, 'பொருட்செல்வம் பூரியார்கண்ணும் உள' என்கிறார். அதாவது, 'பொருளைச் சம்பாதிப்பது ஒரு பெரிய விஷயமா? பூரியாரிடம்கூடதான் பொருள் இருக்கிறது!'

பூரியாரா? யார் அவர்?

கம்பராமாயணத்தில் கைகேயிமேல் சீற்றம் கொண்ட தசரதர், ஒட்டுமொத்தப் பெண்களையும் அழித்துவிடவேண்டும் என்று எண்ணுகிறார். அதேசமயம், அவ்வாறு செய்தால், 'யானும் பூரியர் எண்ணிடை வீழ்வேன்' என்று சினத்தைக் கட்டுப்படுத்திக்கொள்கிறார்.

அதாவது, ஒரு பெண் செய்த தவற்றுக்காக எல்லாப் பெண்களையும் அழிப்பது தவறு; அப்படிச் செய்கிறவர்கள் பூரியர்களுக்குச் சமம் என்கிறார் கம்பர்.

'பூரி' என்ற சொல்லுக்கு மிகுதி, பொன், வில்லின் நாண் என்று பல பொருள்கள் உள்ளன. அவ்வரிசையில் 'குற்றம்' என்ற பொருளும் உள்ளது. அதிலிருந்துதான் பூரியர், பூரியார் என்ற சொற்கள் அமைந்துள்ளன. இவை தாழ்வான செயல்களைச் செய்கிற மக்களைக் குறிக்கின்றன.

இந்தச் சொல் சங்க இலக்கியத்திலேயே பயின்றுவருகிறது. பரிபாடலில், 'பூரிய மாக்கள்' என்ற பயன்பாட்டைக் காண்கிறோம். பூரியர்/பூரியாருக்கு எதிர்ச்சொல்லாகச் சீரியர்/சீரியார் என்பதைப் பயன்படுத்தலாம். சீர் என்றால் சிறப்பு, சீரியர்/சீரியார் என்றால் சிறப்புடையவர்கள்.

'சீரியர் கெட்டாலும் சீரியரே' என்று மூதுரையில் எழுதுகிறார் ஔவையார். இதற்குச் சான்றாக, 'சீரிய பொன்னின் குடம் உடைந்தால் பொன் ஆகும்' என்கிறார். பொன்னால் செய்த குடம் உடைந்துபோனாலும், அதன் மதிப்பு குறைவதில்லை. அப்போதும் அது பொன்தான். அதைப்போல, சீரியர்கள் எப்போதாவது ஒரு தவற்றைச் செய்துவிட்டாலும் அவர்கள் பூரியர்களாகிவிடமாட்டார்கள், தங்கள் பிழையை உணர்ந்து திருத்திக்கொண்டு மீண்டும் சீரிய செயல்களையே செய்வார்கள்.

திருச்சேறையில் எழுந்தருளியிருக்கும் சிவபெருமானுடைய பெருமைகளைப் பாடும் திருநாவுக்கரசர், 'சீரியார் பயில் சேறை' என்று அவ்வூரைச் சிறப்பிக்கிறார். இதன்பொருள், சீர்மைக்குணம் மிகுந்தவர்கள் வாழும் இடம்.

அப்படிப்பட்ட சிறந்தவர்களை நாம் நண்பர்களாக்கிக் கொள்ள வேண்டும் என்கிறது நாலடியாரில் ஒரு பாடல். அவர்களுடைய நட்பு, மழையைப்போல் சிறப்பானதாம், பல நன்மைகளைத் தருவதாம்: 'சீரியார் கேண்மை சிறந்த சிறப்பிற்றாய் மாரிபோல்.'

சீரியார் நட்பு மழையைப்போல் என்றால், பூரியார் நட்பு?

'மாரி வறந்தக்காற்போலுமே சீரிலார் நட்பு' என்கிறது அதே நாலடியார் பாடல். மழையில்லாத வறட்சிக்காலம் உலகத்துக்குத் துன்பத்தைத் தருவதுபோல, சிறப்பில்லாதவர்களுடைய நட்பு நம்மைத் துன்பத்தில் ஆழ்த்தும். ஆகவே, பூரியாரை விட்டு விலகிநிற்போம், சீரியாரை நட்பாக்கிக் கொள்வோம், அதன்மூலம் நம்முடைய பூரிய செயல்கள் குறையும், சீரிய செயல்கள் பெருகும், நாமும் ஒருநாள் சீரியாராக விளங்கலாம்.

★★★

13. இரவு முழுக்க இசையும் கதையும்...

அன்றைய காரைக்கால் நகரம். ஃபிரெஞ்சுக்காரர்களுடைய ஆட்சி நடைபெற்றுவந்த அவ்வூரில் 'நந்தனார் சரித்திரம்' என்ற தலைப்பிலான கதாகாலட்சேப நிகழ்ச்சியொன்றுக்கு ஏற்பாடு செய்யப்பட்டிருந்தது.

கதாகாலட்சேபம் அல்லது ஹரிகதை என்பது, பழங்காலக் காவியங்கள், புராணங்கள், வேறு கதைகளை இசையோடு கலந்து சொல்கிற கலைவடிவமாகும். முன்பெல்லாம் இந்நிகழ்ச்சி இரவு முழுக்க நடைபெறும், மக்களும் தூங்காமல் அமர்ந்திருந்து கேட்பார்கள்.

அன்றைக்குக் காரைக்காலில் 'நந்தனார் சரித்திர'த்தைக் கதாகாலட்சேபமாக நிகழ்த்தியவர் கோபாலகிருஷ்ண பாரதியார். பெரியபுராணத்தில் இடம்பெறும் அறுபத்து மூன்று நாயன்மார்களில் ஒருவரான நந்தனாருடைய வரலாற்றை இனிய இசைப்பாடல்களுடன் சிறப்பாக விவரித்துச்சொன்னார் அவர். மக்களும் கூட்டமாக வந்திருந்து கேட்டு மகிழ்ந்தார்கள்.

நாள்தோறும், இரவு எட்டுமணிக்குத் தொடங்கிய நந்தனார் கதை, அதிகாலை ஐந்துமணிவரை தொடர்ந்தது. கோபாலகிருஷ்ண

பாரதியார் தானே இயற்றிப் பாடிய பாடல்களையும் அவருடைய அழகான விவரிப்புகளையும் மக்கள் இரவுமுழுக்க ரசித்துக் கேட்டார்கள்.

ஒரே பிரச்னை, அந்த மக்களில் சிலர் அலுவலகப் பணியில் இருந்தார்கள். அவர்களெல்லாம் அதிகாலை ஐந்துமணிவரை நந்தனார் கதையைக் கேட்டுவிட்டுப் பின்னர் அலுவலகத்துக்கும் செல்லவேண்டியிருந்தது.

இரவுமுழுக்க விழித்திருந்து கதை கேட்டால் அலுவலகத்தில் வேலை ஓடுமா என்ன? தூக்கம்தான் வரும்!

இப்படித் தன்னுடைய அலுவலகத்தில் பலரும் தூங்கிவழிவதைக் கவனித்தார் ஓர் அலுவலர். தனக்குக் கீழே பணியாற்றும் ஒருவரை அழைத்து, 'என்ன விஷயம்? ஏன் எல்லாரும் தூக்கக்கலக்கத்துடன் இருக்கிறீர்கள்?' என்று விசாரித்தார்.

'மன்னித்துவிடுங்கள் ஐயா' என்றார் அந்த ஊழியர், 'நாங்களெல்லாம் இரவுமுழுக்க நந்தனார் கதையைக் கேட்டோம்; ஆகவே, பகல் நேரத்தில் தூக்கம் வருகிறது.'

'இத்தனைப் பேரும் இரவுமுழுக்க விழித்திருந்து ஒரு கதையைக் கேட்டீர்களா?' என்று வியந்தார் அந்த அலுவலர். தானும் அந்தக் கதையைக் கேட்கவேண்டும் என்று ஆவல்கொண்டார்.

இதையடுத்து, அந்த அலுவலருடைய வீட்டிலேயே நந்தனார் சரித்திரக் கதாகாலட்சேபத்துக்கு ஏற்பாடு செய்யப்பட்டது. மூன்று நாட்களுக்கு நந்தனாருடைய கதையை மிக அழகாகச் சொன்னார் கோபாலகிருஷ்ண பாரதியார். அதைக் கேட்டு வியந்த அந்த அதிகாரி, 'இவ்வளவு சிறப்பான இந்தக் கதையை நூலாக வெளியிட்டால் இன்னும் பலருக்குப் பயன்படும்' என்றார். 'உங்களுடைய பாடல்களை நானே அச்சிட்டு வெளியிடுகிறேன்' என்று முன்வந்தார்.

கோபாலகிருஷ்ண பாரதியாருடைய மிகப் புகழ்பெற்ற நூலாகிய 'நந்தனார் சரித்திரக் கீர்த்தனைகள்' நூலாக வெளிவந்த கதை இதுதான். இன்றைக்கும் பலரால் விரும்பி ரசிக்கப்படுகிற இந்நூலின் பாடல்கள் ஏராளமான மேடைகளில் தொடர்ந்து

பாடப்பட்டுவருகின்றன. நந்தனாருடைய கதையைக் கேட்டு ரசித்து நூலாக்க முன்வந்த அந்த ஃபிரெஞ்சு அதிகாரியின் பெயர் 'சிஸே' என்று எழுதுகிறார் கி.வா.ஜகந்நாதன். *1916ல்* *Longmans, Green & Co* வெளியிட்ட 'நந்தனார் சரித்திரக் கீர்த்தனை' நூலில் அவருடைய பெயர் 'சீசய்யா' என்று குறிப்பிடப்பட்டுள்ளது.

★★★

14. உரையாடல்களைச் சுட்டும் நிறுத்தற்குறிகள்

நாடக நூலுக்கும் புதின (நாவல்) நூலுக்கும் என்ன வேறுபாடு?

இரண்டிலும் ஒரு நீண்ட கதை இருக்கும். ஆனால், நாடகத்தில் விவரிப்புகள் குறைவாக இருக்கும், உரையாடல்கள் மிகுதியாக இருக்கும். நாவலில் இரண்டும் கிட்டத்தட்டச் சம அளவில் காணப்படும்.

எடுத்துக்காட்டாக, ஒரு கதையின் முதன்மை மாந்தர்கள், அவர்கள் வாழும் ஊர், வசிக்கும் இடம், சந்தித்துக்கொள்ளும் சூழ்நிலைகள் போன்றவற்றை நாவலாசிரியர் விரிவாக விளக்குவார். அந்த விவரிப்புகளுக்கிடையில் ஆங்காங்கே உரையாடல்களைச் சேர்த்துச் சுவையாக்குவார்.

ஆனால், நாடக ஆசிரியர் உரையாடல்களைக்கொண்டே கதையை நகர்த்திச்செல்வார். ஒவ்வொரு காட்சியின் தொடக்கத்திலும், மிகவும் தேவைப்படுகிற இடங்களிலும் சிலச்சில சிறு விவரிப்புகளைச் சேர்க்கக்கூடும், மற்றபடி அங்கு பேச்சுதான் முதன்மையானது.

நாடக ஆசிரியர் எந்த உரையாடலை யார் பேசினார்கள் என்பதைக் குறிப்பிடுவதற்கு அரைப்புள்ளி(:) என்ற நிறுத்தற்குறியைப் பயன்படுத்துகிறார். அதற்கு இடப்புறம் ஒரு கதைமாந்தரின் பெயரும், வலப்புறம் அவர் பேசிய உரையாடலும் இருக்கும். எடுத்துக்காட்டாக:

கமலா: நீங்கள் எந்த ஊரிலிருந்து வருகிறீர்கள்?

விமலா: நான் புதுக்கோட்டையைச் சேர்ந்தவள்.

நாவல்களில் அரைப்புள்ளி இடம்பெறுவதில்லை. அங்கு விவரிப்புகளையும் உரையாடல்களையும் கதைமாந்தர்களையும் பிரித்துக்காட்டுவதற்கு மேற்கோள்குறிகள்("&") என்ற நிறுத்தற்குறிகள் பயன்படுகின்றன. எடுத்துக்காட்டாக:

"நீங்கள் எந்த ஊரிலிருந்து வருகிறீர்கள்?" என்று சிரித்தபடி கேட்டாள் கமலா. "நான் புதுக்கோட்டையைச் சேர்ந்தவள்" என்று பதிலளித்தாள் விமலா.

கட்டுரைகளிலும் மேற்கோள்குறிகள் பயன்படுவதுண்டு. அறிஞர்களுடைய கருத்துகளை மேற்கோளாகக் காட்டும்போது இவற்றைப் பயன்படுத்தலாம். எடுத்துக்காட்டாக, "தோன்றிற் புகழொடு தோன்றுக" என்றார் திருவள்ளுவர்.

இந்த எடுத்துக்காட்டுகளில் ஒவ்வோர் உரையாடலின் தொடக்கத்திலும் " என்ற மேற்கோள்குறியைக் காண்கிறோம், பின்னர் " என்ற மேற்கோள்குறி அந்த உரையாடலை முடித்துவைக்கிறது. இதன்மூலம் உரையாடலும் மற்ற பகுதிகளும் சரியாகப் பிரித்துக்காட்டப்படுகின்றன, வாசகர்களால் குழப்பமின்றிப் படிக்க இயலுகிறது.

இங்குள்ள மேற்கோள்குறிகளில் ஒரே குறியீடு அடுத்தடுத்து இருமுறை இடம்பெற்றிருப்பதைக் காண்கிறோம். ஆகவே, இதனை இரட்டை மேற்கோள்குறி ("&") என்பார்கள். இந்தக் குறியீடு ஒரே ஒருமுறை இடம்பெற்றிருந்தால், அதனை ஒற்றை மேற்கோள்குறி ('&') என்பார்கள். ஒற்றை மேற்கோள்குறி எதற்காக? அதை எப்போது பயன்படுத்தவேண்டும்?

கட்டுரைகளில் ஒரு குறிப்பிட்ட சொல்லை அல்லது பொருளைச் சிறப்பாக எடுத்துக்காட்டவேண்டியிருந்தால் அதற்கு முன்பும் பின்பும் ஒற்றை மேற்கோள்குறியைச் சேர்க்கலாம். எடுத்துக்காட்டாக, ‘அ’, ‘இ’, ‘உ’, ‘எ’, ‘ஒ’ ஆகியவை குறிலெழுத்துகள், ‘அகிம்சை’ என்பது காந்தியடிகள் முன்வைத்த கொள்கை, சேக்கிழார் எழுதிய நூல் ‘பெரிய புராணம்’.

இதே நோக்கத்துக்காக உரையாடல்களிலும் ஒற்றை மேற்கோள்குறியைப் பயன்படுத்தலாம். அதாவது, இரட்டை மேற்கோள்குறிக்குள் ஒற்றை மேற்கோள்குறியைப் பயன்படுத்தி ஒரு பொருளைச் சிறப்பித்துக்காட்டலாம். எடுத்துக்காட்டாக: “நான் கல்லூரியில் ‘தமிழுக்கு அமுதென்று பேர்’ பாடலைப் பாடிப் பரிசு வென்றேன்” என்றாள் விமலா.

இங்கு விமலாவின் உரையாடல் இரட்டை மேற்கோள்குறிக்குள் உள்ளது. அந்த உரையாடலுக்குள் இடம்பெறுகிற பாடல் ஒற்றை மேற்கோள்குறிக்குள் சிறப்பித்துக் காட்டப்பட்டுள்ளது.

★★★

15. ஆறறிவு

'ஐந்தறிவுள்ள விலங்குகள் பிழைசெய்யக்கூடும், ஆறறிவுள்ள மனிதன் இன்னும் பொறுப்புடன் நடந்துகொள்ளவேண்டும்' என்பார்கள் பெரியவர்கள்.

அதென்ன ஐந்தறிவு, ஆறறிவு?

இதற்கான பதிலை அறிவியல் நூல்களில் காணலாம்; அதற்குமுன்பாக, தமிழ் இலக்கணநூல்களிலும் காணலாம்.

தமிழில் நமக்குக் கிடைக்கும் முதல் இலக்கணநூலான தொல்காப்பியத்திலேயே உயிர்களின் பாகுபாடு விளக்கப் பட்டிருக்கிறது. ஆறறிவு என்பதைப் படிப்படியாக விவரித்திருக்கிறார் தொல்காப்பியர்:

முதல் அறிவு, உற்றறிதல், அதாவது, தொடுதல் உணர்வு. நம்மை யாராவது பின்பக்கத்திலிருந்து தொட்டால் சட்டென்று திரும்பிப்பார்க்கிறோம், சூடுபட்டால் உடனே கையை எடுத்துக்கொள்கிறோம், இவையெல்லாம் உற்றறிதலால்தான்.

'ஒன்று அறிவதுவே உற்று அறிவதுவே' என்கிறது தொல்காப்பியம். ஒரே அறிவு, அதாவது, உற்றறிதலைமட்டும் கொண்ட இந்த உயிர்களுக்கு எடுத்துக்காட்டு, தாவரங்கள்.

அடுத்து, 'இரண்டு அறிவதுவே, அதனொடு நாவே'. அதாவது, உற்றறிதலுடன் நாக்கு, அதாவது, சுவைத்தல் என்கிற இரண்டாம் அறிவு சேர்கிறது. ஈரறிவு கொண்ட இந்த உயிர்களுக்கு எடுத்துக்காட்டு, சிப்பி.

இந்த இரண்டுடன் மூக்கு, அதாவது, மணங்களை முகர்தல் என்கிற அறிவு சேரும்போது, மூன்றறிவு உயிர்கள் கிடைக்கின்றன. 'மூன்று அறிவதுவே, அவற்றொடு மூக்கே' என்கிறார் தொல்காப்பியர். மூவறிவுயிருக்கு எடுத்துக்காட்டு, எறும்பு.

இவற்றுடன் கண், அதாவது, காட்சிகளை பார்த்தல் என்கிற அறிவு சேரும்போது, நான்கறிவு உயிர்கள் கிடைக்கின்றன. 'நான்கு அறிவதுவே, அவற்றொடு கண்ணே' என்கிறார் தொல்காப்பியர். இதற்கு எடுத்துக்காட்டு, நண்டு.

இந்த நான்கோடு செவி, காது, அதாவது, ஒலிகளைக் கேட்டல் என்கிற அறிவு சேரும்போது, ஐந்தறிவு உயிர்கள் கிடைக்கின்றன. 'ஐந்து அறிவதுவே, அவற்றொடு செவியே' என்கிறார் தொல்காப்பியர். எந்தவொரு விலங்கையும் பறவையையும் இதற்கு எடுத்துக்காட்டாகக் குறிப்பிடலாம். அதனால்தான், 'ஐந்தறிவு விலங்குகள்' என்று பொதுவாகச் சொல்கிறோம்.

மனிதனுக்கும் உற்றறிதல், சுவைத்தல், முகர்தல், காணல், கேட்டல் ஆகிய ஐந்தறிவுகள் உண்டு. இவற்றோடு, அவனுக்குமட்டும் ஒரு கூடுதல் அறிவு இருக்கிறது, அதை 'ஆறு அறிவதுவே, அவற்றொடு மனனே' என்கிறார் தொல்காப்பியர்.

'மனன்' என்றால், 'மனம்' என்று பொருள். மனிதனுக்குமட்டும்தான் மனம் இருக்கிறது. அதைக்கொண்டு அவன் சிந்திக்கிறான், பல புதுமைச்செயல்களைச் செய்கிறான். விலங்குகளுக்கோ பறவைகளுக்கோ சிந்தனைத்திறன் இல்லை. அதனால்தான் மனிதனால் இவ்வுலகை ஆளமுடிகிறது.

இந்த ஆறாவது அறிவைச் 'சிந்திக்கும் அறிவு' அல்லது 'பகுத்தறிவு' (பகுத்து அறிதல் திறன்) என்று அழைக்கிறார்கள். இதுதான் மனிதனைப் பிற உயிரினங்களிலிருந்து மாறுபடுத்திக்காட்டுகிறது.

இவ்வாறு ஆறுவகை அறிவுகளை வரிசைப்படுத்தி விளக்கும் தொல்காப்பியர், 'நேரிதின் உணர்ந்தோர் நெறிப்படுத்தினரே' என்று இப்பாடலை நிறைவுசெய்கிறார். இதன் பொருள், தொல்காப்பியருக்குமுன்பாகவே தமிழர்கள் இந்த ஆறு அறிவுகளையும் அறிந்திருந்தார்கள், அவற்றின் அடிப்படையில் உயிரினங்களை முறைப்படி வகைப்படுத்தியிருந்தார்கள், அதைக் கேட்டுப் பாடலாகப் பதிவுசெய்திருக்கிறார் தொல்காப்பியர்.

★★★

16. (தரமான) திடீர்க்கதைகள்

ஒரு சிறுகதை எப்படி உருவாகிறது?

சிறுகதையாசிரியர்கள் இதற்கென்று தனியாக ஓர் அறையில் அமர்ந்து, பல மணிநேரம் சிந்தித்து, ஒரு கதைக்கருவை உண்டாக்கி, அதிலுள்ள ஒவ்வொரு பாத்திரத்தையும் வாழ்கையிலிருந்து எடுத்துச் செதுக்கி, கதையை எழுதி, மீண்டும் எழுதி, திருத்தி, செப்பனிட்டு, அழகாக்கியபிறகுதான் ஒரு கதையை வெளியிடுவார்கள் என்று நாம் நினைக்கிறோம். ஆனால் உண்மை அதுதானா?

இப்படி நிதானமாக ஊறப்போட்டு எழுதப்படும் கதைகளும் உண்டு என்பதை மறுப்பதற்கில்லை. ஆனால், பரபரப்பான நாளிதழ், வார இதழ்ச் சூழலில் பெரும்பாலான கதைகள் முற்றிலும் விநோதமான விதங்களில் அவசரமாக எழுதப்படுகின்றன, அப்படியிருந்தும், எழுதியவர்களுடைய மேதைமை காரணமாக அவை சிறப்பாகவே அமைந்துவிடுகின்றன, இலக்கிய உலகில் மறக்க இயலாத கதைகளாகப் பெயர்பெற்றுவிடுகின்றன. இதற்கு எடுத்துக்காட்டாக, புகழ்பெற்ற எழுத்தாளர் ஒருவர் தன்னுடைய இரு சிறுகதைகள் உருவான கதையை அவரே எழுதியிருக்கிறார்.

1935ம் ஆண்டு, அந்த எழுத்தாளர் ஒரு வார இதழில் உதவி ஆசிரியராகப் பணியாற்றிக்கொண்டிருந்தார். அந்த இதழுக்காக ஒரு சிறுகதை எழுதப்பட்டது, அந்தச் சிறுகதைக்காக ஓர் ஓவிய 'ப்ளாக்' உருவாக்கப்பட்டது.

அதென்ன ஓவிய ப்ளாக்?

அன்றைய அச்சுத் தொழில்நுட்பத்தில் ஓவியங்கள் ஒவ்வொன்றும் Blocks எனப்படும் மரத்துண்டுகளாக உருவாக்கப்பட்டன. பின்னர் அவற்றோடு எழுத்துகளைக் கோத்து, வடிவமைத்துப் பக்கங்களை அச்சிடுவார்கள்.

இப்படி ஓவிய Blocks உருவாக்குவதற்கு நிறையச் செலவாகும். ஆகவே, அன்றைய இதழாசிரியர்கள், முதலாளிகள் இதில் மிகவும் கவனமாக இருப்பார்கள்.

இந்த எழுத்தாளர் வேலைசெய்த இதழில் அப்படியோர் ஓவிய ப்ளாக் உருவாக்கப்பட்டது. ஆனால், அந்த ஓவியம் எந்தக் கதைக்காக வரையப்பட்டதோ, அந்தக் கதை தொலைந்து போய்விட்டது.

இதைக் கேள்விப்பட்ட இதழாசிரியர் அதிர்ந்துபோனார். செலவு செய்து தயாரித்த ஓவிய ப்ளாக் வீணாகிவிடக்கூடாதே என்று கவலைப்பட்டார். தன்னுடைய உதவி ஆசிரியரிடம் அந்த ஓவிய ப்ளாக்கைக் கொடுத்து, 'இந்த ஓவியத்துக்குப் பொருந்துவதுபோல் ஒரு கதை எழுதுங்கள்' என்றார்.

கதைக்கு ஓவியம் வரையலாம்; ஓவியத்துக்குக் கதை எழுதுவதா? என்ன கொடுமை இது!

ஆனால், என்ன செய்ய? ஆசிரியர் கேட்கிறார். எழுதத்தான் வேண்டும். மளமளவென்று ஒரு கதையை எழுதிமுடித்தார் அந்த உதவி ஆசிரியர். 'கோபாலபுரம்' என்ற பெயரில் அந்தக் கதை வெளியானது.

இரண்டாண்டுகளுக்குப் பிறகு, அவர் தினமணியில் பணியாற்றினார். அந்த நாளிதழின் 1937ஆம் ஆண்டுமலரை உருவாக்கும் பணி அவரிடம் அளிக்கப்பட்டது.

ஒருநாள், இரவு சுமார் பதினோரு மணி. அச்சுத்துறையிலிருந்து ஒருவர் அவரிடம் வந்து, 'சார், இரண்டு பக்கங்களுக்கு விஷயம் தேவை' என்றார்.

இப்படித் திடீரென்று கேட்டால் என்ன செய்வது? வேறு ஏதோ கதைக்காகச் செய்துவைத்திருந்த ஓவிய 'ப்ளாக்'குகளை வைத்து அந்த இரண்டு பக்கங்களுக்கு அவசரமாக ஒரு கதையை எழுதினார் அவர். அந்தக் கதையின் பெயர், 'நினைவுப்பாதை'.

கோபாலபுரத்தையும் நினைவுப்பாதையையும் இதழ்க் கட்டாயங்களுக்காக அவசரமாக உருவாக்கித்தந்த அந்த எழுத்தாளர், புதுமைப்பித்தன். இப்படி விரைவாக எழுதப்பட்ட அந்தத் திடீர்க் கதைகளிலும் அவருடைய நல்ல முத்திரை இருப்பதை வாசகர்கள் ஒப்புக்கொள்வார்கள்.

ஆனால், இது எப்படிச் சாத்தியமாகிறது? நெருக்கடி நேர அழுத்தத்திலும் புதுமைப்பித்தனால் இதுபோன்ற நல்ல கதைகளை எழுத இயலுவது எப்படி? இந்தக் கேள்விக்கு அவரே பதில்சொல்கிறார்: 'என் நெஞ்சில் பல எழுதாக் கதைகள் கிடந்துகொண்டே இருக்கும்; அந்தக் கிடங்கிலிருந்து நான் எடுத்துக்கொள்வேன்.'

★★★

17. இப்ப என்ன எழுதிகிட்டிருக்கீங்க?

நண்பர் ஒருவரை நெடுநாளைக்குப்பிறகு காண்கிறோம். 'எப்படி இருக்கீங்க? நலம்தானே? வீட்டுல எல்லாரும் நல்லாயிருக்காங்களா?' என்று விசாரிக்கிறோம். அப்படிச் சந்திக்கும் நண்பர் ஓர் எழுத்தாளராக இருந்தால், இவற்றோடு இன்னொரு கேள்வியும் சேர்ந்துகொள்ளும், 'இப்ப என்ன எழுதிகிட்டிருக்கீங்க?'

ஒருவேளை, அவர் எழுத்தாளராக இல்லை; ஆனால், எழுதக் கூடிய திறமையுள்ளவராக, எழுதுவதற்கான விஷயங்களை அறிந்தவராக இருக்கிறார் என்றால், அவரிடம் நாம் என்ன கேள்வி கேட்கவேண்டும்?

எழுத்தாளர்கள் பாவண்ணனும் விட்டல்ராவும் நண்பர்கள். பாவண்ணனை எப்போது சந்தித்தாலும் சரி, "என்ன எழுதறீங்க இப்ப?" என்ற கேள்வியோடுதான் விட்டல்ராவ் தன்னுடைய உரையாடலைத் தொடங்குவாராம். அ. திருமலை முத்துசுவாமி என்றோர் அறிஞர், விரிவுரையாளர், நூலகத்துறையில் பல முக்கியப் பொறுப்புகளை வகித்தவர்.

இவருடைய பேராசிரியரான டாக்டர் மு. வரதராசனாரும், இவருடைய நண்பரான தமிழ்ப் பேராசிரியர் வி.ஐ. சுப்பிரமணியமும் இவரைக் காணும்போதெல்லாம், ‘ஏதாவது எழுதினாயா? அல்லது, எழுதுகிறாயா?’ என்றுதான் கேட்பார்களாம். ‘வெறுமனே பேசுவதில் பயனில்லை, ஏதாவது எழுது’ என்று ஊக்குவிப்பார்களாம்.

இந்தப் பெரியோர்களுடைய சொற்களைக் கேட்டுத் தூண்டப்பட்ட அ. திருமலை முத்துசுவாமிக்கு எழுத்துத்துறையில் ஆர்வம் பிறந்தது. தமிழ், ஆங்கிலம் ஆகிய இரு மொழிகளிலும் நூலகத்துறை, இலக்கியம் உள்ளிட்ட தலைப்புகளில் பல நூல்களை எழுதிக்குவித்தார், வாசகர்கள், அறிஞர்களுடைய பாராட்டுகளைப் பெற்றார்.

‘சுடர்விளக்காயினும் தூண்டுகோல் வேண்டும்’ என்றொரு பழமொழி சொல்வார்கள். அதுபோல, அ. திருமலை முத்துசுவாமிக்குள்ளிருந்த எழுத்துத்திறமையை இந்த எளிய கேள்வி வெளிக்கொண்டுவந்துவிட்டது. ஆங்கிலத்தில் *Essays of Library Science, ABC of Library Science*, தமிழில் நூல்நிலையம், நூலக நாட்டில் நூற்றிருபது நாட்கள், தமிழ்நாடும் மொழியும் உள்ளிட்ட பல சிறந்த நூல்களை அவர் எழுதுவதற்குத் துணைபுரிந்தது.

உங்களுடைய நண்பர்கள் எழுத்துத்திறமை மிக்கவர்களாக இருந்தால், நீங்களும் அவர்களிடம் இந்தக் கேள்விகளைக் கேட்கலாம், ‘இப்போது என்ன எழுதிக்கொண்டிருக்கிறாய்? சமீபத்தில் என்ன எழுதினாய்? அடுத்து என்ன எழுதப்போகிறாய்?’

கேட்பதற்கு எளிமையாகத் தோன்றுகின்ற இந்தக் கேள்விகள் பல பெரிய மாற்றங்களைத் தூண்டலாம். ஒருவேளை, அவர்கள் வேறு பணி அழுத்தங்களால் எழுதுவதைக் குறைத்துக்கொண்டிருக்கலாம்; அல்லது, ‘நாம் எழுதுவதை யார் படிக்கப்போகிறார்கள்?’ என்ற எண்ணத்தில் இருக்கலாம். இந்த நேரத்தில் நம்மைப்போன்ற ஒருவர் அவர்களுடைய எழுத்தைப்பற்றி விசாரிக்கும்போது, அவர்களுக்குத் தங்கள்மீதே சிறு குற்றவுணர்ச்சி உண்டாகும், புத்துணர்ச்சியுடன்

எழுத்தைத் தொடர்வார்கள். எழுத்தாளர்கள், ஓவியர்கள், புகைப்படக்கலைஞர்கள், பிற படைப்பாளிகள் எல்லாரும் தங்களுடைய மன நிறைவுக்காகத்தான் படைக்கிறார்கள்; அதேசமயம், பிறருடைய கவனிப்பும் அங்கீகாரமும் பாராட்டுகளும் அவர்களுக்கு ஊக்கத்தைத் தரும்; இன்னும் சிறப்பான படைப்புகளை வழங்குவார்கள்.

★★★

18. எழுத்துக்குத் துணைபுரியும் செயற்கை நுண்ணறிவு

வெளியூர் நண்பர் ஒருவரிடமிருந்து மின்னஞ்சல் வந்திருக்கிறது. 'நான் உனக்கு ஒரு பேனா அனுப்பியிருந்தேன்; அது வந்துசேர்ந்ததா?' என்று கேட்டிருக்கிறார். நேற்றுதான் அந்தப் பேனா வந்துசேர்ந்தது. ஆகவே, 'வந்துவிட்டது' என்று பதில் எழுத விரும்பி '*Reply*' பொத்தானைத் தொடுகிறீர்கள். மறுகணம், வியந்து நிற்கிறீர்கள்.

வியப்புக்குக் காரணம், 'பேனா வந்துவிட்டது, நன்றி' என அங்கு ஒரு பொத்தான் உள்ளது, பக்கத்திலேயே 'பேனா இன்னும் வரவில்லை, காத்திருப்போம்' என்ற இன்னொரு பொத்தானும் உள்ளது. இதில் நீங்கள் எந்தப் பொத்தானைத் தொட்டாலும் அந்தப் பதில் உங்களுடைய நண்பருக்குச் சென்றுவிடும்.

இதன்மூலம், உங்களுக்குத் தட்டச்சு செய்கிற நேரம் மிச்சமாவது உண்மைதான். ஆனால், இந்தக் கேள்விக்கு இந்த இரு பதில்களில் ஒன்றைத்தான் நீங்கள் எழுதப்போகிறீர்கள் என்று உங்களுடைய மின்னஞ்சல் தளத்துக்கு எப்படித் தெரிந்தது?

ஆங்கிலத்தில் '*Artificial Intelligence*' எனப்படும் செயற்கை நுண்ணறிவின் மாயம்தான் இது. நீங்கள் ஏதேனும் ஒரு மின்னஞ்சலுக்குப் பதிலெழுத விரும்பி '*Reply*' பொத்தானைத் தொட்டவுடன், ஒரு மென்பொருள் உங்களுடைய மின்னஞ்சலை

வாசிக்கிறது, இதேபோன்ற முந்தைய பல மின்னஞ்சல்களை, அவற்றுக்கு எழுதப்பட்ட பதில்களையெல்லாம் அலசிப் பார்க்கிறது, அதன் அடிப்படையில், நீங்கள் இதற்கு என்னவிதமான பதில்களை எழுதக்கூடும் என்று ஊகிக்கிறது, அதற்கேற்ற பொத்தான்களை அமைக்கிறது.

மின்னஞ்சல்களுக்கு மட்டுமில்லை, எல்லாவிதமான எழுத்து களுக்கும் செயற்கை நுண்ணறிவு உதவக்கூடும். கதை, கவிதை, கட்டுரையில் ஆரம்பித்துக் கடிதங்கள், அலுவல் ஆவணங்கள் என அனைத்தும் செயற்கை நுண்ணறிவின் உதவியுடன் எழுதப்படும் சூழ்நிலை மிகப் பக்கத்தில்தான் உள்ளது.

எடுத்துக்காட்டாக, நீங்கள் காந்தியைப்பற்றி ஒரு கட்டுரை எழுதுகிறீர்கள் என்று வைத்துக்கொள்வோம். அதற்காக, 'காந்தி 1869ல்' என்று தட்டச்சு செய்கிறீர்கள், உடனே 'பிறந்தார்' என்ற சொல்லைக் கணினியே பரிந்துரைக்கிறது. ஏனெனில், காந்தி, 1869 ஆகிய சொற்களை அருகருகே பார்த்தவுடன், அது காந்தியின் பிறந்த ஆண்டு என்பதை உங்கள் மென்பொருள் புரிந்துகொள்கிறது, அதன் அடிப்படையில் இந்தச் சொற்றொடர் 'பிறந்தார்' என்றுதான் முடியக்கூடும் என்று ஊகிக்கிறது.

அதே கட்டுரையின் இன்னொரு பகுதியில், 'காந்திக்கு ஐந்து மகன்கள்' என்று நீங்கள் எழுதுகிறீர்கள். ஆனால் உண்மையில் அவருக்கு நான்கு மகன்கள்தாம். இதைச் செயற்கை நுண்ணறிவின் மூலம் அறிந்துகொண்ட மென்பொருள், 'இந்தச் சொற்றொடரில் பிழை இருப்பதுபோல் தெரிகிறதே' என்று சுட்டிக்காட்டுகிறது.

இவையெல்லாம் சிறு எடுத்துக்காட்டுகள்தாம். இதுபோன்ற வசதிகள் பல ஏற்கெனவே வந்துவிட்டன, இன்னும் வந்து கொண்டிருக்கின்றன, இப்படி இன்னும் பலவிதங்களில் செயற்கை நுண்ணறிவு மனிதர்களுடைய எழுத்தைச் சிறப்பாக்கலாம், அவர்களுடைய இயற்கை நுண்ணறிவுக்குத் துணைபுரியலாம்.

★★★

19. சிறப்புப் பெயர்கள்

ஒருவர் பாரதிதாசன் கவிதைகளைப் படித்துக்கொண்டிருந்தார். அதில் ஒரு குறிப்பிட்ட கவிதை அவருடைய உள்ளத்தை மிகவும் ஈர்த்தது. அதைச் சத்தம்போட்டுப் படித்து மகிழ்ந்தார். பிறகு, 'புரட்சிக்கவிஞரோட கவித்திறனை எப்படி வியப்பது!' என்று பாராட்டினார்.

இங்கு அவர் 'பாரதிதாசனுடைய கவித்திறன்' என்றல்லவா சொல்லியிருக்கவேண்டும்? 'புரட்சிக்கவிஞருடைய கவித்திறன்' என்று சொன்னது ஏன்?

உண்மையில், அந்தக் கவிதையை எழுதிய கவிஞருக்கு மூன்று விதமான பெயர்கள் உண்டு: 'சுப்புரத்தினம்' என்பது அவருடைய தந்தை, தாய் சூட்டிய இயற்பெயர், 'பாரதிதாசன்' என்பது, பாரதியார்மீது கொண்ட பற்றினால் அவர் சூட்டிக்கொண்ட புனைபெயர், 'பாவேந்தர்', 'புரட்சிக்கவிஞர்' ஆகியவை அவருடைய பாடல் திறனையும் பாடல்களுக்குள்ளிருக்கும் புரட்சிக் கருத்துகளையும் கண்டு வியந்தவர்கள் பாராட்டி வழங்கிய சிறப்புப்பெயர்.

ஆக, சிறப்புப்பெயர் என்பது ஒருவருடைய கலைத்திறனை அல்லது வேறு பண்புகளை மதிப்போடு எடுத்துக்காட்டுவது.

அதனால்தான் அதைச்சொல்லிப் பாராட்டுவது பெருமைக் குரியதாக இருக்கிறது.

தமிழில் சிறப்புப்பெயர் கொண்ட கவிஞர்கள், எழுத்தாளர்கள் பலர் உண்டு. எடுத்துக்காட்டாக, 'கவிச்சக்கரவர்த்தி' கம்பர், 'உவமைக்கவிஞர்' சுரதா, 'குழந்தைக் கவிஞர்' அழ.வள்ளியப்பா, 'அறிஞர்' அண்ணா, 'தமிழ்த்தென்றல்' திரு.வி.க., இன்னும் பலர்.

இலக்கியத்துக்கு வெளியிலும் பலர் இப்படிப்பட்ட சிறப்புப் பெயர்களைப் பெற்றுள்ளார்கள். எடுத்துக்காட்டாக, 'கருப்புக் காந்தி' காமராசர், 'கணிதமேசை' ராமானுசம், 'கப்பலோட்டிய தமிழர்' வ.உ.சிதம்பரனார், இன்னும் பலர்.

இந்தச் சிறப்புப்பெயர்களை யார் வழங்குகிறார்கள்? எந்த அடிப்படையில் இவை வழங்கப்படுகின்றன?

சிறப்புப்பெயர்களைத் தேர்ந்தெடுத்து வழங்குவதற்கென்று தனியே ஓர் அமைப்போ, குழுவோ இல்லை. ஒருவருடைய திறமையை, பணிகளை, சாதனைகளை எண்ணி வியந்து அவருடைய அன்பர்கள், ரசிகர்கள், சக எழுத்தாளர்கள், ஆளுமைகள், தலைவர்கள், நிறுவனங்கள், குழுக்களோ வழங்கும் பெயர்கள்தான் இவை. பெரும்பாலும் இவை ஒரு கட்டுரையிலோ பாடலிலோ சொற்பொழிவிலோ குறிப்பிடப்பட்டுப் பின்னர் பலரால் எடுத்தாளப்பட்டுப் புகழ்பெறும்.

எடுத்துக்காட்டாக, 'பாட்டுக்கொரு புலவன் பாரதியடா' என்பது கவிமணி (இதுவும் சிறப்புப்பெயர்தான்) தேசிகவிநாயகம்பிள்ளை எழுதிய ஒரு பாடல் வரி. அதிலிருந்து பாரதியாருக்குப் 'பாட்டுக்கொரு புலவர்' என்ற சிறப்புப்பெயர் அமைந்தது.

சிறப்புப்பெயர்கள் அனைத்தும் உடனடியாகப் புகழ்பெற்று விடுவதில்லை, எல்லாராலும் ஏற்றுக்கொள்ளப்பட்டு விடுவதில்லை, சொல்லப்போனால், வரலாற்றில் இடம்பெற்ற சிறப்புப்பெயர்களைவிட, மறக்கப்பட்ட சிறப்புப்பெயர்கள்தான் மிகுதி.

ஏனெனில், எந்தவொரு சிறப்புப்பெயரும் உண்மையிலேயே அந்த ஆளுமைக்குப் பொருத்தமாக இருக்கவேண்டும்,

அதைப் பெறுகின்ற முழுமையான தகுதி அவருக்கு இருக்கவேண்டும், அப்போதுதான் மற்றவர்கள் அதைப் பரவலாகப் பயன்படுத்தத்தொடங்குவார்கள், படிப்படியாக அந்தப் பெயர் எல்லாருக்கும் சென்றுசேரும், அதன்பிறகு, அந்தத் திறமையாளருடைய இயற்பெயரே எல்லாருக்கும் மறந்துபோகும் அளவுக்குச் சிறப்புப்பெயர்கள் அனைவர் மனத்திலும் இடம்பெற்றுவிடும்!

சிறப்புப்பெயர்கள் என்பவை, ஒருவருக்குச் சமூகம் வழங்கும் மிகப்பெரிய மதிப்பு, அவருடைய திறமைக்கும் உழைப்புக்கும் அவர் உண்டாக்கிய தாக்கத்துக்கும் கிடைக்கிற மிகச்சிறந்த பாராட்டு!

★★★

20. மாறாத இயல்பு

பசுவின் பாலை அடுப்பில் வைத்துக் காய்ச்சுகிறோம், நன்கு கொதிக்க வைக்கிறோம், அதனால் பாலின் சுவை குறைந்துவிடுகிறதா என்ன?

நகை செய்பவர்கள் சிறந்த பொன்னை நன்கு சூடாக்கி உருக்குகிறார்கள், பின்னர் அதை அழகிய அணிகலன்களாக ஆக்குகிறார்கள். அப்படிச் சூடாக்கியதால் பொன்னின் ஒளி மங்கிவிடுகிறதா?

சந்தனக்கட்டையைக் கல்லில் போட்டு நன்றாகத் தேய்க்கிறோம், அகில்கட்டையை புகைக்கச்செய்கிறோம், அதனாலெல்லாம் சந்தனம், அகிலின் மணம் மாறிவிடுகிறதா?

குளிர்ந்த கடல்நீரில் எத்தனையோ கப்பல்கள் செல்கின்றன, மனிதர்கள் அங்கு நீந்திக் குளிக்கிறார்கள், மீன்கள், இன்னும் பல நீர்வாழ் உயிரினங்கள் அதில் வாழ்கின்றன, இதனால் கடல் சேறாகிவிடுகிறதா?

ஆக, பாலும் தங்கமும் சந்தனமும் அகிலும் கடல்நீரும் பலவிதமான துன்பங்களைச் சந்தித்தாலும், அவற்றின் இயல்பான சிறப்பு மாறுவதில்லை. நல்ல மனிதர்களும் அப்படிதான்,

அவர்களுக்குத் துன்பம் வந்தபோதும் தங்களுடைய பண்புகளை விட்டுக்கொடுக்கமாட்டார்கள், அதேபோல் சிறப்பாக நடந்துகொள்வார்கள்.

தீய மனிதர்கள் எப்படி?

பேய்ச்சுரைக்காய் என்பது ஒரு கசப்பான காய். அதில் இனிப்பான பாலை ஊற்றிச் சமைத்தாலும் அது சுவையாகிவிடாது.

உள்ளிப்பூண்டு ஒரு குறிப்பிட்ட (காட்டமான) மணத்தை உடையது. அதன்மீது எத்தனை நறுமணப் பொருட்களை ஊற்றினாலும் அதன் இயல்பான மணம் மாறாது.

ஆக, பேய்ச் சுரைக்காய்க்கும் உள்ளிப் பூண்டுக்கும் என்னதான் நன்மைகளைச் செய்தாலும், அவற்றின் இயல்பான குறைகள் மாறுவதில்லை. தீய மனிதர்களும் அப்படிதான், அவர்கள் நல்லவர்களோடு சேர்ந்தாலும் தங்களுடைய தீய இயல்பை மாற்றிக்கொள்ளமாட்டார்கள்.

இதனால், நாம் நல்லவர்களைத் தேடிச்சென்று பழகவேண்டும்; அவர்களுடன் நாம் ஒரே ஒரு நாள் பழகினாலும் சரி, அந்த நட்பு வேரூன்றி வளரும், நமக்கு நன்மைகளைத் தரும்.

மாறாக, தீயவர்களுடன் நாம் நூறாண்டுகள் பழகினாலும் சரி, அந்த நட்பு நீரில் பாசியைப்போல் மிகவும் மேலோட்டமாகதான் இருக்கும்; வேரூன்றாது.

அடினும் ஆவின் பால் தன் சுவை குன்றாது,
சுடினும் செம்பொன் தன் ஒளி கெடாது,
அரைக்கினும் சந்தனம் தன் மணம் அறாது,
புகைக்கினும் கார் அகில் பொல்லாங்கு கமழாது,
கலக்கினும் தண் கடல் சேறு ஆகாது,
அடினும் பால் பெய்து, கைப்பு அறாது பேய்ச் சுரைக்காய்,
ஊட்டினும் பல் விரை உள்ளி கமழாதே,
ஒரு நாள் பழகினும் பெரியோர் கேண்மை,
இரு நிலம் பிளக்க வேர் வீழ்க்கும்மே,
நூறு ஆண்டு பழகினும் மூர்க்கர் கேண்மை,
நீர்க்குள் பாசிபோல் வேர்க்கொள்ளாதே.

நாம் யாருடன் பழகவேண்டும், யாருடன் பழகக்கூடாது, அதற்கான காரணங்கள் என்னென்ன என்று அழகாக விளக்கி நட்புக்கு இலக்கணம் கூறும் இந்த வரிகள், அதிவீரராமபாண்டியர் எழுதிய ‘வெற்றிவேற்கை’ என்ற நூலில் இடம்பெற்றுள்ளன. இந்நூலை ‘நறுந்தொகை’ என்றும் கூறுவார்கள்.

‘வேற்கை’ என்பதை வேல்+கை என்று பிரித்துக்காணவேண்டும், வெற்றியைத் தரும் வேலைக் கையில் ஏந்திய அரசர் ஒருவரால் பாடப்பட்டதால் இந்நூலுக்கு இந்தப் பெயர் அமைந்தது.

‘நறுமை’ என்றால் நன்மை என்று பொருள். ‘நறுமணம்’ என்ற சொல்லில் இடம்பெற்றுள்ள பண்புப்பெயர் இதுதான். ‘நறுந்தொகை’ என்றால், நன்மை தரும் கருத்துகளின் தொகுப்பு.

★★★

21. பை

‘பை’ என்றால் என்ன?

பொருட்களைப் பாதுகாப்பாக வைப்பதற்காக, அல்லது, எளிதில் எங்கும் எடுத்துச்செல்வதற்காகப் பயன்படுத்தப்படும் கொள்கலங்களைத்தான் ‘பை’ என்கிறோம். பெரும்பாலான பைகள் துணி, பிளாஸ்டிக் அல்லது தோலால் செய்யப்படுகின்றன. கையில் எடுத்துச்செல்லும் பையைக் ‘கைப்பை’ என்றும், தோளில் மாட்டுவதைத் ‘தோள்பை’ என்றும், முதுகில் தங்குவதை ‘முதுகுப்பை’ என்றும் சொல்கிறோம்.

இப்படி மனிதர்கள் வெளியில் மாட்டிச்செல்லும் பைகள் ஒருபுறமிருக்க, அவர்களுக்குள்ளும், அதாவது, மனித உடலுக்குள்ளும் சில பைகள் உள்ளன. எடுத்துக்காட்டாக, ‘இரைப்பை’ என்பது இரையை (உணவை)ச் செரிக்கும் பை, நுரையீரலில் உள்ள ‘காற்றுப்பை’கள் மூச்சுவிடுவதற்கு உதவுகின்றன, சிறுநீர்ப்பை கழிவுகளைச் சேமித்து வெளியேற்றுகிறது.

ஆக, ‘பை’ என்ற சொல்லுக்கு எல்லாருக்கும் தெரிந்த பொருள், எதையோ சேமித்துவைக்கிற கொள்கலன் என்பதுதான். ஆனால், இதே சொல்லுக்கு இன்னும் சில சுவையான கூடுதல் பொருள்களை உணர்த்துகிறது அகரமுதலி.

முதலில், 'பை' என்றால் பசுமை. 'பைந்தமிழ்' என்கிறோம், அதன் பொருள், என்றென்றும் பசுமையோடு செழித்திருக்கிற தமிழ்.

இதேபோல், பைங்கிளி, பைம்பொன், பைங்கனி, பைம்பொழில் என்று பல சொற்களில் 'பை' என்ற முன்னொட்டு 'பசுமை' என்ற பொருளில் வருகிறது. 'பைங்கூழ்' என்ற சொல் பசுமையான பயிரைக் குறிப்பிடுகிறது.

இங்கு 'பசுமை' என்பதைப் பச்சை நிறத்துடன் தொடர்புபடுத்த வேண்டியதில்லை. எடுத்துக்காட்டாக, 'பைம்பொன்' என்ற சொல் பச்சை நிறமான தங்கத்தைக் குறிப்பிடுவதில்லை, சிறந்த, உயர்தரமான தங்கத்தைத்தான் குறிப்பிடுகிறது. 'பை' என்பதன் இன்னொரு பொருள், இளமை. மலைபடுகடாமில் 'பை தீர் பாணர்' என்றொரு பயன்பாடு வருகிறது. இதன் பொருள், இளமை தீர்ந்த (அனுபவமிக்க) பாணர்கள். பாம்பின் படத்தையும் 'பை' என்பார்கள். இதனால் பாம்புக்கே 'பைந்நாகம்' (படத்தை உடைய நாகம்) என்ற பெயர் அமைந்துள்ளது.

சிலர் நம்மிடம் ஏதாவது வேலையைக் குறிப்பிடும்போது, 'உடனே செய்ய வேண்டியதில்லை, பையச் செஞ்சாப் போதும்' என்பார்கள். இங்கு 'பைய' என்பதன் பொருள், மெதுவாக. 'பையப்பைய வந்தான்' என்றால், மெதுவாக நடந்து வந்தான், 'பையப்பேசினாள்' என்றால் மெதுவாகப் பேசினாள். இதுவும் 'பை' என்பதன் பொருள்களில் ஒன்றாகப் பயன்படுத்தப்படுகிறது.

எடுத்துக்காட்டாக, புறநானூற்றில் 'இன நிரை நோக்கிக் கையின் சுட்டிப் பை என எண்ணி' என்று ஒரு விவரிப்பு வருகிறது. இதன் பொருள், பசுக்கூட்டங்களைக் கண்ணால் பார்த்துக் கையால் சுட்டிக்காட்டி ஒன்று, இரண்டு என மெதுவாக எண்ணுதல்.

ஆக, 'பை' என்கிற ஓரெழுத்துச் சொல்லுக்குக் கொள்கலன், பசுமை, இளமை, பாம்பின் படம், மெதுவாகச் செயல்படுதல் என்று பல பொருள்கள். அனைத்தையும் நம்முடைய நினைவுப் பைகளில் சேமித்துக்கொள்வோம்!

★★★

22. படித்தால் பசி தீரும்

மதிய உணவு நேரம், மீனாட்சியம்மாள் தன்னுடைய மகனைச் சாப்பிட அழைத்தார்.

'இதோ, வருகிறேன் அம்மா' என்றார் அவருடைய மகன். வழக்கம்போல் புத்தகமொன்றைக் கையில் எடுத்துக்கொண்டு வந்தமர்ந்தார்.

மீனாட்சியம்மாளுக்குத் தன்னுடைய மகனை மிகவும் பிடிக்கும். ஆனால், அவர் சாப்பிடும்போது புத்தகம் படிப்பதுமட்டும் கொஞ்சமும் பிடிக்காது.

பின்னே? சாப்பிடும்போது கவனம்முழுவதும் உணவில் அல்லவா இருக்க வேண்டும்? அப்போதுதானே தாயார் கஷ்டப்பட்டு சமைத்த உணவை ருசித்துச் சாப்பிடமுடியும்? புத்தகம் படித்துக் கொண்டே சாப்பிட்டால் உணவின் சுவை எப்படித் தெரியும்?

ஆனால், மீனாட்சியம்மாளின் மகனுக்கோ புத்தகங்களின்மீது அவ்வளவு விருப்பம். எந்நேரமும் படித்துக்கொண்டே இருக்க வேண்டும், அறிவைப் பெருக்கிக்கொண்டே இருக்கவேண்டும் என்று நினைக்கிறவர். அதனால்தான் சாப்பிடும்போதும்

புத்தகங்களைப் படிக்கிற பழக்கம் அவருக்கு வந்திருந்தது.

உணவுத் தட்டின் முன் அமர்ந்தபடி புத்தகத்தைப் படித்துக் கொண்டிருக்கிற மகனைச் சினத்துடன் பார்த்தார் மீனாட்சியம்மாள். 'இப்படி எந்நேரமும் புத்தகத்திலேயே கவனமாக இருந்தால், உணவுத்தட்டில் என்ன இருக்கிறது என்பதுகூட இவனுக்குத் தெரியாதே!' என்று நினைத்தார்.

உடனே, மகனுக்குப் பாடம் கற்பிக்க அவருக்கு ஒரு நல்ல யோசனை தோன்றியது. குழம்பிலிருந்த கறிவேப்பிலைக் கொத்தைமட்டும் எடுத்து அவனுடைய தட்டில் வைத்தார்.

புத்தகத்தில் கவனமாக இருந்த மகன் அந்தக் கறிவேப்பிலையை எடுத்து உண்டார். 'சோறு எங்கே? குழம்பு எங்கே?' என்றெல்லாம் கேட்கவில்லை. அந்த அளவுக்கு அவர் புத்தகத்தில் ஆழ்ந்திருந்தார்.

அடுத்து, மீனாட்சியம்மாள் கொஞ்சம் தயிர் ஊற்றினார். அதையும் அவருடைய மகன் உண்டார்.

இதைப்பார்த்த மீனாட்சியம்மாளுக்குச் சிரிப்பு வந்துவிட்டது, 'சாப்பாடு முடிந்ததா?' என்று கிண்டலாகக் கேட்டார்.

'ஓ, வயிறு நிரம்பிவிட்டது' என்றார் அவருடைய மகன். தட்டிலிருந்து எழ முயன்றார்.

மீனாட்சியம்மாள் பதறினார், 'நீ சாப்பிட்டது சாதம் இல்லை, வெறும் கறிவேப்பிலையும் தயிரும்தான்' என்றார்.

'அப்படியா?' என்று வியப்புடன் கேட்டார் அவருடைய மகன், 'சரி, சாதம் போடுங்கள், சாப்பிடுகிறேன்' என்று திரும்பவும் தட்டின்முன் அமர்ந்தார்.

'இப்படிப் புத்தகத்தில்மட்டும் கவனம் செலுத்துவதால் தட்டில் என்ன இருக்கிறது என்பதுகூட உனக்குத் தெரியவில்லையே' என்று ஆதங்கத்துடன் கேட்டார் மீனாட்சியம்மாள், 'கொஞ்சம் சரியாகப் பார்த்து ருசித்துச் சாப்பிடக்கூடாதா?'

'அம்மா, எனக்கு என்ன தரவேண்டும் என்று உங்களுக்குத்

தெரியாதா? நீங்கள் எதைப் பரிமாறினாலும் நான் சாப்பிடுவேன்' என்றார் அவருடைய மகன். அதைக்கேட்டு மீனாட்சியம்மாள் நெகிழ்ந்துபோனார்.

இளவயதிலேயே இப்படிக் கல்வி, நூல்வாசிப்பின்மீது மிகுந்த ஆர்வத்துடன் இருந்த மீனாட்சியம்மாளின் மகன், பின்னர் சிறந்த கவிஞராக, எழுத்தாளராகத் திகழ்ந்தார். தமிழ்க்குமரி, கவி உலகில் கம்பன், எனது சிறைவாசம் உள்ளிட்ட பல தேர்ந்த நூல்களை எழுதிப் புகழ்பெற்ற ச.து.சுப்பிரமணிய யோகியார்தான் அவர்.

★★★

23. உறைக்கு வெளியில்...

கடிதங்களில் இரு பகுதிகள்: உறைக்குள் ஒன்று, உறைக்கு வெளியில் இன்னொன்று.

உறைக்குள் எழுதும் பகுதி எப்படி வேண்டுமானாலும் இருக்கலாம்: எழுத்துகள், எண்கள், ஓவியங்கள், புகைப்படங்கள், இப்படி எதையும் எழுதலாம், எந்த வரிசையிலும் எழுதலாம்.

ஆனால், உறைக்கு வெளியில் எழுதும் பகுதி அப்படியில்லை. அதை இவ்வாறுதான் எழுதவேண்டும், இந்த வரிசையில்தான் எழுதவேண்டும் என்று ஒரு முறை இருக்கிறது, அப்படி எழுதினால்தான் அந்தக் கடிதம் உரிய இடத்துக்குச் சரியாகச் சென்றுசேரும்.

கடித உறைகள் பெரும்பாலும் செவ்வக வடிவானவை. அவற்றின் இடப்பக்கத்தில் கீழே அனுப்புநருடைய முகவரியையும், வலப்பக்கத்தில் கீழே பெறுநருடைய முகவரியையும் எழுதுவது வழக்கம்.

நம்முடைய கடிதத்தைப் பெறப்போகிறவர் யார், அவர் எங்கு இருக்கிறார் என்பதுதானே முக்கியம்? உறையின்மீது நம்முடைய முகவரி எதற்காக?

எல்லாக் கடிதங்களும் உரிய இடத்துக்குச் சரியாகச் சென்றுசேரும் என்பது உறுதியில்லை. பல காரணங்களால் கடிதங்கள் திரும்பிவரக்கூடும். அப்போது அவற்றை எந்த முகவரிக்குத் திருப்பி அனுப்பவேண்டும் என்பது அஞ்சல்துறைக்குத் தெரியவேண்டுமல்லவா? அதற்காகதான் அனுப்புநர் முகவரியை எழுதுகிறோம்.

முகவரியின் முதல் வரியில் அனுப்புநர் அல்லது பெறுநருடைய முழுப்பெயர் இடம்பெறுகிறது. பெறுநருடைய பெயருக்குமுன்னால் திரு, திருமதி, செல்வன், செல்வி, மருத்துவர் போன்றவற்றைச் சேர்க்கலாம், பின்னால் அவர்கள் பெற்றுள்ள பட்டங்களைக் குறிப்பிடலாம். எடுத்துக்காட்டாக, திரு. மணிகண்டன், எம்.ஏ.,

பெயரைத் தொடர்ந்து அவர்களுடைய வீடு உள்ள இடத்தைப் பல வரிகளாகப் பிரித்து எழுதலாம். இந்த வரிகள் ஒவ்வொன்றும் காற்புள்ளியுடன் நிறைவடையவேண்டும், கடைசி வரியில் முற்றுப்புள்ளி வைக்கலாம். முகவரியில் முக்கியமாக இடம்பெறவேண்டியவை: கதவு எண், தெரு, பகுதி, நகரம், அஞ்சல் குறியீட்டு எண். ஒருவேளை, பெறுநர் ஓர் அடுக்ககத்தில் வசிக்கிறார் என்றால், அந்த அடுக்ககத்தின் பெயரையும் அவர் எந்தத் தளத்தில் உள்ளார் என்பதையும் குறிப்பிடலாம்.

இத்துடன், அந்த முகவரிக்குப் பக்கத்திலுள்ள, அனைவரும் நன்கு அறிந்த புகழ்பெற்ற ஓர் இடத்தின் பெயரையும் அடைப்புக்குறிக்குள் குறிப்பிடலாம். அஞ்சல்காரர் முகவரியை எளிதில் கண்டறிய இது உதவும். எடுத்துக்காட்டாக, "(நேரு பூங்காவுக்கு எதிரில்)"

முகவரியில் மாநிலம், நாட்டின் பெயர் வேண்டுமா?

பொதுவாக அவசியமில்லை, ஆனால், உங்கள் கடிதம் வேறு மாநிலம் அல்லது நாட்டுக்குச் செல்கிறது என்றால், அதைக் கண்டிப்பாகக் குறிப்பிடவேண்டும். அதேபோல், வெளிமாநிலங்கள், வெளிநாடுகளுக்குச் செல்லும் கடிதங்களின் முகவரிகளை ஆங்கிலத்தில் எழுதுவது நல்லது.

முகவரியுடன் தொலைபேசி எண்ணையும் குறிப்பிடலாம். ஒருவேளை, அஞ்சல்காரரால் முகவரியைக் கண்டறிய இயலாவிட்டால், அவர் இந்த எண்ணைப் பயன்படுத்திப் பெறுநருடன் பேசலாம்.

தொலைபேசியும் மின்னஞ்சலும் புகழ்பெற்றுவரும் இன்றைய சூழ்நிலையில், கடிதங்களை எழுதுவோர் குறைவுதான். எனினும், கையால் எழுதப்பட்ட ஒரு கடிதம் அளிக்கிற மகிழ்ச்சியே தனி. நம்முடைய நண்பர்கள், உறவினர்களுக்கு அந்த மகிழ்ச்சியை அவ்வப்போது அளிக்கலாமே!

★★★

24. இரண்டே நிமிடம்

தமிழறிஞர், சிந்தனையாளர், சமூகப்போராளியான கி.ஆ.பெ. விசுவநாதம் அவர்களுடைய அலுவல் அறையில் அவருக்குப் பின்னால் ஓர் அறிவிப்புப்பலகை தொங்கிக்கொண்டிருக்கும். அதில் இவ்வாறு எழுதப்பட்டிருக்கும்:

'தயவுசெய்து, தாங்கள் வந்த வேலைகளை இரண்டு நிமிடத்துக்குள் பேசி முடித்துக்கொண்டு போகுமாறு வேண்டுகிறேன்.'

மேலோட்டமாகப் பார்க்கும்போது, இது சற்று முரட்டுத்தனமான அறிவிப்பாகத்தான் தோன்றுகிறது; ஆனால், இதன் பின்னணிக் காரணத்தைச் சிந்தித்தால், இந்த ஒழுக்கத்தின் நன்மைகள் புரியும். நாள்தோறும் நம் ஒவ்வொருவருக்கும் கிடைப்பது அதே இருபத்துநான்கு மணிநேரங்கள்தாம். அதில் தூங்கியது, சாப்பிட்டது, குடும்பத்தினர், நண்பர்களுடன் நேரம் செலவிட்டது, தனிப்பட்ட வேலைகளைச் செய்துபோக மீதமிருக்கிற நேரத்தில்தான் நம்முடைய அலுவல்களைக் கவனித்தாகவேண்டும். அப்படிக் கிடைக்கிற நேரத்தைச் சரியாகப் பயன்படுத்திக்கொள்வதுதானே அறிவார்ந்த செயல்?

ஆகவே, நம்முடைய வேலை தொடர்பாக நாம் ஒருவரைக் காணச் செல்கிறோம் என்றால், அவரிடம் ஓரிரு முகமன் சொற்களைக் கூறி நலம் விசாரித்துவிட்டு நம்முடைய தேவையைச் சுருக்கமாகவும், தெளிவாகவும் சொல்லவேண்டும், அதில் அவருக்கு ஏதேனும் ஐயங்கள் இருந்தால், உரிய

தகவல்களைச் சொல்லி விளக்கவேண்டும், அவரிடம் நாம் என்ன எதிர்பார்க்கிறோம் என்பதைத் தெரிவிக்கவேண்டும், அதற்கு ஒப்புதல் பெற்றுக்கொண்டு, நன்றி கூறி வெளியேறவேண்டும், இதன்மூலம், குறைந்த நேரத்தில் வேலை நிறைவடையும்.அப்படியில்லாமல், தேவையில்லாத விஷயங்களை வளவளவென்று பேசிக்கொண்டிருந்தால், நம்முடைய நேரமும் வீணாகும், நம்மைப்போல் இன்னும் பலருக்கு உதவவேண்டிய அவருடைய நேரமும் வீணாகும்.

நாளைக்கே நம்மிடம் ஒருவர் உதவி கேட்டு வருகிறார் என்றால் அவர் நம்மிடம் சுருக்கமாகப் பேசவேண்டும், நம் நேரத்தை வீணாக்கக்கூடாது என்றுதானே நாம் நினைப்போம்? அதேபோல் நாம் பிறரிடம் நடந்துகொள்வதுதானே முறை?

இந்தக் கண்ணோட்டத்துடன்தான் கி.ஆ.பெ.விசுவநாதம் அந்த அறிவிப்பை எழுதியிருக்க வேண்டும். ‘அதைக் கண்டு பலர் திடுக்கிட்டுப் போவதுண்டு’ என்று அவருடைய வாழ்க்கை வரலாற்றை எழுதிய மா.சு.சம்பந்தன் குறிப்பிடுகிறார். அதே சமயம், அந்த அறிவிப்பால் கி.ஆ.பெ.விசுவநாதம் அவர்களுக்கும் வந்தவர்களுக்கும் நேரம் மிச்சமாகியிருக்கும், பணிகள் விரைவாக நிறைவடைந்திருக்கும், இன்னும் பலருக்கு அவரால் சேவைசெய்ய இயன்றிருக்கும் என்பதுதான் உண்மை.

பிறர் தன்னுடைய நேரத்தை மதிக்கவேண்டும் என்று எதிர்பார்த்த கி.ஆ.பெ.விசுவநாதம், தானும் பிறருடைய நேரத்தை மிகவும் மதித்தார். அவர் கலந்துகொள்கின்ற கூட்டங்களுக்கெல்லாம் சரியான நேரத்துக்குச் சென்றுவிடுவார், ஒப்புக்கொண்ட தலைப்பில் ஒப்புக்கொண்ட நேரத்துக்குள் சரியாகப் பேசித் திரும்புவார், சொற்பொழிவுகளின்போது மக்களுடைய முகக்குறிப்பைக் கவனிக்கிற அதே நேரத்தில், கடிகார முட்களின்மீதும் அவருடைய கவனம் இருக்கும் என்கிறார் மா.சு.சம்பந்தன். நேரம் விலைமதிப்புமிக்க ஒரு சொத்து, அதைச் சரியாகப் பயன்படுத்துவதற்குக் கி.ஆ.பெ. விசுவநாதம் போன்ற அறிஞர்கள் நமக்குக் கற்றுத்தருகிறார்கள்!

★★★

25. புலவருக்கும் முனிவருக்கும் உதவிய நெல்லிக்கனி

அதியமான் என்றோர் அரசர். ஔவையாருக்கு நெல்லிக்கனியை வழங்கிப் புகழ்பெற்றார்.

நெல்லிக்கனியில் அப்படியென்ன சிறப்பு?

அதியமான் ஔவையாருக்கு வழங்கிய அந்த நெல்லிக்கனியை யார் உண்கிறார்களோ, அவர்கள் நெடுநாளைக்கு நல்ல உடல் நலத்துடனும் வாழ்வார்கள். அப்படிப்பட்ட நெல்லிக்கனியைத் தான் உண்ணாமல் ஔவையாருக்கு வழங்கினார் அதியமான், அதன்மூலம் வரலாற்றில் இடம்பெற்றார்.

இன்றைக்கு ‘ச்யவன்ப்ரசாத்’ என்றொரு மருந்து கடைகளில் கிடைக்கிறது. அதைச் சாப்பிட்டால் உடல் வலுப்பெறும், ஆற்றல் பெருகும் என்கிறார்கள். ச்யவன்ப்ரசாத் மருந்துப் பெட்டியை உற்றுக் கவனித்தால், அங்கு நெல்லிக்காயைக் காணலாம். ஔவைக்குக் கிடைத்த அதே நெல்லிக்கனியின் நன்மையை, உடல்நலனை இந்த மருந்து நமக்கும் வழங்கும் என்று நம்பப்படுகிறது. இந்த மருந்துக்குச் ‘ச்யவன்ப்ரசாத்’

என்ற பெயர் எப்படி வந்தது என்கிற கதையைப் பேராசிரியர் அ.மு.பரமசிவானந்தம் விளக்கியுள்ளார். அவர் எழுதிய 'நாடு நலம் பெற' என்ற நூலில் இக்குறிப்பு இடம்பெற்றுள்ளது.

முன்பொருநாள், ஒரு குளத்தின் கரையில் நிறைய நெல்லிமரங்கள் இருந்தன. அந்த மரங்களில் பழுக்கின்ற நெல்லிக்கனிகள் அந்தக் குளத்திலேயே விழுந்தன, இதனால், அந்தக் குளத்தின் நீர் மருத்துவக்குணங்களைப் பெற்றுத் திகழ்ந்தது. ஒருநாள், சியவனர் என்ற முதிய முனிவர் அந்தக் குளக்கரைக்கு வந்தார். சில நாள் அங்கேயே தங்கித் தவம் செய்தார். இதனால், அந்தக் குளத்தின் நீரை அடிக்கடி அருந்தும் வாய்ப்பு அவருக்குக் கிடைத்தது.

சில நாட்களுக்குப்பிறகு, அந்த முதிய முனிவருடைய உடலில் இளமையின் அடையாளங்கள் தெரிந்தன. இதைக் கண்ட அவர் திகைத்தார். இந்த வியப்பூட்டும் செயல் எப்படி நடந்திருக்கும் என்று சிந்தித்தார், குளத்து நீரினால்தான் தன்னுடைய உடலில் இளமை திரும்பியது என்று உணர்ந்தார், அதற்குக் காரணம், அந்தக் குளத்தைச் சுற்றியிருக்கும் நெல்லிமரங்களும் அவை வழங்கிய கனிகளும்தான் என்று உணர்ந்தார்.

இதனால், நெல்லிமரத்தின் காயைக்கொண்டு செய்யப்படுகின்ற லேகியத்துக்கு அந்த முனிவருடைய பெயரே சூட்டப்பட்டது என்கிறார் அ. மு. பரமசிவானந்தம். 'சியவனப்பிரசாதம்' என்ற பெயர்தான் இன்று 'ச்யவன்ப்ரசாத்' என்று சுருங்கியுள்ளது போலும்.

நெல்லிக்கனியைப் போன்ற மருத்துவக் குணங்களைக் கொண்ட காய்கள், பழங்கள், கீரைகள் ஏராளம். அவற்றை உணவில் கூடுதலாகச் சேர்த்துக்கொள்வதன்மூலம் நாம் சுறு சுறுப்பாகவும் ஆற்றலுடனும் பணிகளைச் செய்யலாம், இதனால் உள்ளுறுப்புகளுக்கும் பல நன்மைகள் உண்டு. மருத்துவர்கள், உணவியல் வல்லுனர்களும் இதை ஏற்றுக்கொண்டு வலியுறுத்துகிறார்கள்.

★★★

26. தமிழ் Taboo

'பேனா' என்றால் என்ன?

இது தெரியாதா? மை ஊற்றி, அல்லது மைக்குழாயை இட்டுத் தாளில் எழுதுகின்ற கருவி.

சரிதான். ஆனால், மை, தாள், எழுத்து, எழுதுதல் ஆகிய சொற்களைப் பயன்படுத்தாமல் 'பேனா'வை இன்னொருவருக்கு விளக்கவேண்டும். அது சாத்தியமா?

கொஞ்சம் சிரமம்தான். எனினும் முயன்றுபார்க்கலாம்: கடிதம் வரையும் கருவி.

சரி, இப்போது, 'காலை' என்ற சொல்லைச் சூரியன், பொழுது, தூக்கம், எழுதல், உதித்தல் ஆகிய சொற்களைப் பயன்படுத்தாமல் விளக்க முயலுங்கள், பார்க்கலாம்.

காலையைப்பற்றிய பொதுவான பல சொற்கள் இங்கு மறுக்கப்பட்டிருப்பதால், பொழுது விடியும் நேரம், சூரியன் உதிக்கும் நேரம், தூங்கி எழும் நேரம் என்றெல்லாம் சொல்ல இயலாது. ஆகவே, சுற்றிவளைத்து 'இருட்டு விலகும் நேரம்' அல்லது, 'கதிரவன் தோன்றும் நேரம்' என்று சொல்லலாம்.

ஆக, இந்த விளையாட்டில் வெல்வதற்கு ஒரே பொருளைத் தருகிற பல சொற்களும் தெரிந்திருக்கவேண்டும், ஒரே விஷயத்தை வெவ்வேறுவிதமாக விளக்கவும் தெரிந்திருக்கவேண்டும், அதை விரைவாகவும் சொல்லத்தெரியவேண்டும்.

நம்முடைய சொல்வளத்தை வளர்க்கிற, சிந்தனையை விரைவாக்குகிற இந்த விளையாட்டின் பெயர், '*Taboo*'. இதற்கான விதிமுறை மிக எளிமையானது, அதேசமயம் மிகக் கடினமானதும்கூட: மறுக்கப்பட்ட சில சொற்களைப் பயன்படுத்தாமல் ஒரு சொல்லை இன்னொருவருக்கு விளக்கிப் புரியவைக்கவேண்டும்.

ஆங்கிலத்தில் '*Taboo*'க்கான அட்டை விளையாட்டுகள் (*Boardgames*), இணையத்தளங்கள், மொபைல் செயலிகள் கிடைக்கின்றன. இவையெல்லாம் தமிழிலும் வருவதற்கு நாளாகும், அதுவரை, நம்முடைய தமிழ் '*Taboo*' விளையாட்டை நாமே உருவாக்கலாம்:

★ அகரமுதலியிலிருந்து 20 சொற்களை எடுத்துக்கொள்ளுங்கள். அவற்றை 20 தனித்தனி அட்டைகளில் எழுதி வட்டமிடுங்கள்

★ அந்தச் சொற்கள் ஒவ்வொன்றையும் பொதுவாக மக்கள் எப்படி விளக்குவார்கள் என்று சிந்தியுங்கள். அதில் காணப்படும் வழக்கமான சொற்களை மறுக்கப்பட்ட சொற்களாகக் குறிப்பிடுங்கள்

★ எடுத்துக்காட்டாக, 'பந்து' என்பது சொல், அதை விவரிப்பதற்கு மறுக்கப்பட்ட சொற்கள்: வட்டம், கோளம், விளையாட்டு, குதித்தல், ஆட்டம்... இப்படி 20 சொற்களுக்கும் அந்தந்த அட்டைகளில் மறுக்கப்பட்ட சொற்களை எழுதுங்கள்

★ உங்கள் நண்பர்களை விளையாட அழையுங்கள், அவர்களை இரு குழுவாகப் பிரியுங்கள்

★ முதல் குழுவிலிருந்து ஒருவர் வரவேண்டும், 20ல் ஏதேனும் ஓர் அட்டையை எடுக்கவேண்டும், அங்கு வட்டத்திலிருக்கும்

சொல்லைத் தன் குழுவினருக்கு விளக்கவேண்டும், ஆனால், மறுக்கப்பட்டிருக்கும் சொற்களைப் பயன்படுத்தக்கூடாது, சைகை செய்யக்கூடாது, சொற்களாலேயே விளக்கவேண்டும்,

★ அவர் சொல்லும் குறிப்புகளை வைத்து அவருடைய குழுவினர் அந்தச் சொல்லைக் கண்டுபிடித்துவிட்டால், அக்குழுவுக்கு 1 மதிப்பெண் கிடைக்கும், ஒருவேளை, அவர் தன்னையும் அறியாமல் மறுக்கப்பட்ட ஒரு சொல்லைப் பயன்படுத்திவிட்டால், 1 மதிப்பெண் கழிக்கப்படும்

★ இப்படி இரு குழுவினரும் மாற்றி மாற்றி விளையாடவேண்டும், 20 அட்டைகளும் பயன்படுத்தப்பட்டுவிட்டபின் யார் அதிக மதிப்பெண்களுடன் உள்ளார்களோ அவர்கள்தாம் வெற்றியாளர்கள்

★★★

27. வாழைப்பழம் எங்கே?

ஊரிலிருந்து பெரியம்மா வந்திருந்தார்.

அவர் வீட்டுக்குள் நுழைந்ததும், பிள்ளைகள் ஆவலுடன் சுற்றிக்கொண்டார்கள். 'நல்லா இருக்கீங்களா பெரியம்மா?' என்று விசாரித்தார்கள், அவருடைய அன்பில் நனைந்தார்கள்.

அன்புமட்டும் போதுமா? வெளியூரிலிருந்து வருகிற உறவினர்கள் குழந்தைகளுக்கு ஏதாவது தின்பண்டம் வாங்கிவருவது வழக்கமாயிற்றே. 'பெரியம்மா, எங்களுக்கு என்ன வாங்கி வந்திருக்கீங்க?' என்று ஆசையுடன் கேட்டார்கள் அந்தப் பிள்ளைகள். பெரியம்மா அவர்களுக்காக சுவையான வாழைப்பழங்களை வாங்கிவந்திருந்தார். பையிலிருந்து அதை எடுத்து எல்லாருக்கும் சமமாகப் பிரித்துக்கொடுத்தார். பிள்ளைகள் அதை ருசித்துச் சாப்பிட்டார்கள். ஆனால், பிள்ளைகளுக்குத் தெரியாத ரகசியம், பெரியம்மாவுடைய பையில் இன்னும் பல வாழைப்பழங்கள் இருந்தன. அவற்றை அவர் ரகசியமாக ஓர் அறைக்குள் ஒளித்துவைத்துவிட்டார்.

காரணம், அந்த வீட்டின் மூத்த பையன்மேல் பெரியம்மாவுக்கு அன்பு மிகுதி. அவனுக்காகதான் இந்தக் கூடுதல் வாழைப்பழங்களை வாங்கிவந்திருந்தார். அவற்றை எல்லார் முன்னாலும் கொடுக்காமல், அறைக்குள் ஒளித்துவைத்தார், 'உள்ளே உனக்காகச் சில வாழைப்பழங்களை வைத்திருக்கிறேன்,

பின்னர் அவற்றை எடுத்துச் சாப்பிட்டுக்கொள்' என்று அந்தப் பையனுக்குச் சைகை காட்டினார்.

ஆனால், பெரியம்மா சொன்ன சைகை அந்த மூத்த பையனுக்குப் புரியவில்லை; அதே வீட்டிலிருந்த இளைய பையனுக்குப் புரிந்துவிட்டது. அண்ணன் விஷயத்தைத் தெரிந்துகொள்வதற்குள் ரகசியமாக அந்த அறைக்குள் நுழைந்து எல்லாப் பழங்களையும் சாப்பிட்டுவிட்டான்.

சிறிது நேரத்தில், அவன் செய்த குறும்பு வெளியாகிவிட்டது. மூத்த பையனுக்காக வைத்திருந்த பழங்களையெல்லாம் இளைய பையன் சாப்பிட்டு விட்டான் என்கிற குற்றச்சாட்டு அவர்களுடைய தந்தைக்குச் சென்றது. அவர் இளைய பையனைக் கூப்பிட்டு விசாரித்தார்.

அந்தச் சிறு வயதிலேயே அந்தப் பையனுக்குக் கவிதை எழுதுவதில் ஆர்வமும் திறமையும் இருந்தது. ஆகவே, தன்னுடைய குறும்புக்குக் கவிதையிலேயே காரணம் சொன்னான். 'வாங்கிவந்த பழங்களை அனைவருக்கும் சமமாகத் தருவதுதானே முறை? பெரியம்மா அண்ணனுக்குமட்டும் தனியாகப் பழங்களை ஒளித்துவைத்தது நியாயமா?' என்கிற அவனுடைய வாதத்தைத் தந்தை ஏற்றுக்கொண்டார், அவனை மன்னித்துவிட்டார்.

வாழைப்பழத்துக்காகக் குறும்பு செய்து கவிதையும் எழுதிய அந்தச் சிறுவர், பின்னாட்களில் மிகச்சிறந்த கவிஞராக, எழுத்தாளராக, சிந்தனையாளராகப் புகழ்பெற்றார், பல அரிய நூல்களை எழுதினார், தனக்கென்று தனியான வாசகர் கூட்டத்தையும், விருதுகளையும் வென்றார். சுப்புரத்தினம் என்ற இயற்பெயரைக் கொண்ட புரட்சிக்கவிஞர் பாரதிதாசன்தான் அவர். இந்நிகழ்வைக் குழந்தைக் கவிஞர் அழ வள்ளியப்பாவும், பாரதிதாசனுடன் நெருங்கிப் பழகிய முல்லை முத்தையாவும் பதிவு செய்திருக்கிறார்கள்.

★★★

28. மதிப்புரைகள்

தமிழில் வாரந்தோறும் பலப்பல தலைப்புகளில் நல்ல நூல்கள் வெளியாகிக்கொண்டிருக்கின்றன. இவை அனைத்தையும் நாம் அறிந்துகொள்வதற்கு என்ன வழி?

புதிய திரைப்படங்கள், தின்பண்டங்கள், ஆடைகள், வங்கிச்சேவைகள் போன்றவற்றுக்குச் செய்தித்தாள்கள், வார இதழ்கள், தொலைக்காட்சிச் சானல்கள், இணையத் தளங்களில் விளம்பரங்கள் வெளியாகின்றன, நகரெங்கும் சுவர் விளம்பரங்கள், பதாகைகள் வைக்கப்படுகின்றன, இதன்மூலம் நுகர்வோர் இவற்றைப்பற்றித் தெரிந்துகொள்கிறார்கள்.

ஆனால், தமிழ் நூல்களுக்கான விளம்பரங்கள் ஊடகங்களில் அவ்வளவாக வெளியாவதில்லை. எப்போதாவது ஒரு புகழ்பெற்ற எழுத்தாளருடைய நூலுக்கு விளம்பரங்கள் வரலாம், மற்றபடி பெரும்பாலான நூல்களை வெளியிடுகிறவர்கள் அதுபற்றி விளம்பரப்படுத்துவதில்லை, அந்த அளவுக்கு விற்பனைச்சந்தை இங்கு இல்லை என்பதுதான் காரணம்.

பல இதழ்களில் நூல்களுக்கான மதிப்புரைகள் வெளியாகின்றன. இவை இருவரிச் சுருக்கங்களாகவோ, ஓரிரு பத்திகளில் எழுதப்பட்ட அறிமுகங்களாகவோ, விரிவான மதிப்பீட்டுக்

கட்டுரைகளாகவோ இருக்கலாம். இப்போதெல்லாம் இணையத்தில் வீடியோ வடிவில் மதிப்புரைகளை வெளியிடுகிறவர்களும் உள்ளார்கள்.

விளம்பரங்கள் இல்லாத சூழ்நிலைகளில், இந்த மதிப்புரைகள்தான் நூல்களைப் பல வாசகர்களிடம் கொண்டுசேர்க்கின்றன. ஆகவே, நாம் படித்த, நமக்குப் பிடித்த நூல்களுக்கு மதிப்புரை எழுதுவது அந்நூலின் ஆசிரியர், பதிப்பாளருக்கு உதவும்.

ஒரு நல்ல மதிப்புரையை எழுதுவது எப்படி?

மதிப்புரையில் இதெல்லாம்தான் இருக்கவேண்டும் என்று எந்தக் கட்டாயமும் இல்லை. எனினும், பொதுவாக ஒரு மதிப்புரையில் காணப்படுகிற, படிப்பவர்களுக்குப் பயன் தரக்கூடிய பகுதிகள் இவை:

1. நூலைப்பற்றிய அடிப்படைத் தகவல்கள்: ஆசிரியர் பெயர், பதிப்பகத்தின் பெயர், முகவரி, தொலைபேசி எண், மின்னஞ்சல் முகவரி, தொலைபேசி எண், பக்கங்களின் எண்ணிக்கை, நூலின் விலை

2. இந்நூல் எவ்வகையைச் சேர்ந்தது (எடுத்துக்காட்டு: புதினம், சிறுகதைகள், கவிதைகள், கட்டுரைகள், வாழ்க்கை வரலாறு, தன்வரலாறு, அறிவியல், சிறுவர் இலக்கியம், மொழிபெயர்ப்பு, இலக்கியத் திறனாய்வு போன்றவை)

3. இதில் முதன்மையாகப் பேசப்படுகிற விஷயத்தைச் சுருக்கமாகக் குறிப்பிடலாம். நாவல்கள், சிறுகதைகளுடைய கதைச்சுருக்கத்தை இங்கு முழுமையாகச் சொல்வது நியாயமாகாது, ஆர்வமூட்டும் சில பகுதிகளைமட்டும் சொல்லலாம்.

4. இந்த நூல் எவ்வகையான வாசகர்களுக்குப் பிடிக்கும்?

5. இதே வகையான மற்ற நூல்களிலிருந்து இது எப்படி மாறுபட்டுள்ளது? (எடுத்துக்காட்டாக, நூலாசிரியர் நேரில் சென்று ஆராய்ந்த விஷயங்களை எழுதியிருக்கிறார், ஒரு புதுமையான கோணத்தை வழங்கியிருக்கிறார், யாரும்

கேள்விப்படாதவற்றை வெளிப்படுத்தியிருக்கிறார், கடினமான விஷயத்தை எல்லாருக்கும் புரியும்வண்ணம் எளிமையாக வழங்கியுள்ளார்... இப்படி)

6. நூலில் உங்களுக்குப் பிடித்த அம்சங்கள், சுவையான சில பகுதிகளைச் சுருக்கமாகத் தொட்டுக்காட்டலாம்
7. குறைகள், பிழைகளைச் சுட்டிக்காட்டலாம்; இவை பதிப்பாளருக்கும் பயன்படும்
8. நூலுக்கான உங்கள் மதிப்பீட்டை வழங்கலாம்; இந்தப் பழக்கம் தமிழில் அவ்வளவாக இல்லை, ஆனால், ஆங்கில நூல்கள் பெரும்பாலும் ஒரு நட்சத்திரத்திலிருந்து ஐந்து நட்சத்திரத்துக்குள் மதிப்பிடப்படுகின்றன.

மதிப்புரை எழுதிவிட்டோம்; அதை எங்கு அனுப்புவது?

தொடர்ந்து மதிப்புரைகளை வெளியிடுகிற இதழ்களுக்கு நம்முடைய மதிப்புரையை அனுப்பலாம். அவர்கள் அதைப் பரிசீலித்துத் தேர்ந்தெடுக்கப்பட்டவற்றை வெளியிடுவார்கள்.

இல்லாவிட்டால், நம்முடைய ஃபேஸ்புக் பக்கம், வலைப்பதிவு, இணையத்தளத்தில் வெளியிடலாம். அமேசான், ஃப்ளிப்கார்ட் போன்ற இணைய நூல் கடைகளில் அந்தக் குறிப்பிட்ட நூலின் பெயரைத் தேடி நம் மதிப்புரையைப் பதிவுசெய்யலாம். இதுபோன்ற மதிப்புரைகளுக்காகவே அமைக்கப்பட்டுள்ள *GoodReads* போன்ற இணையத்தளங்களிலும் இவற்றை வெளியிடலாம்.

★★★

29. பல மொழிகளில் பழமொழிகள்

ஒரு குடத்தில் நீர் அரைகுறையாக நிரம்பியிருக்கிறது. அந்தக் குடத்தைத் தூக்கிச்செல்லும்போது நீர் அங்குமிங்கும் தளும்புகிறது. ஆனால், அதே குடத்தில் நீர் முழுமையாக நிரம்பியிருந்தால், தளும்பாது, எளிதாக ஓரிடத்திலிருந்து இன்னோரிடத்துக்குக் கொண்டுசெல்லலாம்.

அதுபோல, ஒரு துறையில் நல்ல திறமையுள்ளவர்கள், அனைத்தையும் அறிந்தவர்கள் அதுபற்றிக் கர்வப்படமாட்டார்கள், நிறைகுடத்தைப்போல் அமைதியாகவும் பணிவுடனும் தங்கள் வேலைகளைக் கவனிப்பார்கள். மாறாக, அரைகுறையாகத் தெரிந்துகொண்டவர்கள் குறைகுடத்தைப்போல் குதிப்பார்கள்.

இந்த அழகான சிந்தனையை நம்முடைய பழமொழியொன்று விவரிக்கிறது: 'நிறைகுடம் நீர் தளும்பாது' என்றால் அனைவருக்கும் சட்டென்று புரியும். ஒருவேளை, நாம் தமிழக எல்லையைத் தாண்டிச் சென்றுவிட்டால்?

பிரச்னையில்லை, கேரளத்துக்குச் சென்றால், 'நிறகுடம் துளும்புகயில்ல' என்று மலையாளத்தில் சொல்லலாம், ஆந்திரப்பிரதேசத்துக்கோ தெலங்கானாவுக்கோ சென்றால், 'நிண்டு கொண்ட தொணகது' என்று தெலுங்கில் சொல்லலாம், கர்நாடகத்துக்குச் சென்றால் 'தும்பித கொட துளுகுவுதில்ல' என்று கன்னடத்தில் சொல்லலாம், அந்தந்த

மாநிலத்தைச் சேர்ந்தவர்கள் இந்தப் பழமொழியைச் சரியாகப் புரிந்துகொள்வார்கள்.

ஒரே பழமொழி பல மொழிகளில் விதவிதமாகச் சொல்லப் பட்டிருப்பதை எண்ணி நமக்கு வியப்பு உண்டாகலாம். ஆனால், மொழி எதுவானாலும் சிந்தனை, அடிப்படை நெறிகள் ஒன்றுதானே? ஒரே விஷயத்தைப் பல மொழி சார்ந்தவர்கள் சிந்தித்து அதற்கென்று ஒரு பழமொழியை உண்டாக்கிவைத்திருப்பதும் இயல்புதானே!

1962ம் ஆண்டில், தென்னிந்திய மொழிகளில் உள்ள பழமொழிகளை ஆராய்ந்து ஒப்பிடும் முயற்சியொன்று நிகழ்த்தப்பட்டது. தமிழிலும் மலையாளத்திலும் 'பழமொழி' என்றும், தெலுங்கு, கன்னடத்தில் 'நாநுடி', 'நாண்ணுடி' (மக்களின் குரல்), 'சாமெத', 'காதெ' என்றெல்லாம் குறிப்பிடப்படுகிற இவற்றை ஆராய்ந்த மொழி அறிஞர்கள்: ரா. பி. சேதுப்பிள்ளை, எம். மரியப்ப பட், எஸ். கே. நாயர் மற்றும் என். வெங்கடராவ்.

இந்த ஆய்வில், இரண்டு அல்லது மூன்று திராவிடமொழிகளுக்குப் பொதுவான சுமார் ஐந்நூறு பழமொழிகள் கண்டறியப்பட்டன, 'தென்மொழிகளில் பழமொழிகள்' என்ற தலைப்பில் நூலாக வெளியிடப்பட்டன.

அகரவரிசைப்படி தொகுக்கப்பட்டுள்ள இந்நூல் ஒரு புதுமையான வாசிப்பு அனுபவத்தை வழங்குகிறது. நாம் நன்கறிந்த ஒரே பழமொழியை வெவ்வேறு மொழிகளில் வெவ்வேறுவிதமாகப் படித்துப்பார்க்கலாம், ஒப்பிட்டுப்பார்க்கலாம், இவற்றுள் சிறு வேறுபாடுகள் இருந்தாலும் கருத்தும் சொற்களும் பெருமளவு ஒத்துப்போவதை எண்ணி வியக்கலாம்.

இதேபோல் இந்திய மொழிகள் அனைத்திலும், அவ்வளவு ஏன், பல உலக மொழிகளைக்கூட எடுத்துக்கொண்டு ஆராய்வதற்கு இடமிருக்கிறது. ஏனெனில், பழமொழிகள் காலம் கடந்தவை மட்டுமில்லை, மொழி, பண்பாடு கடந்து அனைவருக்கும் பொருந்துகின்ற உண்மைகளும்கூட!

★★★

30. எடிட்டிங், அடிட்டிங்

துமிலன் அவர்களுடைய புகழ்பெற்ற கட்டுரையொன்றின் தலைப்பு: எடிட்டிங்கா, அடிட்டிங்கா?

எடிட்டிங் என்ற ஆங்கிலச்சொல்லை நாம் அறிவோம். படைப்புகளைப் பதிப்பிக்குமுன் சீர்திருத்துதல், பிழைகளைச் சரிசெய்தல், பதிப்பின் தேவைக்கேற்பச் சுருக்குதல் போன்றவற்றை அது குறிக்கிறது. அப்படியானால், 'அடிட்டிங்' என்பது என்ன?

படைப்பிலிருக்கும் வரிகளை அடித்து (எழுத்துகளுக்கு நடுவில் கோடிட்டு) நீக்குவதைத்தான் 'அடிட்டிங்' என்று நகைச்சுவையாகக் குறிப்பிடுகிறார் துமிலன். அந்தக்காலத்தில் இதற்கு நீலப் பென்சிலைப் பயன்படுத்துவார்களாம். ஒரு படைப்பிலிருந்து பல வரிகள் நீக்கப்பட்டிருந்தால், 'நீலப் பென்சில் நன்கு தாராளமாகப் பயன்படுத்தப்பட்டிருக்கிறது' என்று சொல்வார்களாம்.

இன்றைக்கு நீலப் பென்சில்கள் அவ்வளவாகப் பயன்பாட்டில் இல்லை. ஆனால், 'அடிட்டிங்' இன்னும் நடைபெற்றுக்கொண்டுதான் இருக்கிறது, ஒரே வேறுபாடு, காகிதத்துக்குப்பதிலாக அது கணினியில் நிகழ்கிறது.

நாளிதழ்களில், வார இதழ்களில், இணைய இதழ்களில் நாம் படிக்கிற கட்டுரைகள் வெவ்வேறு ஆசிரியர்களால் எழுதப்படுகின்றன; ஆனால், அவர்கள் எழுதியதை நாம் அப்படியே படிப்பதில்லை, நடுவில் ஒரு பதிப்பாசிரியர் அவற்றை எடிட்டிங் அல்லது அடிட்டிங் செய்திருக்கிறார். அவரால் திருத்தப்பட்ட வடிவத்தைதான் நாம் படிக்கிறோம்.

எடிட்டிங்கும் அடிட்டிங்கும் எதற்காக?

படைப்பூக்கம் கொண்டவர்கள், ஒரு குறிப்பிட்ட தலைப்பில் நல்ல திறமையுள்ளவர்கள் அனைவரும் சிறந்த மொழித்திறனோடு இருப்பார்கள் என்று சொல்ல இயலாது; அப்படியே இருந்தாலும், அந்தப் படைப்பில் அவர்கள் மூழ்கியிருக்கிற காரணத்தால் தங்களையும் அறியாமல் சில பிழைகளைச் செய்யக்கூடும்; ஆகவே, பதிப்பிக்குமுன் இன்னொருவர் அவற்றைக் கவனித்துத் திருத்துவது நல்லது.

ஆங்கிலத்தில் இதை *'extra pair of eyes'* என்கிறார்கள். அதாவது, படைப்பை எழுதியவருடைய இரு கண்கள்மட்டும் அந்தப் படைப்பைப் பார்த்தால் போதாது, இன்னொருவருடைய கண்களும் காணவேண்டும், வேறொரு கோணத்திலிருந்து அதைப் பார்த்துத் திருத்தவேண்டும், தேவையற்ற பகுதிகளைக் குறைக்கவேண்டும், எழுத்தைச் செம்மையாக்கவேண்டும், அப்போதுதான் அது இன்னும் சிறப்பாக வாசகர்களைச் சென்றுசேரும்.

ஒரு படைப்பைத் திருத்துகின்ற பதிப்பாசிரியர் எதிலெல்லாம் கவனம் செலுத்தவேண்டும் என்று அ. விநாயமூர்த்தி இவ்வாறு பட்டியலிடுகிறார்: எழுத்துப்பிழை, இலக்கணப்பிழை, சொற்றொடர்ப்பிழை, செய்தியை வழங்கும் முறையிலுள்ள பிழை, அடிப்படைக் கருத்துப்பிழை ஆகியவற்றைத் திருத்தவேண்டும், தகவல்கள் தவறாகக் குறிப்பிடப்பட்டிருந்தால், அல்லது விடப்பட்டிருந்தால் அவற்றைச் சேர்க்கவேண்டும், பொருந்தாத, போலியான கருத்துகளை நீக்கவேண்டும், அப்படைப்பின் நடை தெளிவாகவும் சுவையாகவும் சுருக்கமாகவும் உள்ளதா என்று பார்க்கவேண்டும்.

அதேசமயம், அந்தப் படைப்பை எழுதியவருக்கும் சில பொறுப்புகள் உண்டு: பதிப்பாசிரியருக்குக் கூடுதல் வேலை வைக்காமல் தானே தன்னுடைய படைப்புக்குப் பதிப்பாசிரியராகச் செயல்படலாம்; எழுதியதை ஓரிருமுறை வாசித்துப்பார்த்துப் பிழைகளைக் கண்டறிந்து திருத்தலாம்; அதன்மூலம், வருங்காலத்தில் எழுதுகின்ற படைப்புகளைப் பிழையின்றி எழுதும் திறனைப் பெறலாம்.

படைப்பாளி உயர்ந்தவர்தான்; அதேசமயம், அப்படைப்பை வாசிக்கிறவர் அவரைவிட உயர்ந்தவர்; அந்த வாசகருடைய பார்வையிலிருந்து பார்த்துப் படைப்பைச் செழுமைப்படுத்தத் தெரிந்துகொண்டால், எடிட்டிங்குக்கும் அடிட்டிங்குக்கும் வேலை குறையும், தங்களைப் புரிந்துகொண்டு எழுதுகிற அந்தப் படைப்பாளியை வாசகர்கள் கொண்டாடுவார்கள், அவருடைய படைப்பு இன்னும் கூடுதலானவர்களைச் சென்றுசேரும்.

★★★

31. நாட்டுடைமை நூல்கள்

நீங்கள் ஒரு பதிப்பகம் தொடங்குகிறீர்கள். அதில் ஒரு குறிப்பிட்ட எழுத்தாளரின் நூலை வெளியிட விரும்புகிறீர்கள். அதற்கு நீங்கள் என்ன செய்யவேண்டும்?

முதலில், அந்த எழுத்தாளரையோ அவருடைய சட்டப்பூர்வமான பிரதிநிதியையோ தொடர்புகொள்ளவேண்டும், அவருடைய நூலை வெளியிடுவதற்கு அனுமதி பெறவேண்டும், அதை ஒப்பந்தமாக எழுதி இருவரும் கையெழுத்திடவேண்டும், அதன்பிறகுதான் நீங்கள் அவருடைய நூலை வெளியிட இயலும்.

நூல் வெளியிடப்பட்டபிறகும் உங்களுக்குக் கூடுதல் பொறுப்புகள் உண்டு. நூலின் விற்பனையைக் கணக்கிட்டு அதில் நூலாசிரியருக்குச் சேரவேண்டிய மதிப்பூதியத் தொகையைச் செலுத்தவேண்டும், ஒப்பந்தக் காலம் நிறைவடைந்தபிறகு அதைப் புதுப்பிக்கவேண்டும்... இப்படி இன்னும் பலப்பல கடமைகள்.

ஆனால், அதே பதிப்பகத்தின் சார்பில் நீங்கள் கல்கியின் பொன்னியின் செல்வனை வெளியிட விரும்புகிறீர்கள் என்று வைத்துக்கொள்வோம். அதற்கு நீங்கள் யாரிடமும் அனுமதி

பெறவேண்டியதில்லை, ஒப்பந்தம் செய்யவேண்டியதில்லை, நூலாசிரியருக்கு மதிப்பூதியம் வழங்கவேண்டியதில்லை. காரணம், கல்கியின் படைப்புகள் நாட்டுடைமை ஆகிவிட்டன.

அதென்ன 'நாட்டுடைமை'?

உடைமை என்றால், ஒருவருக்குச் சொந்தமானது என்று பொருள். 'நாட்டுடைமை' என்றால், நாட்டுக்குச் சொந்தமானது என்று பொருள். அறிவுச்செல்வம் எல்லாருக்கும் செல்லவேண்டும் என்ற நோக்கத்துடன், பல படைப்பாளிகளின் நூல்களை அரசு அவ்வப்போது நாட்டுடைமை ஆக்குகிறது. இதன் பொருள், அந்த நூல்கள் அந்தப் படைப்பாளிகளுக்கும் அவர்களுடைய குடும்பத்தினருக்கும் மட்டும் சொந்தமில்லை, மொத்த நாட்டுக்கும் சொந்தம், யார் வேண்டுமானாலும் அவற்றைப் பதிப்பிக்கலாம், வெளியிடலாம், விற்கலாம். இதன்மூலம், அறிவுப் படைப்புகள் பெரும் எண்ணிக்கையிலானவர்களுக்குச் சென்றுசேரும்.

ஆனால், இதனால் படைப்பாளிகளுக்குப் பொருளிழப்பு ஏற்படாதா?

நாட்டுடைமையாக்கப்படும் படைப்புகளுக்காக அரசு அந்தப் படைப்பாளிகளுக்கு அல்லது அவர்களுடைய குடும்பத்தினருக்கு ஒரு மதிப்புத்தொகையை வழங்குகிறது. அந்தச் சிறந்த படைப்புகளுடன் ஒப்பிடும்போது இந்தத் தொகை அளவில் சிறியதாகதான் இருக்கும், எனினும், அதைப் பெரிய மனத்துடன் ஏற்றுக்கொண்டு தங்கள் அறிவை அனைவருக்கும் பொதுவாகத் திறந்துவைக்கிறார்கள் அவர்கள்.

எடுத்துக்காட்டாக, தமிழில் நாட்டுடைமையாக்கப்பட்ட படைப்பாளர்கள் சிலர்: கல்கி, சுரதா, நா. பார்த்தசாரதி, அ. ச. ஞானசம்பந்தன், உடுமலை நாராயணகவி, ராஜம் கிருஷ்ணன், அழ. வள்ளியப்பா. இதேபோல் மற்ற மொழிகளிலும் படைப்புகளை நாட்டுடைமையாக்கும் வழக்கம் உள்ளது.

இப்படி அரசே முன்வந்து நாட்டுடைமையாக்கும் படைப்புகள் ஒருபுறமிருக்க, தானே நாட்டுடைமையாகும் படைப்புகளும்

உள்ளன. அதாவது, இந்தியக் காப்புரிமைச் சட்டம் 1957ன்படி ஓர் எழுத்தாளர் மறைந்து 60 ஆண்டுகளுக்குப்பிறகு அவருடைய வாழ்நாளில் வெளியான படைப்புகள் அனைத்தும் நாட்டுடைமை ஆகிவிடுகின்றன.

நாட்டுடைமையான படைப்புகளைப் பல பதிப்பாளர்கள் அச்சிடுகிறார்கள், அவை மின்னூல்களாக, அச்சு நூல்களாகவும் வெளியிடப்படுகின்றன, இணையத்தில் இலவசமாகவும் கிடைக்கின்றன, ஒரு நூலைப் பெரும்பான்மை மக்களுக்கு எளிதில் கொண்டுசென்று அனைவருக்கும் பலன் கிடைக்கச்செய்வதற்கான ஒரு சிறந்த உத்தியாக இந்த நாட்டுடைமையாக்கல் அமைகிறது.

★★★

32. வாசிப்பை இனிமையாக்கும் இணைய வாசகர் குழுக்கள்

நூலகங்களை நாம் இருவிதமாகப் பயன்படுத்திக்கொள்ளலாம்: *Self-service* எனப்படும் 'நமக்கு நாமே' முறையில், அல்லது, நூலகருடைய வழிகாட்டுதலின் அடிப்படையில்.

'நமக்கு நாமே' திட்டத்தை நம்புகிறவர்கள் தாங்களே புத்தக அடுக்குகளை ஆராய்ந்து தங்களுக்குப் பிடித்த நூல்களைத் தேர்ந்தெடுப்பார்கள், அங்கேயே சிறிது புரட்டிப்பார்த்து ஓரிரு பக்கங்களைப் படிப்பார்கள், பிடித்திருந்தால் அதை எடுத்துக்கொள்வார்கள், இல்லாவிட்டால், மீண்டும் அலமாரியில் வைத்துவிட்டு வேறொரு நூலைத் தேடுவார்கள்.

இரண்டாம் வகையினர் அவ்வளவு சிரமப்படுவதில்லை. நேராக நூலகரிடம் சென்று, 'எனக்கு இந்தமாதிரி புத்தகங்கள் வேண்டும், நீங்களே பரிந்துரையுங்கள்' என்று கேட்பார்கள், அல்லது, அவர்களை முன்பே அறிந்த நூலகர் தானே ஒரு நல்ல நூலை எடுத்துத் தந்துவிடுவார்.

ஆனால் இதற்கு, அந்த நூலகர் தன்னுடைய நூலகத்திலிருக்கிற எல்லா நூல்களையும் நன்கு அறிந்திருக்கவேண்டும்.

அப்போதுதான் அவரால் யாருக்கு எந்த நூல் பொருத்தம் என்று சரியாகத் தேர்ந்தெடுத்துப் பரிந்துரைக்க இயலும்.

இன்றைக்கு, நூற்றுக்கணக்கான புதிய நூல்கள் நாள்தோறும் வெளியாகிக்கொண்டிருக்கின்றன, பழைய நூல்களும் லட்சக்கணக்கில் குவிந்திருக்கின்றன, இந்தச் சூழ்நிலையில் எந்த ஒரு நூலகராலும் இந்தப் பரிந்துரைத்தல் பணியை முழுமையாகச் செய்ய இயலாது என்பதுதான் எதார்த்தம். இதனால், வாசகர்கள் தாங்களே எல்லா நூல்களைப்பற்றியும் அறிந்துகொண்டு தங்களுக்கு ஏற்றதைத் தேர்ந்தெடுக்கும் கட்டாயம் உண்டாகிறது.

வழக்கம்போல், இந்தப் பிரச்னையையும் இணையம் தீர்த்துவைக்கிறது. இணையத்தில் சிறியதும் பெரியதுமாகப் பல்லாயிரம் 'வாசகர் குழு'க்கள் உருவாக்கப்பட்டுள்ளன. பொதுவான நூல் வாசிப்பில் தொடங்கி ஒரு குறிப்பிட்ட தலைப்பில் வாசிப்போர், ஒரு குறிப்பிட்ட மொழியை வாசிப்போர், ஒரு குறிப்பிட்ட எழுத்தாளரை வாசிப்போர் என்று விதவிதமான அடிப்படையில் இவர்கள் ஒன்றுகூடுகிறார்கள், நூல் வாசிப்பைப்பற்றிய தகவல்களைப் பகிர்ந்துகொள்கிறார்கள், உலகின் வெவ்வேறு பகுதிகளில் இருந்தபடி பிறருக்கு நல்ல நூல்களைப் பரிந்துரைத்து உதவுகிறார்கள்.

இணைய வாசகர் குழுக்களில் என்னவெல்லாம் நடக்கிறது?

முதலில், வாசகர்கள் ஒருவரையொருவர் அறிந்துகொள்கிறார்கள். பிறகு, தாங்கள் படித்த நூல்களைப்பற்றிய விமர்சனங்களை எழுதுகிறார்கள் அல்லது வீடியோ பதிவுகளாக வெளியிடுகிறார்கள், நூலைப்பற்றிய பிறருடைய கேள்விகளுக்குப் பதிலளிக்கிறார்கள். அவை எங்கு கிடைக்கின்றன என்பதற்கான முகவரி, இணையத்தளம், தொலைபேசித் தகவல்களை அளிக்கிறார்கள். புதிய நூல்கள் வெளியாகும் அறிவிப்புகள், அவற்றின் விலைக் குறைப்புத் தகவல்கள் போன்றவற்றை அவ்வப்போது பதிவுசெய்து பலருக்கும் உதவுகிறார்கள். சிறப்பு நாட்களில் வாசிப்புத் திருவிழா, அல்லது ஒரு குறிப்பிட்ட நூல் அல்லது ஆசிரியரைப்பற்றிய வீடியோ, ஆடியோ உரைகள்

போன்றவற்றுக்கு ஏற்பாடு செய்கிறார்கள். சுருக்கமாகச் சொல்வதென்றால், வாசிப்பைக் கொண்டாடுகிறார்கள், புதிதாகப் படிக்க வருகிறவர்களுக்கு மேலும் ஆர்வத்தை உண்டாக்குகிறார்கள்.

முக்கியமான விஷயம், இவை அனைத்தும் தன்னார்வத்தின் அடிப்படையில் செய்யப்படுகிறவை. நூலின் ஆசிரியரோ பதிப்பாளரோ அவ்வப்போது இந்த உரையாடலில் பங்குபெற்றாலும், பெரும்பாலும் வாசகர்கள் விரும்பிப் பேசுவதுதான் இந்தக் குழுக்களின் இயல்பு. ஆகவே, இவற்றுக்கு ஒரு நம்பகத்தன்மை கிடைக்கிறது.

GoodReads போன்ற தனித்தளங்களில் தொடங்கி, ஃபேஸ்புக், வாட்ஸாப், கூகுள் குழுக்கள் என்று பல இடங்களில் இவ்வகைக் குழுக்களைக் காண இயலுகிறது, நூற்றுக்கணக்கானோர், ஆயிரக்கணக்கானோர் இவற்றில் உறுப்பினர்களாக உள்ளார்கள், நாள்தோறும் ஆர்வத்துடன் உரையாடுகிறார்கள்.

நீங்களும் இந்த உரையாடலில் பங்கு பெற விரும்பினால், உங்களுக்கு ஆர்வமுள்ள தலைப்புகளில் குழுவாகச் சேர்ந்திருப்போரைத் தேடிக் கண்டுபிடியுங்கள், அவர்கள் சமீபத்தில் என்னவெல்லாம் பேசியிருக்கிறார்கள் என்று கவனியுங்கள், அது உங்களுக்குப் பிடித்திருந்தால், குழுவில் சேர்ந்து பயன்பெறுங்கள், பங்களியுங்கள், ஒத்த மனம் கொண்ட வாசகர்களுடன் பேசுகிற சுகத்தை அனுபவியுங்கள்!

★★★

33. தமிழர் கோபுரம்

தமிழக அரசின் சின்னத்தில் ஒரு கோயில் கோபுரம் இடம் பெற்றிருப்பது எல்லாருக்கும் தெரியும். ஆனால், அந்தக் கோபுரத்துக்குப் பின்னணியில் ஒரு சுவையான கதை உண்டு என்பது தெரியுமா?

இந்தியா விடுதலை பெற்ற காலகட்டத்தில், அன்றைய சென்னை மாகாணத்துக்கு ஒரு சின்னம் வேண்டும் என்கிற கோரிக்கை எழுந்தது. அப்போதைய முதல்வர் ஓமந்தூர் பி. இராமசாமி அவர்கள் இதுபற்றி 'ரசிகமணி' டி.கே.சி.அவர்களிடம் பேசினார், 'தமிழ்ப் பண்பாட்டையும் சமூகத்தையும் நன்றாகப் பிரதிபலிக்கும்வண்ணம் ஓர் அரசாங்கச் சின்னத்தை வடிவமைக்க விரும்புகிறேன், நீங்கள் என்ன நினைக்கிறீர்கள்?'

'கண்டிப்பாகச் செய்யலாம்' என்றார் டி.கே.சி., 'என்னைப் பொறுத்தவரை, நம்முடைய கலை, பண்பாட்டை முழுமையாக வெளிப்படுத்தும் சின்னம், கோயில் கோபுரம்தான்.'

இந்த யோசனை ஓமந்தூராருக்கும் பிடித்திருந்தது. ஆகவே, கோயில் கோபுரத்தை அடிப்படையாகக் கொண்டு ஓர் அரசாங்கச் சின்னத்தை உருவாக்கும் பணிகள் தொடங்கின.

ஆனால், வேறு சிலர் இந்த யோசனையை விரும்பவில்லை, அவர்கள் அப்போதைய பிரதமராகிய ஜவகர்லால் நேருவுக்குக் கடிதம் எழுதினார்கள், 'கோபுரம் என்பது ஒரு குறிப்பிட்ட மதத்தின் சின்னம், ஆகவே, அதை அரசாங்கச் சின்னமாகத் தேர்ந்தெடுக்கக்கூடாது, மதச்சார்பற்ற இந்திய அரசாங்கம் இதை அனுமதிக்கக்கூடாது' என்றார்கள். இதுபற்றி ஓமந்தூராரிடம் விளக்கம் கேட்டார் நேரு.

ஓமந்தூரார் உடனடியாக நேருவுக்குப் பதில் எழுதினார், 'கோபுரம் என்பது மதச் சின்னம் இல்லை, இந்த மாநிலத்தின் தனிச்சிறப்பாக விளங்கும் திராவிடர் கட்டடக் கலையின் அடையாளம்.'

இந்த விளக்கத்துடன் அவர் நிறுத்திவிடவில்லை. காந்தியடிகளுடைய நண்பரான சி. எஃப். ஆண்ட்ரூஸ் என்பவருடைய ஆதரவுடன் திருப்பத்தூரில் கோபுரத்துடன் ஒரு கிறித்துவத் தேவாலயம் கட்டப்பட்டிருப்பதைச் சுட்டிக்காட்டினார், அதன்மூலம், கோபுரம் என்பது ஒரு மதத்துக்குமட்டும் சொந்தமான அடையாளம் இல்லை என்று நிறுவினார், அதை அரசாங்கச் சின்னமாகத் தேர்ந்தெடுப்பதில் எந்தத் தவறும் இல்லை என்று வலியுறுத்தினார். 'சோமலெ' எழுதிய 'விவசாய முதலமைச்சர்' என்ற நூலில் இந்தத் தகவல்கள் விரிவாக இடம்பெற்றுள்ளன.

அது சரி, தமிழக அரசின் சின்னத்தில் இடம்பெற்றுள்ள அந்தக் கம்பீரமான கோபுரம் எந்தக் கோயிலைச் சேர்ந்தது?

டி.கே.சி.யின் தாயும் மனைவியும் திருவில்லிபுத்தூரைச் சேர்ந்தவர்கள். ஆகவே, ஓமந்தூராரிடம், 'சென்னை மாகாணத்தின் சின்னத்தில் ஒரு கோயில் கோபுரத்தை இடம்பெறச் செய்யலாம்' என்று டி.கே.சி. ஆலோசனை தெரிவித்தபோது, திருவில்லிபுத்தூர் கோபுரம்தான் அவருடைய மனத்தில் இருந்தது.

ஆனால், அந்தச் சின்னத்தை வடிவமைத்த ஆர். கிருஷ்ணா ராவ் மதுரையைச் சேர்ந்தவர். ஆகவே, மதுரை மீனாட்சி கோயில்

கோபுரத்தை மனத்தில் வைத்துதான் அந்தக் கோபுரத்தை வரைந்ததாக அவர் தெரிவிக்கிறார்.

உண்மையில், திருவில்லிபுத்தூரா மதுரையா என்கிற ஆராய்ச்சி பொருளற்றது, தமிழர்களுடைய கலை, பண்பாட்டின் அடையாளமாகத் திகழும் அந்தக் கோபுரம் ஒட்டுமொத்தத் தமிழ்நாட்டுக்கும் சொந்தமானது என்றுதான் நாம் எடுத்துக்கொள்ளவேண்டும், அதுதான் வரலாற்று நோக்கிலும் பொருத்தமாக இருக்கும்!

★★★

34. குழந்தைக் கவிஞர் மொழிபெயர்த்த வெளிநாட்டு விடுகதைகள்

குழந்தைக் கவிஞர் அழ.வள்ளியப்பா சிறந்த எழுத்தாளர், பல அருமையான கதைகள், பாடல்கள், கட்டுரைகளை எழுதியுள்ளார், அவருடைய நூல்கள் பல மொழிகளில் மொழிபெயர்க்கப்பட்டுள்ளன, அவற்றைச் சிறுவர்கள்மட்டுமின்றிப் பெரியவர்களும் வாசித்து மகிழ்வார்கள்.

ஆனால், அழ. வள்ளியப்பா வீட்டில் உள்ள குழந்தைகளோ அவரைவிடப் பெரிய அறிவாளிகள், அப்பேர்ப்பட்ட எழுத்தாளரையே விடுகதை சொல்லி விழிக்கவைத்துவிடுவார்கள். 'பதில் தெரியலையே' என்று அவர் அப்பாவியாகச் சொல்லும் போது, விடையைச் சொல்லிக் கலகலவென்று சிரிப்பார்கள்.

ஒருநாள், அழ. வள்ளியப்பா நூல்நிலையத்துக்குச் சென்றிருந்தார். அங்கு அவர் ஒரு புத்தகத்தைப் பார்த்தார். சுமார் 90 நாடுகளைச் சேர்ந்த நூற்றுக்கணக்கான விடுகதைகளை *Carl Withers, Sula Benet* என்ற இருவரும் *'Riddles Of Many Lands'* என்ற பெயரில் தொகுத்திருந்த புத்தகம்தான் அது.

1956ல் வெளியான அந்தப் புத்தகத்தைக் கண்டதும் அழ.வள்ளியப்பாவுக்கு மிகுந்த மகிழ்ச்சி, 'அடிக்கடி விடுகதைகளைச் சொல்லி நம்மை விழிக்கவைக்கிற நம் வீட்டுக் குழந்தைகளை இந்த வெளிநாட்டு விடுகதைகளின்மூலம் மடக்கிவிடலாம்' என்று நினைத்தார், அந்தப் புத்தகத்தை எடுத்துக்கொண்டு வீட்டுக்கு வந்தார்.

ஆனால், அதுவோ ஆங்கிலப் புத்தகம், அதிலுள்ள விடுகதைகள் எல்லாக் குழந்தைகளுக்கும் புரியாதே.

ஆகவே, வீட்டுக்கு வரும் வழியிலேயே அவர் அந்தப் புத்தகத்திலிருந்த சில விடுகதைகளைத் தமிழ்ப்படுத்திவிட்டார். அதாவது, விடுகதைகளின் மையக் கருத்துகளை அப்படியே வைத்துக்கொண்டு, அவற்றைத் தமிழ்ச் சூழலுக்கு ஏற்றபடி பாடல்களாக மாற்றிவிட்டார்.

இப்படி அழ. வள்ளியப்பா மொழிபெயர்த்த பாடல்களைக் குழந்தைகள் மிகவும் ரசித்தார்கள். சில விடுகதைகளை உடனே விடுவித்தார்கள், சிலவற்றைக் கஷ்டப்பட்டு விடுவித்தார்கள், மொத்தத்தில் எல்லாருக்கும் மிகுந்த மகிழ்ச்சி.

அதனால், நாள்தோறும் மாலை நேரத்தில் அந்தப் புத்தகத்திலிருந்து புதுப்புது விடுகதைகளை மொழிபெயர்த்துச் சொல்லத் தொடங்கினார் அழ. வள்ளியப்பா. இப்படியே நூறுக்கும் மேற்பட்ட விடுகதைகளை அவர் மொழிபெயர்த்துவிட்டார்.

அழ. வள்ளியப்பா மொழிபெயர்த்த இந்த விடுகதைகள் அவருடைய வீட்டுக் குழந்தைகளிடமிருந்து இன்னும் பல வீடுகளுக்குப் பரவின, எல்லாரும் இந்த விடுகதைகளை மிகவும் ரசித்தார்கள்.

இவ்வாறு மொழிபெயர்க்க மொழிபெயர்க்க, பிற நாட்டு விடுகதைகளின்மீது அழ. வள்ளியப்பாவுக்கு மிகுந்த ஆர்வம் பிறந்தது. ஈரான், தாய்லாந்து, பர்மா, இலங்கை, மலேசியா ஆகிய நாடுகளைச் சேர்ந்த தன்னுடைய நண்பர்களைத் தொடர்பு கொண்டார், அந்நாட்டு விடுகதைகளையும் வரவழைத்துப் படித்து மகிழ்ந்தார்.

இப்படி அழ. வள்ளியப்பா தொகுத்த பன்னாட்டு விடுகதைகள் அனைத்தும் *1962*ல் 'வெளிநாட்டு விடுகதைகள்' என்ற பெயரில் நூல்வடிவம் பெற்றன. அந்நூலின் பின் அட்டையில் அழ. வள்ளியப்பா இவ்வாறு குறிப்பிட்டிருந்தார்: 'இந்தப் புத்தகத்திலுள்ள அத்தனை விடுகதைகளுக்கும் சரியான விடை கூறவேண்டும். அப்போதுதான் உண்மையிலேயே நீங்கள் கெட்டிக்காரர்கள்.'

உங்களுக்கும் கெட்டிக்காரர் ஆக ஆசையா? இதோ, 'வெளிநாட்டு விடுகதைகள்' நூலிலிருந்து சில விடுகதைகள், இவற்றை விடுவித்துக் கெட்டிக்காரராகுங்கள்:

1

வெள்ளை வெள்ளை நாற்காலி,
மேலும் கீழும் நாற்காலி,
நடுவே ஆடுவாள் சிங்காரி.

(இத்தாலி விடுகதை)

2

கூரை வீட்டைப் பிரித்தால்
ஓட்டு வீடு,
ஓட்டு வீட்டைப் பிரித்தால்
வெள்ளை மாளிகை,
உள்ளே குளம்.

(போர்ச்சுகல் விடுகதை)

3

சின்னப் பையன் வந்தான்,
திருடன் ஓடிப் போனான்.

(ஹாலந்து விடுகதை)

4

வீட்டுக்கு வந்த

விருந்தாளியைக்
குனிந்து குனிந்து கும்பிடும்
கோழி எது?

(சீன விடுகதை)

விடைகள்:

1. பற்கள், நாக்கு
2. தேங்காய்
3. விளக்கு, இருள்
4. தேநீர்க் கெட்டில்

★★★

35. கவியரங்கங்கள்

கவிதைகளை எழுத்தாகப் படிப்பது ஒரு சுவை என்றால், ஒருவர் ஏற்ற இறக்கத்தோடு, சரியான உணர்ச்சிகளோடு படித்துக்காட்டக் கேட்பது இன்னொரு சுவை. அதிலும் குறிப்பாக, அந்தக் கவிதையை எழுதியவரே அதைப் படிக்கிறார் என்றால் இன்னும் இனிமைதான்.

அதனால்தான், 'கவியரங்கங்கள்' எனப்படும் சிறப்பு நிகழ்ச்சிகளுக்குத் தமிழ் ரசிகர்களிடையே மிகுந்த வரவேற்பு இருக்கிறது, ஒரே இடத்தில் பல கவிஞர்களுடைய கவிதைகளைக் கேட்டு ரசித்துக் கைதட்டுகிறார்கள்.

'1968முதல் 1975வரை கவியரங்கின் பொற்காலம்' என்கிறார் கவிஞர் முருகு சுந்தரம். அப்போதெல்லாம் கவியரங்கங்களுக்கு கவியரங்கங்களுக்கு ரசிகர்கள் கூட்டம் நிரம்பி வழியுமாம், ஆங்கில நாளேடுகள் தலையங்கம் எழுதும் அளவுக்குத் தமிழகக் கவியரங்கங்கள் புகழ் பெற்றிருந்தனவாம்.

பெரும்பாலான கவியரங்கங்கள் ஒரு பொதுத்தலைப்புடன் நடத்தப்படுகின்றன. பல்வேறு கவிஞர்கள் அந்தத் தலைப்பைச் சார்ந்த கவிதைகளை எழுதிப் படிக்கிறார்கள்.

எடுத்துக்காட்டாக, ‘சுற்றுச்சூழல்’ என்ற தலைப்பில் ஒரு கவியரங்கம் நடக்கலாம். அதில் கலந்துகொள்ளும் கவிஞர்கள் சுற்றுச்சூழல் பாதுகாப்பு, விழிப்புணர்வுபற்றிய கவிதைகளைப் படிக்கலாம்.

சில நேரங்களில், இந்தப் பொதுத்தலைப்பு பல சிறு தலைப்புகளாகப் பிரிக்கப்படுகிறது. ஒவ்வொரு கவிஞரும் ஒவ்வொரு துணைத்தலைப்பில் கவிதைகளை வாசிப்பார்கள்.

எடுத்துக்காட்டாக, ‘சுற்றுச்சூழல்’ என்ற தலைப்பில் அமையும் கவியரங்கத்தில் ஒரு கவிஞர் காற்று மாசுபற்றிக் கவிதை படிக்கலாம், இன்னொரு கவிஞர் நீர் மாசுபற்றிக் கவிதை படிக்கலாம், இதேபோல் ஒவ்வொருவருக்கும் ஒவ்வொரு துணைத்தலைப்பு வழங்கப்படலாம்.

கவியரங்கங்களுக்கு மூத்த கவிஞர் ஒருவர் தலைவராக இயங்குவார். தன்னுடைய தலைமையுரையையும் அவர் கவிதையாகவே வழங்குவார், ஒவ்வொரு கவிஞரையும் கவிதையில் அறிமுகப்படுத்தி வரவேற்பார், தொகுப்புரை, நிறைவுரை, நன்றியுரையைக்கூடக் கவிதையாகவே வழங்குகிறவர்கள் உண்டு.

கலை, இலக்கிய விழாக்களில் நடைபெறும் மேடைக் கவியரங்கங்களைப்போலவே, வானொலி, தொலைக்காட்சிக் கவியரங்கங்களும் தமிழகத்தில் நன்கு புகழ் பெற்றுள்ளன. உவமைக் கவிஞர் சுரதா விமானக் கவியரங்கம், கப்பல் கவியரங்கம், படகுக் கவியரங்கம், குதிரைமீது கவியரங்கம், வண்டிக் கவியரங்கம் என்று பலவிதமான புதுமை முயற்சிகளைச் செய்ததாக வெள்ளையாம்பட்டு சுந்தரம் எழுதுகிறார்.

நகரங்களில் மட்டுமில்லை, சிறிய ஊர்களிலும் கவியரங்கங்கள் நடைபெறுகின்றன, உள்ளூர்க் கவிஞர்கள் ஊக்குவிக்கப் படுகிறார்கள், பல புதிய கவிஞர்கள் உருவாகிறார்கள். ‘கவிதை உறவு’ என்ற அமைப்பினர் ‘கிராமம்தோறும் கவியரங்கம்’ என்ற தொடர் நிகழ்ச்சியின்மூலம் பல கிராமங்களுக்குச் சென்று கவியரங்கங்களை நடத்திவருவதாகக் கவிஞர் அண்ணா கண்ணன் சுட்டிக்காட்டுகிறார்.

இணையத்தின் வளர்ச்சியால் இப்போது யூட்யூப், ஃபேஸ்புக், ஜூம் போன்ற தளங்களிலும் கவியரங்கங்கள் நடக்கின்றன. புதிய, இளம் கவிஞர்களில் தொடங்கி மூத்த கவிஞர்கள்வரை பலரும் இவற்றில் பங்குபெறுகிறார்கள், கவியரங்கக் கவிதைகளைத் தொகுத்து நூலாக வெளியிடும் மரபும் இருக்கிறது.

கவியரங்கக் கவிதைகள் ஒரு தலைப்புக்காக எழுதப்படுவதாலும், ரசிகர்களுடைய உடனடிக் கைதட்டலைப் பெறும் நோக்கத்துடன் எழுதப்படும் வரிகள் அதில் கலக்கக்கூடும் என்பதாலும், அவற்றைத் தரக்குறைவாகக் கருதுகிறவர்கள் உண்டு. எனினும், பலவிதமான இலக்கியச் சுவைகளைக் கொண்ட தமிழில் கவியரங்கங்களும் ஒரு முக்கியப் பகுதிதான் என்பது உண்மை.

★★★

36. இலக்கியங்கள் வழங்கும் நல்லொழுக்கக் கல்வி

பொதுவாகப் பள்ளிகளில் என்னென்ன பாடங்கள் கற்பிக்கப்படுகின்றன என்று பார்த்தால், ஓரிரு மொழிப்பாடங்கள், கணக்கு, அறிவியல், சமூக அறிவியல், கணினித் தொழில்நுட்பம் என்று பட்டியல் நீள்கிறது. மாணவர்களுடைய வயது, ஆர்வத்தைப் பொறுத்து இந்தப் பாடங்களில் சிலவற்றை அவர்களுக்குக் கற்றுத்தருகிறார்கள்.

மேற்சொன்ன பாடங்கள் அனைத்தும் பலவிதமான அறிவுகளை வழங்குபவை. இவற்றைக் கற்றுக்கொள்கிறவர்கள் பின்னாட்களில் தங்களுடைய வாழ்க்கையிலும் பணியிலும் இந்தப் பாடங்களின் அம்சங்களைப் பயன்படுத்தலாம், நன்மை பெறலாம்.

எடுத்துக்காட்டாக, கடையில் பொருட்களை வாங்கும்போது சரியான தொகையைக் கணக்கிட்டுத் தருவதற்குக் கணக்குப் பாடம் உதவுகிறது, அலுவலகத்தில் ஒரு புதிய பொருளை வடிவமைப்பதென்றால் அறிவியல் அல்லது கணினித் தொழில்நுட்பப் பாடங்கள் தேவைப்படுகின்றன, பிறருடன் பேச்சு, எழுத்து ஆகிய வகையில் தொடர்புகொள்வதற்கு மொழிப் பாடங்கள் உதவுகின்றன.

இப்படிப் பயனுள்ள பல பாடங்களை நம்முடைய மாணவர்கள் கற்றாலும், இவை அனைத்துக்கும் அடிப்படையாக அமையும் இன்னொரு பாடம் இருக்கிறது. அதன் பெயர், 'நல்லொழுக்கம்'.

மொழி அறிவையோ கணக்கு, அறிவியல் அறிவையோ வரலாற்றுப் புரிந்துகொள்ளலையோ ஒருவர் நல்லவிதமாகவும் பயன்படுத்தலாம், தீயவிதமாகவும் பயன்படுத்தலாம், இதில் எந்த வழியில் செல்லவேண்டும், எது அவருக்கும் பிறருக்கும் சரி என்பதை உணர்த்துவதுதான் நல்லொழுக்கக் கல்வி. பெற்றோர், மூத்தவர்களை மதித்தல், பொய் பேசாதிருத்தல், திருடாதிருத்தல், பிறரை ஏமாற்றாமலிருத்தல், பிற உயிர்கள்மீது அன்பு செலுத்துதல், இயன்றவரை அனைவருக்கும் உதவுதல், பிறருடைய தன்மைகளை மதித்தல், வேறுபாடுகளைப் புரிந்துகொள்ளுதல், பிழைகளை மன்னித்தல் என்று பல சிறந்த அம்சங்கள் இந்தக் கல்வியின்மூலம் கற்றுத்தரப்படுகின்றன. இந்த ஒழுக்கப் பாடங்களை அறிவு சார்ந்த கல்வியோடு சேர்த்துப் பயன்படுத்தும்போது, ஒருவர் மிகச் சிறந்த மனிதராகிறார்.

முன்பெல்லாம், பள்ளியில் அறிவுப் பாடங்களோடு நல்லொழுக்கக் கல்வியும் கற்றுத்தரப்பட்டது. இதற்கென்று தனியே வகுப்புகள், பாடத்திட்டங்கள் உருவாக்கப்பட்டன, வாரந்தோறும் ஓரிரு மணி நேரங்களாவது மாணவர்கள் நல்லொழுக்கத்தைக் கற்றார்கள்.

இன்றைய அறிவு சார்ந்த உலகத்தில், நல்லொழுக்கத்தை ஒரு தனிப் பாடமாகக் கற்றுத்தருவது குறைந்துவிட்டது. அதற்காக, நல்லொழுக்கத்தைக் கற்கவேண்டிய தேவை குறைந்துவிட்டது என்று பொருளில்லை, சொல்லப்போனால், இந்த அவசர உலகத்தில்தான் நல்லொழுக்கத்தைக் கற்பதற்கான தேவை மிகுந்திருக்கிறது.

நல்லவேளையாக, நம்முடைய தமிழ் இலக்கியப் பாடத்தையே நல்லொழுக்கக் கல்வியாகவும் நாம் பயன்படுத்தலாம். திருக்குறள், ஆத்திசூடி போன்ற அற நூல்களைக் கற்கலாம், சிறுவர் பாடல்கள், கதைகள் சொல்லித்தரும் நீதிகளைப் படிக்கலாம், சிறுகதைகள், நாவல்களில் வருகிற பலவிதமான

மனிதர்களுடைய வாழ்க்கையிலிருந்து நல்லவை, கெட்டவற்றைக் கற்கலாம், அவர்களுடைய உரையாடல்களின்மூலம் சரி, தவறு ஆகியவற்றை எடை போடப் பழகலாம், சிறந்த மனிதர்களுடைய வாழ்க்கை வரலாறுகளைப் பயின்று பாடம் கற்கலாம்... இப்படி இன்னும் பல.

இலக்கியம் வெறுமனே பொழுதுபோக்கு இல்லை, அது நம்முடைய வாழ்க்கையைச் செழுமையாக்கக்கூடிய ஒரு கருவி, நன்கு படித்த ஒருவர் நன்கு சிந்திக்கக்கூடிய, சரியானவகையில் செயல்படக்கூடிய மனிதராக வளர்கிறார், ஒழுக்கம் அவருடைய வாழ்க்கையின் அடியோட்டமாகவே அமைந்துவிடுகிறது.

★★★

37. புத்தகச் சந்தா

பொதுவாக நாளிதழ்கள், வார இதழ்கள், மாத இதழ்கள் போன்றவற்றை இரண்டு முறைகளில் வாங்கலாம்: கடைக்குச் சென்று அந்தந்த இதழுக்குரிய விலையைமட்டும் கொடுத்து வாங்குவது, அல்லது, சந்தா செலுத்தி நாள்தோறும், வாரந்தோறும், மாதந்தோறும் அந்த இதழைப் பெற்றுக்கொள்வது.

இந்த இரண்டு முறைகளிலும் சில வசதிகள் உண்டு, சில சிரமங்களும் உண்டு.

எடுத்துக்காட்டாக, அவ்வப்போது வேண்டிய இதழ்களைப் பணம் தந்து வாங்கிக்கொள்ளும்போது, நமக்குத் தேவையானவற்றை மட்டும் வாங்கலாம், தேவையில்லாதவற்றை, அல்லது, ஆர்வமூட்டாத இதழ்களை விட்டுவிடலாம். சந்தா செலுத்தும்போது இந்த வசதி இல்லை, சந்தாத் தொகை தீரும்வரை ஒவ்வோர் இதழையும் வாங்கத்தான் வேண்டும்.

அதற்காகச் சந்தா முறை மோசமானது என்று பொருளில்லை. இதழ்களை ஒவ்வொன்றாக வாங்குவதால், ஒவ்வொரு முறையும் அதற்குச் சரியான தொகையைத் தேடுவதும், சில்லறை வாங்குவதும், கடைக்குச் சென்று இதழை வாங்கித் திரும்புவதும்

சிரமங்கள்தானே! ஒருவேளை, நம் விருப்பத்துக்குரிய இதழ் நம் பகுதியில் அல்லது நம் ஊரில் கிடைக்காவிட்டால் இன்னும் சிரமம்!

சந்தா செலுத்திவிட்டால் இந்தப் பிரச்னையெல்லாம் இல்லை. அவ்வப்போது இதழ்கள் நம் வீட்டுக்கே வந்துவிடும், உட்கார்ந்த இடத்தில் ஜம்மென்று படிக்கலாம்.

இதில் இன்னொரு நன்மை, கடையில் வாங்கும் இதழைவிடச் சந்தா இதழின் விலை ஓரளவு குறைவாக இருக்கும், சந்தா செலுத்துவோருக்கு இலவசப் பரிசுகளை வழங்கும் இதழ்களும் உண்டு. இதையெல்லாம் கூட்டிக்கழித்துப் பார்த்தால், சந்தா செலுத்துவோர் கணிசமான பணத்தை மிச்சப்படுத்தலாம்.

அதனால்தான், உலகம் முழுக்க, அநேகமாக எல்லா மொழிகளிலும் புகழ் பெற்ற இதழ்கள், சிற்றிதழ்கள், நடுத்தர இதழ்கள், தனிச்சுற்று இதழ்கள் என அனைத்துமே தனித் தனியாகவும் கிடைக்கின்றன, சந்தா வடிவிலும் கிடைக்கின்றன, வாசகர்கள் தங்களுக்கு வசதியான முறையில் அவற்றை வாங்கிக்கொள்ளலாம்.

ஒருவேளை, சந்தா முறை புத்தகங்களுக்கு வந்தால் எப்படி இருக்கும்!

அதாவது, ஓராண்டுக்கு உரிய புத்தகங்களுக்காக நீங்கள் ஒரு பதிப்பகத்துக்கு முன்கூட்டியே சந்தா செலுத்திவிடுகிறீர்கள். அதன்பிறகு, அவர்கள் ஒவ்வொரு புத்தகமாக வெளியிட்டு, உங்கள் வீட்டுக்கு அனுப்பிவைக்கிறார்கள். இதழ் சந்தாவுக்குப் பதில், புத்தகச் சந்தா.

யோசனை நன்றாகதான் இருக்கிறது, ஆனால் இது எதார்த்தத்தில் சாத்தியமாகுமா?

புத்தகங்களைச் சந்தா முறையில் வெளியிடுகிற முயற்சிகள் உலகம் முழுக்க நடைபெற்றிருக்கின்றன, நடைபெற்றுக் கொண்டிருக்கின்றன. நம்முடைய தமிழிலும் இதுபோன்ற முயற்சிகள் உண்டு.

எடுத்துக்காட்டாக, 1964-65ல் ‘வாசகர் வட்டம்’ என்ற அமைப்பினர் இப்படியொரு முயற்சியில் ஈடுபட்டார்கள். வாசகர்களிடம் ரூ. 25 சந்தா பெற்றுக்கொண்டு ஓராண்டுக்குச் சலுகை விலையில் தரமான நூல்களை வழங்கினார்கள்.

சமீபத்தில் (2017) ‘சிறுவாணி வாசகர் மையம்’ என்ற அமைப்பினர், தமிழில் ‘மாதம் ஒரு நூல்’ என்ற சந்தாத் திட்டத்தை அறிமுகப்படுத்தினார்கள். நான்காண்டுகளாகப் பல சிறந்த நூல்களை வெளியிட்டுவருகிறார்கள்.

புத்தகங்களை தனித்தனியாக வெளியிடுவதுடன் ஒப்பிடும்போது, இதுபோன்ற சந்தா முயற்சிகள் எண்ணிக்கையில் குறைவுதான். என்றாலும், புதுமையான இந்த யோசனைக்கும் வாசகர்களுடைய வரவேற்பு இருக்கிறது.

சந்தா முறையால் வாசகர்களுக்குக் குறைந்த விலையில் நல்ல நூல்கள் தொடர்ந்து கிடைக்கின்றன, பதிப்பகங்களுக்கும் இதில் நன்மைதான். போதுமான அளவு சந்தாதாரர்கள் கிடைத்து விட்டால், விற்பனை ஏற்றத்தாழ்வுகளைப்பற்றிக் கவலைப் படாமல் தரமான நூல்களை அடுத்தடுத்து வெளியிடலாம்.

★★★

38. ஐயமும் விளக்கமும்

ந.மு. வேங்கடசாமி நாட்டார் என்பவர் புகழ் பெற்ற தமிழறிஞர், ஆராய்ச்சியாளர். திருச்சியிலிருக்கும் கல்லூரியொன்றில் தமிழாசிரியராகப் பணிபுரிந்துவந்தார்.

அப்போது, வீ. உலகவூழியன் என்பவர் அவரிடம் தனி மாணாக்கராகப் பாடம் படித்துக்கொண்டிருந்தார். அதாவது, தன்னுடைய தனிப்பட்ட ஆர்வத்தின் அடிப்படையில், பள்ளி, கல்லூரிக்கு வெளியில் வேங்கடசாமி நாட்டாரிடம் தமிழ்ப்பாடம் கற்றார்.

இந்தத் தனிப் பயிற்சியின்போது, வேங்கடசாமி நாட்டார் பலவிதமான இலக்கிய, இலக்கணப் பாடங்களை நன்றாக விளக்குவார். அவை அனைத்தும் உலகவூழியனுக்குத் தெளிவாகப் புரிந்துவிடும். அதன்பிறகு, அந்தப் புரிந்துகொள்ளலின் அடிப்படையில் வேறு நூல்கள், பாடல்களைப் படிப்பார், அவற்றையும் விளங்கிக்கொள்வார்.

சில நேரங்களில், இந்தப் பாடல்களில் உலகவூழியனுக்குச் சில ஐயங்கள் தோன்றும், அவற்றைக் கேட்டுத் தெளிவுபெறுவதற்காகத் தன்னுடைய ஆசிரியரைத் தேடிச் செல்வார்.

ஆனால், வியப்பான விஷயம், ஆசிரியரை நெருங்கும்போது, அவருடைய ஐயம் தீர்ந்துவிடும். எதைக் கேட்க வந்தாரோ அது தெளிவாகப் புரிந்துவிடும். ஆகவே, பேசாமல் நிற்பார்.

ஆகவே, வேங்கடசாமி நாட்டார் தன்னுடைய மாணவரைப் பார்த்து, 'என்ன விஷயம்?' என்று கேட்பார்.

'ஓர் ஐயம் கேட்க வந்தேன் ஐயா' என்பார் உலகவூழியன்.

'அப்படியானால், கேட்கவேண்டியதுதானே, ஏன் தயக்கம்?'

'இப்போது ஐயம் இல்லை ஐயா, எல்லாம் விளங்கிவிட்டது.'

இதைக் கேட்டதும் வேங்கடசாமி நாட்டார் சிரித்துவிடுவார், தன் மனைவியை அழைத்து, 'இதோ பார், என்னுடைய மாணவனுக்குப் பைத்தியம் பிடித்துவிட்டது' என்று உலகவூழியனைச் செல்லமாகக் கிண்டலடிப்பார். அனைவரும் சிரித்து மகிழ்வார்கள்.

இந்த நிகழ்ச்சி ஒருமுறை, இருமுறை இல்லை, பலமுறை நடந்திருக்கிறது. ஒவ்வொருமுறையும் உலகவூழியனுக்கு ஐயம் எழுவதும், ஆசிரியரிடம் செல்வது, அவருடைய வீட்டுக்குச் சென்றதும் அந்த ஐயம் தானே தெளிவாவதும் வழக்கமாகிவிட்டதாம்.

ஆசிரியர் எதுவும் பேசாமல், எதையும் விளக்காமல் ஐயம் எப்படித் தெளிவாகும்?

எண்ணங்கள் என்பவை சொற்களின் துணையால்மட்டும் பரவுவதில்லை என்கிறார் இந்நிகழ்ச்சியை விவரிக்கும் வீ. உலகவூழியன். எண்ணத்தை வெளிப்படுத்துகிறவருக்கும் பெறுகிறவருக்கும் இடையில் நல்ல இயைபு (பொருத்தம்) இருந்தால், சொற்களே இல்லாமலும் எண்ணங்கள் பரவும், இதுபோல் ஐயங்களைத் தீர்த்துவைக்கும் என்பது இவருடைய கருத்து.

இதை இன்னொரு கோணத்திலும் பார்க்கலாம். மாணவர் ஒரு நூலைப் படிக்கிறார், தன்னுடைய சொந்த முயற்சியால் அதைப் புரிந்துகொள்கிறார், அதில் ஏதேனும் ஐயம்

தோன்றினால், ஆசிரியரைக் கேட்க நினைக்கிறார். அதே நேரம், ஆசிரியரைத்தான் கேட்கப்போகிறோமே என்று அவருடைய மனம் அந்த ஐயத்தை விட்டுவிடுவதில்லை. அது தொடர்ந்து அந்த ஐயத்தைப்பற்றியே சிந்திக்கிறது, புரிந்துகொள்கிறது. இந்தத் தொடர் சிந்தனையாலும் அவருக்கு அந்த ஐயங்கள் விளங்கித் தெளிவு பிறந்திருக்கக்கூடும்.

அடுத்தமுறை உங்களுக்குப் பாடத்தில் ஏதேனும் ஐயம் ஏற்பட்டால், உடனே கேட்டுவிடாமல், தொடர்ந்து அதைப்பற்றிச் சில நிமிடங்கள் சிந்தியுங்கள். நீங்களே அந்த ஐயத்தை விடுவிக்க முயலுங்கள். இப்படிச் சொந்த முயற்சியில் ஐயங்களை விடுவித்துக்கொள்வது ஒரு நல்ல பயிற்சியாக அமையும், நம்முடைய கல்வித்திறனையும் சிந்தனையையும் மேம்படுத்தும்.

ஒருவேளை, இப்படி முயன்றும் அந்தக் கேள்விக்குப் பதில் கிடைக்காவிட்டால், தாராளமாக ஆசிரியரைக் கேட்கலாம், அவர் மகிழ்ச்சியுடன் விடையளிப்பார். அதே நேரம், அந்தக் கேள்விக்கு நீங்களே முயன்று விடை கண்டறிந்தால், அவர்தான் உங்களைவிடக் கூடுதலாக மகிழ்வார்!

★★★

39. புறவயக் கேள்விகள், அகவயக் கேள்விகள்

தமிழாசிரியர் திருக்குறளைப் பற்றிப் பாடம் நடத்துகிறார். மறுநாள், அதில் ஒரு தேர்வு வைக்கிறார். அந்தத் தேர்வில் முதல் இரண்டு கேள்விகள் இவை:

★ திருக்குறளில் ஒவ்வோர் அதிகாரத்திலும் எத்தனைக் குறள்கள் இடம்பெற்றுள்ளன?

★ திருக்குறள் உலகப் பொதுமறை என்று அழைக்கப்படுவது ஏன்?

இந்த இரண்டு கேள்விகளும் திருக்குறளைப்பற்றியவைதாம். ஆனால், அவற்றினிடையே ஒரு நுட்பமான வேறுபாடு இருப்பதைக் கவனித்தீர்களா?

முதல் கேள்விக்குப் 'பத்துக் குறள்கள்' என்பதுதான் பதில். அந்தப் பதிலை எழுதினால்தான் உங்களுக்கு முழு மதிப்பெண் கிடைக்கும், வேறு எந்த எண்ணை எழுதினாலும் மதிப்பெண் கிடைக்காது.

ஆக, முதல் கேள்விக்கு உங்களுக்கு விடை தெரியாவிட்டால், நீங்கள் 0 மதிப்பெண் பெறுவீர்கள், ஒருவேளை விடை

தெரிந்திருந்தால் முழு மதிப்பெண் பெறுவீர்கள். இந்த இரண்டுக்கும் இடையில் வேறு வாய்ப்புகளே இல்லை.

இரண்டாவது கேள்வி அப்படியில்லை. திருக்குறள் ஏன் உலகப் பொதுமறை என அழைக்கப்படுகிறது என்பதை ஒவ்வொருவரும் ஒவ்வொருவிதமாக விளக்கலாம். அந்த விளக்கம் ஆசிரியருக்கு முழு மன நிறைவை அளித்தால், அவர் அந்த மாணவருக்கு முழு மதிப்பெண் அளிப்பார். ஓரளவு சரி என்றால், பாதி மதிப்பெண் அளிப்பார். அந்தப் பதில் முற்றிலும் தவறானது என்றால், எந்த மதிப்பெண்ணும் அளிக்கமாட்டார்.

ஆக, இரண்டாவது கேள்விக்கு *0*, முழு மதிப்பெண் ஆகியவற்றுக்கிடையில், பகுதியளவு மதிப்பெண் கிடைக்கும் வாய்ப்பும் உள்ளது.

தேர்வுகளை வடிவமைக்கிறவர்கள் இந்த இரு கேள்விகளையும் முறையே புறவயக் *(Objective)* கேள்விகள், அகவயக் *(Subjective)* கேள்விகள் என்று அழைக்கிறார்கள். இந்த இருவகைக் கேள்விகளும் வெவ்வேறு வகையில் மாணவருடைய திறனைப் பரிசோதிக்கின்றன.

புறவயக் கேள்விகள் என்பவை தெளிவான சொற்களால் எந்தக் குழப்பமும் இன்றி வடிவமைக்கப்படுகின்றன. அந்தக் குறிப்பிட்ட பாடத்தைப் படித்துப் புரிந்துகொண்ட, நினைவாற்றல் மிக்க ஒரு மாணவர் சட்டென்று அதற்கான விடையைக் கூறிவிட இயலும். ஓரிரு சொற்களை எழுதி அவர் முழு மதிப்பெண்களைப் பெற்றுவிடலாம். எடுத்துக்காட்டாக, சரியா/தவறா, நான்கு விடைகளில் ஒன்றைத் தேர்ந்தெடு, கோடிட்ட இடங்களை நிரப்பு போன்றவை இந்த வகையில் அமைகின்றன.

சில நேரங்களில், ஒரு சொல்கூட எழுதாமலே புறவயக் கேள்விகளில் முழு மதிப்பெண் பெறலாம். இதற்குச் சிறந்த எடுத்துக்காட்டு, 'பொருத்துக' வகைக் கேள்விகள். அதாவது, இடப்புறம் உள்ள சொற்களை வலப்புறம் உள்ள சொற்களுடன் சரியாகப் பொருத்தினால் உங்களுக்கு முழு மதிப்பெண் கிடைக்கும்.

புறவயக் கேள்விகளுடன் ஒப்பிடும்போது, அகவயக் கேள்விகள் திறந்த நிலையில் *(Open-ended)* அமைகின்றன. அவை மாணவரைச் சிந்திக்கத் தூண்டுகின்றன, அவர் பாடத்தை எந்த அளவு நன்றாகப் புரிந்துகொண்டிருக்கிறார் என்று பரிசோதிக்கின்றன, அதன்மூலம் அவருடைய கல்வித்திறனை அளவிடுகின்றன.

எடுத்துக்காட்டாக, திருக்குறளில் ஒவ்வோர் அதிகாரத்திலும் பத்துக் குறள்கள் உள்ளன என்பதை ஒருவர் நினைவிலிருந்தேகூடச் சொல்லிவிடலாம். ஆனால், திருக்குறள் ஏன் உலகப் பொதுமறை என்பதை விளக்குவதற்கு அவர் ஊன்றிப் பயின்றிருக்கவேண்டும்.

அகவயக் கேள்விகளுக்கு எதிர்பார்க்கப்படும் பதிலின் அளவைப் பொறுத்து அவற்றைப் பல வகைகளாகப் பிரிக்கிறார்கள். எடுத்துக்காட்டாக, குறுவிடைக் கேள்விகள், கட்டுரைக் கேள்விகள் ஆகியவற்றைக் குறிப்பிடலாம்.

புறவயக் கேள்விகள், அகவயக் கேள்விகள் ஆகிய இரண்டையும் நாம் பல இடங்களில் சந்திக்கவேண்டியிருக்கும். அவற்றைப் புரிந்துகொண்டு நண்பர்களாக்கிக்கொள்வோம்!

★★★

40. சமத்துவத் தாலாட்டு

தாலாட்டு என்பது குழந்தையைத் தூங்கவைப்பதற்காகத் தாயோ மற்ற உறவினர்களோ பாடுகின்ற ஒரு பாட்டு. அதிலிருக்கும் இசை அழகாலும், தனக்குப் பிடித்த குரலைக் கேட்கிற இனிமையாலும் குழந்தை மயங்கித் தூங்கிவிடும்.

இவ்வாறு குழந்தைகளுக்காகப் பாடப்படுகின்ற தாலாட்டுப் பாடல்களை ஆய்வாளர்கள் தொகுத்து நூலாக்கியிருக்கிறார்கள். இந்த வடிவத்தில் புதிய பாடல்களை எழுதிய கவிஞர்களும் உண்டு, ஏற்கெனவே உள்ள பாடல்களில் தங்கள் விருப்பம், சூழ்நிலைக்கேற்ற வரிகளைச் சேர்த்து, மாற்றிப் பாடுகின்ற தாய்மார்களும் உண்டு.

தாலாட்டுப் பாடல்களைக் கேட்டால் எந்தக் குழந்தையும் உறங்கும். ஆனால் ஏனோ, தமிழில் தாலாட்டுப் பாடல்களை ஆண் குழந்தைகளுக்கானவை, பெண் குழந்தைகளுக்கானவை என்று பிரித்து வகைப்படுத்துகிற வழக்கம் இருக்கிறது. இதற்கு என்ன காரணமாக இருக்கும்?

முதலில், இந்த இருவகைத் தாலாட்டுகளிலும் குழந்தையின் அழகை விவரிக்கின்ற வரிகள் மிகுதியாக இடம்பெற்றிருக்கின்றன.

ஆணோ, பெண்ணோ, குழந்தையின் அழகை ரசிப்பது பெற்றோருக்கும் உறவினர்களுக்கும் பிடித்த விஷயம்தான்.

அதன்பிறகு, ஆண் குழந்தைக்கான தாலாட்டிலும் பெண் குழந்தைகளுக்கான தாலாட்டிலும் வேறுபாடுகள் தெரியத் தொடங்குகின்றன. இவை அன்றைய சமூகத்தில் ஆண்களும் பெண்களும் செய்த வேலைகளை அடிப்படையாகக் கொண்டு அமைகின்றன.

ஆண்கள் பெரும்பாலும் வெளியில் சென்று வேலை செய்தார்கள், ஆகவே, வீரம், தலைமை சார்ந்த பண்புகளை உணர்த்தும்வகையில் ஆண் குழந்தைகளுக்கான தாலாட்டுகளின் வரிகள் அமைந்திருந்தன.

அன்றைய பெண்கள் பெரும்பாலும் வீட்டைக் கவனித்துக் கொண்டார்கள், உறவுகளை அரவணைத்துச்சென்றார்கள், குழந்தைகளை வளர்த்தார்கள், அன்பை மையமாகக் கொண்ட இந்தப் பண்புகளை உணர்த்தும்வகையில் பெண் குழந்தைகளுக்கான தாலாட்டுகள் அமைந்தன.

இப்போதைய சூழலில் இந்தப் பாகுபாடுகள் பொருந்தாது. பெண்களும் ஆண்களுக்கு இணையாக வேலைக்குச் செல்கிறார்கள், உயர்பொறுப்புகளை வகிக்கிறார்கள். ஆகவே, பெண் என்றால் இப்படிதான் இருக்கவேண்டும், ஆண் என்றால் அப்படிதான் நடக்கவேண்டும் என்றெல்லாம் பாகுபடுத்தாமல் இருவருக்கும் பொதுவாகவே தாலாட்டு வரிகளைப் பாடவேண்டிய கடமை இன்றைய தாய்மார்கள், தந்தைமார்கள், அண்ணன்மார்கள், அக்காமார்களுக்கு உண்டு!

சின்னஞ்சிறிய குழந்தைக்கு இதெல்லாம் புரியுமா என்று எண்ண வேண்டியதில்லை. நம் முன்னோர்கள் அப்படி எண்ணியிருந்தால் சொற்களில்லாமல் வெறுமனே ராகமிழுத்துத் தாலாட்டுப் பாடியிருக்கலாமே. அவ்வாறின்றி, அழகழகான வரிகளில் குழந்தையின் அழகைப் பாராட்டி, பண்புகளை எடுத்துச்சொல்லி, குடும்பச் சூழ்நிலையை, ஊரின் நிலையையெல்லாம் அவர்கள் விவரித்திருக்கிறார்கள்

என்றால், அவை அனைத்தும் குழந்தையின் அடிமனத்தில் பதியும், பின்னர் என்றைக்காவது புரியும், பலன் தரும் என்கிற நம்பிக்கையில்தானே? அந்தக் கண்ணோட்டத்தில் பார்க்கும்போது, ஆணும் பெண்ணும் சமம் என்கிற கருத்தையும் சிறுவயதிலிருந்தே குழந்தையின் மனத்தில் பதிப்பதற்குப் பொதுவான தாலாட்டுப் பாடல்கள் உதவும்.

★★★

41. திறமையை ஒளிக்கவேண்டாம்!

நீங்கள் முதன்முறையாக ஒரு கதையோ கவிதையோ கட்டுரையோ எழுதுகிறீர்கள் என்று வைத்துக்கொள்வோம். அதைப் பிறரிடம் காண்பிப்பீர்களா?

புதிதாக எழுதத் தொடங்குகிற சிலருக்குத் தங்களுடைய எழுத்தின் தரம்பற்றிய கேள்விக்குறி இருக்கும். அல்லது, இது சரியாக வரவில்லையோ, இன்னும் முனைந்து சரிசெய்யவேண்டுமோ என்கிற தயக்கம் இருக்கும். ஆகவே, அதைப் பிறரிடம் காண்பிக்கத் தயங்குவார்கள்.

வழக்கமான ஆட்களுக்கே இப்படியென்றால், ஒரு மிகச் சிறந்த கவிஞர், எழுத்தாளர் உங்களுடைய நண்பராக இருந்தால்? அவரிடம் உங்களுடைய புதிய படைப்பைக் காண்பிக்க உங்களுக்கு மனம் வருமா என்ன?

புதுவையில் வ.ராமசாமி என்பவர் பாரதியாருக்கு நண்பரானார். அதே நேரத்தில் அவர் வங்காள மொழியிலிருந்து ஒரு கதையைத் தமிழில் மொழிபெயர்க்கத் தொடங்கினார். ஆனால், அதைப் பாரதியாரிடம் காண்பிக்கவில்லை. அவர்மட்டும் ரகசியமாக ஒரு நோட்டுப்புத்தகத்தில் எழுதிக்கொண்டிருந்தார்.

ஒருநாள், வ.ரா. எழுதிக்கொண்டிருந்தபோது திடீரென்று பாரதியார் அங்கு வந்துவிட்டார். ஆகவே, சட்டென்று தன்னுடைய நோட்டுப் புத்தகத்தை ஒளித்துவைத்தார் வ.ரா.

ஆனால் அதற்குள், பாரதி அந்த நோட்டுப்புத்தகத்தைக் கவனித்துவிட்டார். 'அதென்ன? ஏன் அதை ஒளித்துவைக்கிறீர்கள்?' என்று கேட்டார்.

அப்போதும் வ.ரா. உண்மையைச் சொல்லவில்லை, 'அது ஒன்றுமில்லை, கடிதம் எழுதிக்கொண்டிருந்தேன்' என்றார்.

'கடிதம்தான் என்றால் அதை ஒளித்துவைக்கிற தேவை என்ன?' என்று கேட்டார் பாரதியார், 'பரவாயில்லை, காண்பியுங்கள், நீங்கள் அப்படி என்ன எழுதுகிறீர்கள் என்று நானும் படிக்கிறேன்.'

அதன்பிறகு, வ.ரா.வுக்கு வேறு வழி தெரியவில்லை. தயக்கத்துடன் அந்த நோட்டுப் புத்தகத்தை நீட்டினார். பாரதியார் அதைப் படித்துப்பார்த்தார், மிகவும் மகிழ்ந்தார். 'மிகச் சிறப்பாக எழுதியிருக்கிறீர்கள்' என்று பாராட்டினார்.

இதை அவர் வ.ரா.விடம் சொல்வதுடன் நிறுத்தவில்லை. இன்னும் பலரிடம் சொன்னார், 'நம்ம வ.ரா. என்ன அழகாக எழுதுகிறார் தெரியுமா? அவர் இன்னும் நிறைய எழுதவேண்டும்' என்று ஊக்குவித்தார்.

பாரதியாருடைய பாராட்டைப் பெற்ற வ.ரா. அதன்பிறகு நிறைய எழுதினார். நாவல்கள், சிறுகதைகள், கட்டுரைத் தொகுப்புகள் என்று பல சிறந்த படைப்புகளை வழங்கினார்.

வ.ரா.வைப் பொறுத்தவரை, அவருடைய முதல் படைப்பே பாரதியார் பாராட்டும் அளவுக்குச் சிறப்பாக அமைந்துவிட்டது. எல்லாருக்கும் அப்படி அமையும் என்று கூற இயலாது. அதே நேரம், புதிதாக எழுதுகிறவர்கள் தயக்கத்துடன் அதை ஒளித்துவைப்பதில் எந்த நன்மையும் இல்லை. பிறரிடம் காண்பித்து அவர்களுடைய கருத்துகளைத் தெரிந்துகொண்டால்தான் புதியவர்களுடைய எழுத்து மெருகேறும்.

நீங்கள் புதிதாக எழுதுகிறவர் என்றால், அதைப் பிறரிடம் காண்பித்து விமர்சனங்களைப் பெறுங்கள், உங்களை முன்னேற்றிக்கொள்ளுங்கள். உங்கள் நண்பர்கள் புதிதாக எழுதுகிறார்கள் என்றால், அவர்களுடைய படைப்புகளைத் திறந்த மனத்துடன் படியுங்கள், கேலி செய்யாமல் ஆக்கப்பூர்வமான விமர்சனங்களை வழங்கி ஊக்குவியுங்கள். ஒரு சமூகம் இப்படிதான் படைப்புகளை, படைப்பாளர்களைச் செழிப்பாக வளர்க்கவேண்டும்.

★★★

42. நினைவாற்றலை மேம்படுத்தும் ஃப்ளாஷ் அட்டைகள்

தமிழ் வகுப்பில் சங்க இலக்கியத்தைப்பற்றிப் படிக்கிறீர்கள். பலப்பல நூல்கள், பலப்பல ஆசிரியர்கள், இவை அனைத்தையும் நினைவில் வைத்துக்கொள்வது எப்படி என்று உங்களுக்கு மலைப்பாக இருக்கிறது!

பள்ளி, கல்லூரிப் பாடங்களிலும் சரி, அதற்குப்பின் வருகிற பணிவாழ்க்கை, தனிப்பட்ட வாழ்க்கையிலும் சரி, நாம் இப்படிப் பல விஷயங்களைக் கற்றுக்கொள்ளவும் நினைவில் வைத்துக்கொள்ளவும் வேண்டியிருக்கிறது. ஆண்டுகள், தகவல்கள், புள்ளிவிவரங்கள், சூத்திரங்கள், குறியீடுகள், முறைகள், இன்னும் பல... சரியான நேரத்தில் அவற்றை நினைவிலிருந்து எடுத்துப் பயன்படுத்தினால் நல்ல மதிப்பெண்கள் கிடைக்கும், அல்லது, நம் பணிகளைச் சிறப்பாகச் செய்து எல்லாரிடமும் நல்ல பெயர் வாங்கலாம்.

ஆனால், இவை அனைத்தையும் மனத்தில் ஏற்றுவது எப்படி? மறக்காமல் நினைவில் வைத்துக்கொள்வது எப்படி?

இந்தப் பிரச்சனையைத் தீர்ப்பதற்குக் கல்வியியலாளர்களும் ஆசிரியர்களும் மாணவர்களும் பலவிதமான உத்திகளைப்

பயன்படுத்துகிறார்கள். அவற்றில் ஒன்று, '*Flashcards*' எனப்படும் அட்டைத் தொகுப்பு.

அதென்ன ஃப்ளாஷ்கார்ட்?

ஆங்கிலத்தில் 'ஃப்ளாஷிங்' என்றால் சிறிது நேரத்துக்கு விரைவாகத் தோன்றி மறைவது என்று பொருள். வானில் மின்னலடிப்பதையும் ஒளி குறைவான இடங்களில் படம் எடுக்கும்போது கேமெராவில் சட்டென்று தோன்றுகிற பளீர் ஒளியையும் 'ஃப்ளாஷ்' என்று சொல்கிறோமில்லையா? அதே சொல்தான் இது.

'ஃப்ளாஷ்கார்ட்' என்கிற அட்டைகளும் இதேமாதிரிதான், சில விநாடிகளுக்குமட்டும் காண்பிக்கப்படுகின்ற அட்டைகள் இவை. அந்தச் சில விநாடிகளுக்குள் மாணவர்கள் இவற்றில் உள்ள சொல்லைப் படித்துப் பார்த்துப் பதில் சொல்லவேண்டும்.

இந்த அட்டைகளில் ஒரு பக்கத்தில் கேள்வி இருக்கும், மறுபக்கத்தில் அதற்கான பதில் இருக்கும். எடுத்துக்காட்டாக, ஒரு ஃப்ளாஷ் அட்டைத் தொகுப்பில் தமிழ் நூல்கள், அவற்றின் ஆசிரியர்களுடைய பெயர்கள் எழுதப்பட்டுள்ளன என்று வைத்துக்கொள்வோம். அதில் ஓர் அட்டையில் ஒரு பக்கம் 'திருக்குறள்' என்றும், இன்னொரு பக்கம் 'திருவள்ளுவர்' என்றும் எழுதப்பட்டிருக்கும். ஆசிரியர் 'திருக்குறள்' என்று எழுதப்பட்ட பக்கத்தைக் காட்டியதும், மாணவர் 'திருவள்ளுவர்' என்று பதில் சொல்வார்.

இதேபோல், இலக்கண விதிமுறைகள், கணக்குச் சூத்திரங்கள், வேதியியல் குறியீடுகள், வரலாற்று ஆண்டுகள், நாடுகளின் தலைநகரங்கள், நண்பர்களுடைய பிறந்தநாட்கள் என்று எதற்கு வேண்டுமானாலும் ஃப்ளாஷ் அட்டைகளைத் தயாரிக்கலாம். பின்னர் அந்த அட்டைகளைப் பார்த்துப் பார்த்துப் பதில் சொல்லலாம். ஒருவேளை, அட்டையில் உள்ள கேள்வியைப் பார்த்ததும் மாணவருக்குப் பதில் நினைவுக்கு வராவிட்டால்?

அதுபோன்ற நேரங்களில், ஆசிரியர் அதே அட்டையின் மறுபக்கத்தைக் காண்பிப்பார். அங்கு அந்தக் கேள்விக்கான

பதில் குறிப்பிடப்பட்டிருக்கும். இப்போது, அந்த மாணவர் கேள்வியையும் பதிலையும் சேர்த்து நினைவில் வைத்துக்கொள்வார். இப்படி ஒரே அட்டையைப் பலமுறை பார்த்துப் பயிலும்போது, கொஞ்சம்கொஞ்சமாக அவருடைய மனத்தில் இந்தத் தகவல் ஆழமாகப் பதிந்துவிடும்.

சுருக்கமாகச் சொன்னால், ஃப்ளாஷ்கார்ட்கள் என்பவை நம்முடைய நினைவாற்றலைப் பரிசோதிக்கிற சிறிய தேர்வுகள். இவற்றை எப்போது வேண்டுமானாலும் எடுத்துப் பார்க்கலாம், தேர்வு வைத்துக்கொண்டு விளையாடலாம், இதற்கு ஆசிரியர்கூட வேண்டியதில்லை, மாணவர்களே ஒருவருக்கொருவர் தேர்வு வைக்கலாம். வேறு யாரும் இல்லாவிட்டால், நீங்களேகூட அட்டைகளை முன்னும் பின்னும் திருப்பிப் பயிற்சி எடுக்கலாம், உங்கள் நினைவாற்றலை வலுவாக்கலாம்.

ஃப்ளாஷ் அட்டைகளைத் தயாரிப்பது மிக எளிது. இதற்கென்றே கடையில் சிறு அட்டைகள் கிடைக்கின்றன. இல்லாவிட்டால், தாள்களைச் சிறு அளவில் வெட்டி அடுக்கிக்கொள்ளலாம். ஒவ்வொரு பாடத்துக்கும் ஒரு தொகுப்பு ஃப்ளாஷ் அட்டைகளைத் தயாரித்துவைத்துவிட்டால், நேரம் கிடைக்கும்போது எடுத்துப் பார்த்துப் படிக்கலாம்.

ஃப்ளாஷ் அட்டைகள் டிஜிட்டல் வடிவிலும் கிடைக்கின்றன. கணினி, செல்பேசியில் பல இணையத் தளங்கள், செயலிகளில் நீங்களே ஃப்ளாஷ் அட்டைகளைத் தயாரித்து விளையாடலாம், ஏற்கெனவே பலர் தயாரித்த ஃப்ளாஷ் அட்டைகளை டவுன்லோட் செய்துகொள்ளலாம், அவ்வப்போது கிடைக்கிற ஓய்வு நேரத்தில் கொஞ்சம்கொஞ்சமாகப் படிக்கலாம். 'சிறு துளி பெருவெள்ளம்' என்பதைக் கண்முன்னே உண்மையாக்கிக்காட்டும் சிறந்த நினைவாற்றல் கருவிகள் இவை.

★★★

43. ஆளர்களும் ஆசிரியர்களும்

இவர் எழுத்தாளர், அவர் கவிஞர், இருவருக்கும் என்ன வேறுபாடு?

எழுத்தை ஆளுகிற எல்லாரும் எழுத்தாளர்கள்தான்; அந்த எழுத்து கவிதையாக அமைந்தாலும் சரி, கட்டுரையானாலும் சரி, கதையானாலும் சரி. சொற்களைச் சரியானவகையில் தேர்ந்தெடுத்து, அவற்றை முறையாகக் கோத்து, சொல்லவந்த பொருள் தெளிவாக அமையும்படி வழங்கிப் படிப்பவர்களை ஈர்க்கிறவர்களை எழுத்தாளர்கள் எனலாம்.

அதே நேரம், எழுத்தின் வகையைப் பொறுத்து எழுத்தாளர்களில் பல உட்பிரிவுகளும் அமைந்துள்ளன. அவற்றில் ஒன்றுதான் 'கவிஞர்', அதாவது, கவிதை எழுதுபவர்.

பழங்காலத்தில் கவிஞர்களைப் 'புலவர்' என்றழைக்கும் வழக்கம் இருந்தது. இந்தச் சொல்லுக்குப் புலமை மிக்கவர் என்று பொருள்.

இதேபோல், அன்றைய கவிஞர்களைப் பாவலர், பாவாணர் என்றும் அழைத்தார்கள். இன்றைக்குச் சில கவிஞர்களைப்

‘பாடலாசிரியர்’ என்றும் அழைக்கிறோம். ஏனெனில், அவர்கள் இசையோடு அமைந்த பாடல்களை எழுதுகிறார்கள்.

‘ஆசிரியர்’ என்ற சொல் கதை, கட்டுரை எழுதுபவர்களுடனும் சேர்ந்துகொள்கிறது. ‘கதாசிரியர்’, ‘கட்டுரையாசிரியர்’ என்று பலர் அழைக்கப்படுகிறார்கள். கதையின் வகையைப் பொறுத்துச் ‘சிறுகதையாசிரியர்’, ‘நாவலாசிரியர்’ போன்ற சொற்களும் அமைந்துள்ளன.

இதே ‘ஆசிரியர்’ என்ற சொல், பிறருடைய படைப்புகளைச் செம்மைப்படுத்தி அளிப்பவர்களுக்கும் வழங்கப்படுகிறது. பெரும்பாலான நாளிதழ்கள், வார இதழ்களின் பின்பக்கத்தில் ‘ஆசிரியர்’ என்று ஒருவருடைய பெயர் குறிப்பிடப்பட்டிருக்கும், அல்லது, ‘ஆசிரியர் குழு’ என்று பலருடைய பெயர்கள் இடம்பெறும். இவர்களை ‘இதழாசிரியர்கள்’ என்று அழைப்பதும் உண்டு.

இன்னொரு வகை ஆசிரியர்கள், பிறருடைய பாடல்களுக்கு விளக்கம் எழுதுகிறார்கள், இவர்களை ‘உரையாசிரியர்கள்’ என்று அழைக்கிறோம். பலருடைய பாடல்கள், சிறுகதைகள் போன்றவற்றைத் தொகுத்தளிக்கிறவர்களைத் ‘தொகுப்பாசிரியர்’ என்கிறோம். பலவகை நூல்களைச் செம்மைப்படுத்திப் பதிப்பிக்கிறவரைப் ‘பதிப்பாசிரியர்’ என்கிறோம்.

எழுத்தாளர் ஒரு மொழியில் எழுத்தை ஆள்கிறார் என்றால், அதை இன்னொரு மொழிக்குக் கொண்டுசெல்கிறவரை ‘மொழிபெயர்ப்பாளர்’ என்கிறோம். அதாவது, இவர் மொழிபெயர்ப்பை ஆள்கிறார்.

பல்வேறு தலைப்புகளில் மேடையில் பேசும் திறமை வாய்ந்தவர்களைப் பேச்சாளர்கள், சொற்பொழிவாளர்கள் என்று அழைக்கிறோம். மேடை, வானொலி, தொலைக்காட்சி நிகழ்ச்சிகளை நல்ல அறிமுகத்துடன் தொகுத்து வழங்குபவர்களைத் தொகுப்பாளர்கள் என்கிறோம்.

மற்ற துறைகளிலும் ‘ஆளர்’கள் உண்டு. நெசவுக்கலையில் சிறந்தவர்களை ‘நெசவாளர்கள்’ என்கிறோம், உழவுத்தொழிலில்

ஈடுபடுகிறவர்களை 'உழவாளர்கள்' என்கிறோம், மென்பொருள் எழுதுவோரை 'மென்பொருளாளர்' என்கிறோம், இதேபோல் மேலாளர், செயலாளர், பொருளாளர், பொறுப்பாளர், உரிமையாளர் என்று பலப்பல எடுத்துக்காட்டுகளைக் காணலாம்!

இந்தக் கட்டுரையை இவ்வளவு நேரம் பொறுமையாகப் படித்தீர்களே, நீங்கள் ஒரு நல்ல வாசிப்பாளர்தான்!

★★★

44. புத்தகப் பயணங்கள்

எழுத்தாளர் ஒருவர் புத்தகமொன்றை எழுதி நிறைவு செய்கிறார். 'அப்பாடா' என்று பேனாவை (அல்லது கணினியை) மூடிவிட்டு நிம்மதிப் பெருமூச்சு விடுகிறார். அடுத்து அவர் என்ன செய்வார்?

வேறென்ன? அந்தப் புத்தகத்தைப் பதிப்பாளருக்கு அனுப்பி வைத்துவிட்டு இன்னொரு புத்தகத்துக்காகப் பணியாற்றத் தொடங்குவார், அவ்வளவுதானே?

வெளிநாடுகளில் எழுத்தாளர்கள் ஒவ்வொரு புத்தகத்தையும் நிறைவு செய்தபிறகு, 'Book Tour' எனப்படும் புத்தகப் பயணங்களுக்குத் திட்டமிடுகிறார்கள். அதாவது, நாடு முழுக்கப் பல ஊர்களுக்குச் சென்று பல நிகழ்ச்சிகளில் கலந்து கொள்கிறார்கள், தங்களுடைய புத்தகத்தை மக்களுக்கு அறிமுகப்படுத்துகிறார்கள், அதை எழுதிய அனுபவத்தைப் பேசுகிறார்கள், அதிலிருந்து ஒரு பகுதியைப் படித்துக் காண்பிக்கிறார்கள், உள்ளூர் எழுத்தாளர்களுடன் கலந்துரையாடுகிறார்கள், வாசகர்களுடைய கேள்விகளுக்குப் பதிலளிக்கிறார்கள், அவர்கள் புத்தகம் வாங்கினால்

அதில் கையொப்பமிடுகிறார்கள்... இப்படிப் பல்வேறு நடவடிக்கைகளின்மூலம் தங்களுடைய புதிய புத்தகத்தைப்பற்றிப் பலவிதமான வாசகர்களுக்குத் தெரிவித்துவிடுகிறார்கள்.

உலகப் புகழ் பெற்ற எழுத்தாளர்கள் பலர் வெளிநாடுகளுக்கும் புத்தகப் பயணம் வருவதுண்டு. எடுத்துக்காட்டாக, நாவலாசிரியர் ஜெஃப்ரி ஆர்ச்சர் பலமுறை இந்தியாவுக்கு வந்திருக்கிறார், தன்னுடைய புத்தகங்களை முன்வைத்து வாசகர்களுடன் உரையாடியிருக்கிறார்.

அதே நேரம், புத்தகப் பயணம் என்பது மிகுந்த செலவைக் கோருகின்ற விஷயம். போக்குவரத்து, தங்குதல், உணவு போன்ற பணச்செலவு ஒருபுறமிருக்க, எழுத்தாளருடைய நேரத்தையும் இது மிகுதியாக எடுத்துக்கொள்கிறது. ‘இதையெல்லாம் செய்யறதுக்குப்பதிலா நான் இன்னொரு புத்தகம் எழுதுவேன்’ என்று அவர் மனத்துக்குள் எண்ணக்கூடும்.

ஆனால், புத்தகங்கள் எழுதப்படும் நோக்கமே அவை வாசகர்களுக்குச் சென்றுசேர்வதுதான் என்னும்போது, இந்தக் கூடுதல் முதலீடு தேவையாகிறது. இதுபோன்ற நிகழ்ச்சிகளில் கலந்துகொள்கிறவர்கள், இவற்றைப்பற்றிய செய்திகளைச் செய்தித்தாள்கள், இதழ்கள், தொலைக்காட்சி, இணையத்தில் பார்க்கிறவர்கள் அந்தப் புத்தகத்தை வாங்கவேண்டும் என்று தூண்டப்படுவார்கள். ஆசிரியருடைய குரலில் அவருடைய புத்தகத்தைப்பற்றிக் கேட்கவேண்டும், அவருடைய கையொப்பமிட்ட நூலைப் பெறவேண்டும் என்பதற்காகவே இந்த நிகழ்ச்சிகளுக்கு வருகிறவர்களும் உண்டு. அவ்விதத்தில் புத்தகப் பயணங்கள் ஒரு பெரிய வாசகர் கூட்டத்தையும் வணிகச் சந்தையையும் உருவாக்கித்தருகின்றன.

முக்கியமாக, இளம் வாசகர்கள், எழுத்தாளர்களை உருவாக்குவதில் புத்தகப் பயணங்கள் முதன்மைப் பங்கு வகிக்கின்றன. எழுத்தாளர் ஒருவரைக் கண்முன்னால் காண்பதே பலருக்குப் புதிய அனுபவமாக இருக்கும், அந்த அனுபவத்துக்குமுன்னால், ஒரு புதிய புத்தகத்தை வாங்குவது அவர்களுக்கு ஒரு பெரிய செலவாகத் தோன்றாது. அப்படி

வாங்குகிறவர்களில் பலர் தொடர்ந்த வாசகர்களாகிறார்கள்.

புத்தகப் பயணங்களின்மூலம் எழுத்தாளர்களுக்கும் பலவிதமான வாசகர்களை நேரில் பார்க்கிற, அவர்களுடன் உரையாடுகிற, அவர்களுடைய மனநிலையைப் புரிந்துகொள்கிற வாய்ப்பு கிடைக்கிறது. இந்த அனுபவங்கள், அவர்கள் தங்களுடைய அடுத்தடுத்த படைப்புகளை மேலும் செழுமையாக்க உதவும்.

இன்றைய தொழில்நுட்பம் இணையம் வழிப் புத்தகப் பயணத்தையும் சாத்தியமாக்கியிருக்கிறது. நூலாசிரியர்கள் இருந்த இடத்தில் அமர்ந்தபடி உலகெங்கிலுமிருக்கும் வாசகர்களுடன் பேசலாம், தங்களுடைய புத்தகங்களை விவரிக்கலாம், வாசகர்களுடைய கேள்விகளுக்குப் பதிலளிக்கலாம், அதன்மூலம் நூல்பற்றிய ஆர்வத்தைத் தூண்டலாம்.

பேனா, பென்சிலில் தொடங்கித் திரைப்படங்கள்வரை அனைத்துக்கும் சந்தைப்படுத்தல் *(Marketing)* ஒரு முக்கியத் தேவையாக இருக்கிற உலகம் இது. இந்நிலையில், புத்தகம் என்னும் பொருளின் முதன்மையான படைப்பாளியாகிய ஆசிரியரும் தன்னுடைய படைப்பைப் பெரும்பாலானோரிடம் கொண்டுசேர்ப்பதற்காக இதுபோன்ற முன்னெடுப்புகளில் பங்கேற்கவேண்டியிருக்கிறது.

பொதுவாகப் புத்தகம் என்பது ஓர் அகவழிப் பயணம்தான். தாளிலிருந்து வாசகர் உள்ளத்துக்குச் செல்லவேண்டிய அந்தப் புத்தகத்தை வாசகர் கைக்குக் கொண்டுசெல்ல இந்தப் புறவழிப் புத்தகப் பயணம் பயன்படுகிறது!

★★★

45. ரோஜாப்பூவும் குதிரைப் பயணமும்

உங்களுக்கு ஒரு நல்ல, பயனுள்ள கருத்து தோன்றுகிறது. அதை ஒரு படைப்பாக எழுதவேண்டும், பிறர் வாசிக்கும்படி வெளியிடவேண்டும் என்று நினைக்கிறீர்கள். அப்படியானால், அதை எந்த வடிவில் எழுதுவீர்கள்? உரைநடையாகவா? கவிதையாகவா?

'ரசிகமணி' என்று போற்றப்பட்ட டி.கே.சி. அவர்களுக்குக் கவிதைதான் மிகவும் விருப்பமான எழுத்து வடிவம். எந்தவொரு கருத்தையும் உரைநடையில் எழுதுவதைவிட, கவிதையில் எழுதும்போது அதன் அழகே தனி என்று சொல்வார்.

இதை விளக்குவதற்காக அவர் பயன்படுத்திய ஓர் அழகிய எடுத்துக்காட்டை எழுத்தாளர் கல்கி விவரிக்கிறார்: உண்மையான ரோஜாப்பூ *Vs* ரோஜாவின் நறுமணம் கொண்ட பாட்டில் திரவம்.

ஒரு தோட்டத்துக்குச் செல்கிறோம், அல்லது, பூக்கடைக்குள் நுழைகிறோம், அங்குள்ள உண்மையான ரோஜாப்பூவை முகர்ந்து மகிழ்கிறோம். அதுவும், கடையில் கிடைக்கிற, பாட்டிலில் அடைக்கப்பட்ட நறுமணத் திரவமும் ஒன்றாகிவிடுமா?

என்னதான் இரண்டிலும் மணம் கிட்டத்தட்ட ஒரேமாதிரி இருந்தாலும், உணர்வு வெவ்வேறல்லவா?

ரசிகமணி பாட்டில் நறுமணத் திரவத்தை இழிவுபடுத்தவில்லை. உலகில் அதற்கும் ஒரு தேவை இருக்கிறது என்பதை அவர் புரிந்துகொள்கிறார். ஆனால், உண்மையான ரோஜாப்பூவின் நறுமணத்துக்கு அது இணையாகாது என்கிறார்.

அதேபோல், கருத்துமட்டும் நன்றாக இருக்கிற உரைநடை, பாட்டிலில் அடைக்கப்பட்ட நறுமணத் திரவத்தைப்போன்றது. அதே கருத்தைக் கவிதையில் அமைத்து எழுதினால், அது உண்மையான ரோஜாப்பூவைப்போன்றது... இதுதான் ரசிகமணியின் கருத்து.

இதே கருத்தை விளக்குவதற்காக ரசிகமணி இன்னோர் எடுத்துக்காட்டையும் பயன்படுத்துவாராம். அதை ல.சண்முகசுந்தரம் குறிப்பிடுகிறார்: ரயில் பயணம் *Vs* குதிரைப் பயணம்.

ஓரிடத்திலிருந்து இன்னோரிடத்துக்குச் செல்கிறவர் ரயிலில் ஏறியும் செல்லலாம்; குதிரையின்மீது அமர்ந்தும் செல்லலாம். இரண்டிலும் சேரவேண்டிய இடத்துக்குச் சென்றுவிடலாம். ஆனால், இவை இரண்டும் ஒன்றாகுமா?

ரயிலில் செல்கிறவர் தான் பயணம் செய்கிறோம் என்ற உணர்வே இல்லாமல் அமர்ந்திருக்கிறார். தான் செல்லவேண்டிய இடம் வந்ததும் சட்டென்று இறங்கிச் சென்றுவிடுகிறார். அவ்வளவுதான்.

மாறாக, குதிரையில் செல்கிறவர் அந்தப் பயணத்தின் ஒவ்வொரு கணத்தையும் முழுமையாக அனுபவிக்கிறார். ரயில் பயணம் உரைநடை என்றால், குதிரைப் பயணம்தான் கவிதை.

ஒருவேளை, நீங்கள் உரைநடைப் பிரியராக இருந்தால், ரசிகமணி இப்படிச் சொல்கிறாரே என்பதற்காக வருந்தவேண்டியதில்லை. ரசிகமணியே பலப்பல சிறந்த உரைநடைக் கட்டுரைகளை எழுதியிருக்கிறார். அவருடைய ரோஜாப்பூ எடுத்துக்காட்டை

நமக்கு விளக்கும் கல்கியும் மிகச் சிறந்த உரைநடை எழுத்தாளர்தான். இந்த ரோஜாப்பூ, குதிரைப்பயண எடுத்துக்காட்டுகள் மேற்கோள் காட்டப்பட்டிருக்கிற பேராசிரியர் ந. பாலமுருகனுடைய 'இரசிகமணி டி.கே.சி.யின் திறனாய்வுப் போக்கு' என்ற நூலும் உரைநடையில் அமைந்ததுதான்… இதையெல்லாம் மனத்தில் வைத்துச் சிந்திக்கும்போது, உரைநடையும் பயனுள்ள இலக்கிய வடிவம்தான் என்பதைப் புரிந்துகொள்ளவேண்டும். அதே நேரம், உணர்ச்சிகளை அழகாக வெளிப்படுத்துவதற்குக் கவிதை ஒரு நல்ல, இயல்பான கருவி என்பதையும் தெரிந்துகொள்ளவேண்டும்.

★★★

46. வாசகர் கடிதங்கள்

இன்றைக்கு நாளிதழ், வார இதழ், மாத இதழ், காலாண்டிதழ் என்று பலவிதமான இதழ்கள் வெளியாகின்றன. இவை அனைத்துமே வாசகர்களுக்கானவைதான். ஒவ்வோர் இதழிலும் என்னென்ன இடம்பெறவேண்டும், அவை எந்த அளவில் இடம்பெறவேண்டும் என்பதெல்லாம் அவர்களுடைய விருப்பங்களை மனத்தில் கொண்டுதான் தீர்மானிக்கப்படுகின்றன.

இப்படி ஓர் இதழின் வடிவம், உள்ளடக்கத்தைத் தீர்மானிக்கிற வாசகர், அந்த இதழின் சில பக்கங்களில் நேரடியாகவும் பங்கேற்கிறார். அந்தப் பகுதிக்கு 'வாசகர் கடிதம்' என்று பெயர்.

பொதுவாக, 'வாசகர் கடிதம்' என்பது முந்தைய இதழிலிருக்கும் நிறை, குறைகளைத் தெரிவிக்கிற ஒரு பகுதியாகதான் அறியப்படுகிறது. இந்தக் கதை பிரமாதம், அந்தக் கவிதை சுமார், இன்னொரு கட்டுரை சரியில்லை, இதை இப்படி எழுதியிருக்கலாம், அந்தப் புகைப்படம் அல்லது ஓவியம் மிக அழகாக இருந்தது என்றெல்லாம் வாசகர்கள் தங்களுடைய

கருத்துகளை நேரடியாகத் தெரிவிப்பதற்கான ஓர் இடமாக இது அமைகிறது.

ஓர் இதழில் ஐந்தாறு வாசகர் கடிதங்கள்தான் வெளியாகின்றன என்பதற்காக, அத்தனை வாசகர்கள்தான் கடிதம் எழுதுகிறார்கள் என்று எண்ணிவிடக்கூடாது. அந்த இதழ்களுக்கு வருகிற நூற்றுக்கணக்கான, ஆயிரக்கணக்கான வாசகர் கடிதங்களிலிருந்து தேர்ந்தெடுக்கப்பட்ட சில கடிதங்களைத்தான் அவை வெளியிடுகின்றன. மற்றவற்றை வெளியிட இயலாதபடி இடப் பிரச்சனை.

வாசகர்கள் எதற்காகக் கடிதம் எழுதுகிறார்கள்?

முதலில், ஒரு விஷயத்தைப் படித்தவுடன் அதைப் பாராட்டுகிற, விமர்சிக்கிற, அல்லது, அதுபற்றிய தங்கள் கருத்துகளைச் சொல்கிற விருப்பம் எல்லாருக்கும் இருக்கும். அத்துடன், வாசகர் கடிதப் பக்கத்தில் தங்கள் பெயரை அச்சில் பார்க்கவேண்டும் என்கிற ஆசையும் சேர்ந்துகொள்ளும். இதற்காகவே வாரந்தோறும் பல இதழ்களுக்குக் கடிதங்களை எழுதும் வாசகர்கள் உலகம்முழுக்க இருக்கிறார்கள்.

இப்படிக் கடிதம் எழுதும் வாசகர்கள் ஒருவிதத்தில் அந்த இதழின் நாடித்துடிப்பாக உள்ளார்கள். ஆசிரியர் குழுவினர் அவர்களுடைய கடிதங்களைப் படித்து, இதழில் எது சரியாக வருகிறது, எதை மேம்படுத்தவேண்டும் என்று தெரிந்துகொள்கிறார்கள், அதற்கேற்ப அடுத்தடுத்த இதழ்களை மாற்றியமைக்கிறார்கள்.

பொதுமக்களுக்கான இதழ்களுக்குக் கடிதம் எழுதும் வாசகர்களும் பெரும்பாலும் பொதுமக்களாகவே இருக்கிறார்கள். ஆனால், இலக்கிய இதழ்கள் இதில் தனித்துத் தெரிகின்றன. அங்கு தேர்ந்த வாசகர்கள், எழுத்தாளர்கள் இந்தக் கடிதங்களை எழுதுகிறார்கள். இது நன்று, அது மோசம் என்பதுபோல் ஓரிரு சொற்களில் பொதுமைப்படுத்தாமல், அந்தந்தப் படைப்புகளின் சிறப்பை அல்லது பொருந்தாத்தன்மையைக் கூர்மையுடன் ஆராய்ந்து விரிவாக எழுதுகிறார்கள், அதுதொடர்பான கூடுதல்

தகவல்களை முன்வைக்கிறார்கள். வாசகர் கடிதங்களே சில பக்கங்களுக்கு நீண்டு ஒரு கட்டுரையைப்போல் அமைகிற அதிசயமும், ஒரு வாசகர் கடிதத்துக்கு இன்னொரு வாசகர் பதில் எழுதுகிற அதிசயமும்கூட இங்கு நடக்கிறது.

இன்றைய இணைய இதழ்கள், வலைப்பதிவுகள், சமூக ஊடகங்களில் உள்ள பின்னூட்டக் கருத்துகளை *(Feedback/ Comments)* இந்த வாசகர் கடிதங்களின் நீட்சியாகக் குறிப்பிடலாம். இவை அந்தந்த எழுத்தாளர்கள், பதிப்பாளர்களுக்குத் தெளிவான விமர்சனங்களை வழங்கி வழிகாட்டுகின்றன, அவர்களைத் தொடர்ந்து ஊக்கத்துடன் செயல்படச்செய்கின்றன.

நீங்கள் படிக்கும் நல்ல படைப்புகளைப்பற்றி அவ்வப்போது கடிதமோ மின்னஞ்சலோ பின்னூட்டக் கருத்தோ எழுதி ஊக்குவிக்கலாம், விமர்சிக்கலாம், அதுவும் ஓர் எளிய இலக்கியச் சேவைதான்!

★★★

47. எழுத்தாளர் இல்லங்கள்

எழுத்தாளர்களில் இரண்டு வகை: எழுத்தையே முழு நேரப் பணியாகக் கொண்டவர்கள், வேறு ஏதோ ஒரு வேலையைப் பார்த்தபடி பகுதி நேரமாக எழுதுகிறவர்கள்.

தமிழிலும் சரி, மற்ற இந்திய மொழிகளிலும் சரி, உலகெங்கிலும் சரி, முழு நேர எழுத்தாளர்களின் எண்ணிக்கை மிகக் குறைவு. இன்றைய ஊடகப் புரட்சியால் உண்டாகியிருக்கும் வாய்ப்புகளைக் கொண்டு ஒருவர் எழுத்தைமட்டுமே நம்பிப் பிழைக்கிற சூழ்நிலை இருந்தபோதும், அப்படிப்பட்ட வாய்ப்புகளின் எண்ணிக்கை ஒப்பீட்டளவில் குறைவு. ஆகவே, பெரும்பான்மையினர் பகுதி நேரமாகதான் எழுதுகிறார்கள்.

பகுதி நேரமாக எழுதுவதில் ஒரு நன்மை, அன்றாடப் பிழைப்புக்கான பணம் வேறு வழியில் வந்துவிடும். ஆகவே, பொருளாதாரக் கவலை இல்லாமல் எழுத்தில் உயர்ந்த இலக்குகளைக் கொண்டு செயல்படலாம்.

அதே நேரம், அந்தப் பகுதி நேர எழுத்தாளர் செய்கிற முழு நேரப் பணி அவருடைய பெரும்பான்மை நேரத்தை எடுத்துக்கொண்டுவிடும். பின்னர், குடும்பம், சமூகத்துக்காகச் செலவிடுகிற நேரம். இவையெல்லாம் தீர்ந்தபிறகு மீதமிருக்கும் நேரத்தில்தான் அவர் படிக்கவோ ஆராய்ச்சி செய்யவோ எழுதவோ இயலும்.

இதனால், பெரிய கனவுகளைக் கொண்டிருக்கிற பல பகுதி நேர எழுத்தாளர்கள் அதற்கான நேரமும், படைப்புணர்வைத் தூண்டுகிற இதமான சூழலும் கிடைக்காமல் சிரமப்படுகிறார்கள். பல வேலைகளுக்கு நடுவில் தங்களுடைய லட்சியப் படைப்புகளை உருவாக்கவேண்டிய சூழ்நிலைக்குத் தள்ளப்படுகிறார்கள். இந்தப் பிரச்சனையைத் தீர்ப்பதற்காக, *'Writers' Residency'* (எழுத்தாளர் இல்லம்) என்ற ஒரு விஷயம் உலகெங்கும் புகழ்பெற்றுக்கொண்டிருக்கிறது. கடந்த சில ஆண்டுகளாக இந்தியாவிலும் இவ்வகை இல்லங்கள் வரத்தொடங்கியுள்ளன.

எழுத்தாளர் இல்லங்களின் நோக்கம், எழுதுவோருக்கு இசைவான ஒரு சூழலை உண்டாக்கித்தருவது. இங்கு வரும் எழுத்தாளர்களுக்கு நல்ல தங்கும் வசதி, உணவு போன்றவற்றுடன் படைப்புணர்வைத் தூண்டும் இதமான இயற்கைச் சூழலும் அமைத்துத் தரப்படுகிறது. அங்கு தங்கியபடி அவர்கள் எந்தத் தொந்தரவோ கவனச்சிதறலோ இல்லாமல் தங்களுடைய கனவுப் படைப்புகளை உருவாக்கலாம்.

சில எழுத்தாளர் இல்லங்கள் இந்தச் சேவையை இலவசமாகவே வழங்குகின்றன. இங்கு தங்கி எழுதும் எழுத்தாளர்களுடைய தனிப்பட்ட, வீட்டுச் செலவுகளைச் சமாளிப்பதற்காக அவர்களுக்கு உதவித்தொகை அளிக்கிற இல்லங்களும் உண்டு. ஆனால், இவ்வகை இல்லங்களுக்குச் செல்ல விரும்பும் எழுத்தாளர்கள் தங்களைப்பற்றியும் தாங்கள் எழுதவிரும்பும் படைப்பைப்பற்றியும் விரிவான ஒரு குறிப்பைச் சமர்ப்பிக்கவேண்டும். அந்த இல்லத்தைச் சேர்ந்தவர்கள் இந்தக் குறிப்புகளைப் படித்துப் பார்த்துத் தகுதியுள்ள எழுத்தாளர்களுக்கு இடமளிப்பார்கள்.

இன்னொரு பக்கம், வேறு சில எழுத்தாளர் இல்லங்களில் நாமே பணம் செலுத்தி உள்ளே நுழையலாம். 'வீட்டில், அலுவலகத்தில் என்னால் எழுதமுடியவில்லை' என்று சொல்கிறவர்களுக்கு இது ஒரு நல்ல வாய்ப்பு.

★★★

48. உண்மையான வீரம் எது?

அறிஞர்கள், வாசகர்களால் மு.வ. என்று மதிப்போடு அழைக்கப் படுகிற எழுத்தாளர் மு. வரதராசனார் 1950ல் இலங்கைக்குச் சென்றிருந்தார். அங்கு கொழும்பிலிருக்கும் விவேகானந்த சபைக்குள் நுழைந்தார். அப்போது, விவேகானந்தருடைய வீர வாழ்க்கையைப்பற்றி அவருடைய மனம் எண்ணியது.

விவேகானந்தர் துறவியல்லவா! அவர் என்ன போருக்குச் சென்று சண்டை போட்டாரா? அவரை வீரர் என்று குறிப்பிடுவது எப்படிப் பொருந்தும்?

நம் மனத்தில் எழுகிற இந்தக் கேள்வியை மு.வ. நன்கு புரிந்துகொள்கிறார். அவரே அதற்கு விளக்கமும் தருகிறார்: வாளையோ துப்பாக்கியையோ கையில் எடுத்துக்கொண்டு ஏராளமானவர்களைக் கொல்கிறவர்கள்தான் வீரர்கள் என்று நாம் எண்ணவேண்டியதில்லை; ஆயிரக்கணக்கான மக்களுடைய வாழ்க்கையை மேம்படுத்தும்வகையில் தொண்டுசெய்து, அவர்களுக்குப் பயன்படக்கூடிய உயர்ந்த கருத்துகளைப் பரப்புகிறவர்களைதான் நான் வீரர்களாக நினைக்கிறேன். அந்த

வரையறையின்படி பார்த்தால், புத்தர், ஏசு, திருவள்ளுவர், திருநாவுக்கரசர், விவேகானந்தர், காந்தி ஆகியோர்தான் உண்மை வீரர்கள்.

இந்த விளக்கத்தை நாம் இன்னும் நன்றாகப் புரிந்துகொள்வதற்காக, மு.வ. ஓர் எளிய எடுத்துக்காட்டைப் பயன்படுத்துகிறார். நாம் பள்ளியில் சேர்ந்தபோது யாரைப் பெரிய ஆசிரியராக மதித்தோம் என்று யோசித்துப்பார்க்கச்சொல்கிறார்.

எந்தப் பள்ளியிலும் இருவகையான ஆசிரியர்கள் இருப்பார்கள். முதல் வகை ஆசிரியர்கள் அமைதியாக, மென்மையாகப் பேசுவார்கள், மாணவர்களைத் தட்டிக்கொடுத்து வேலை வாங்குவார்கள், பொருத்தமான அறிவுரைகளைச் சொல்லிப் புரியவைப்பார்கள். இரண்டாம் வகை ஆசிரியர்களோ உரத்த குரலில் பேசுவார்கள், மாணவர்களை அடித்து மிரட்டி அச்சுறுத்துவார்கள், அதன்மூலம் அவர்களை வழிக்குக் கொண்டுவருவார்கள்.

பொதுவாக, இந்த இரண்டாம் வகை ஆசிரியர்களைத்தான் மாணவர்கள் பெரிதாக மதிப்பார்கள், அவர்கள் சொல்கிற பேச்சைக் கேட்டு நடப்பார்கள். இதற்குக் காரணம், அவர்களிடம் திட்டு விழுமோ, அடி விழுமோ என்ற அச்சம்தான்.

சில ஆண்டுகளுக்குப்பிறகு, அந்த மாணவர்கள் அந்தப் பள்ளியிலிருந்து வெளியில் வந்துவிட்டார்கள், கல்லூரியில் படித்து, நல்ல வேலைக்குச் சென்று, நன்கு சிறப்பாக வாழ்ந்து கொண்டிருக்கிறார்கள். இப்போது, அந்த மாணவர்கள் தங்களுடைய ஆசிரியர்களைப்பற்றி யோசிக்கும்போது, அடித்தவர்களோ மிரட்டியவர்களோ நினைவில் நிற்க மாட்டார்கள். யாரெல்லாம் பாடங்களை நன்கு நடத்திப் புரியவைத்தார்கள், யாரெல்லாம் தங்களுக்கு எழுந்த ஐயங்களை விளக்கித் தெளிவுபடுத்தினார்கள், யாரெல்லாம் தங்களுக்கு வந்த குழப்பங்களைத் தீர்த்துவைத்தார்கள் என்றுதான் அவர்கள் யோசிப்பார்கள், அவற்றைச் செய்த ஆசிரியர்களைதான் பெரிதாக மதிப்பார்கள்.

இந்த எடுத்துக்காட்டை விளக்கும் மு.வ., வெறுமனே அடித்து மிரட்டி அச்சுறுத்தும் ஆசிரியர்களுடைய வீரம் போலித்தனமானது என்கிறார், அதையெல்லாம் தாண்டி மாணவர்களுடைய நலனில் அக்கறை காட்டுகிற, அவர்களுக்கு நல்லவற்றைச் செய்கிற ஆசிரியர்கள்தான் உண்மையான வீரர்கள் என்று தெளிவாகப் புரியவைக்கிறார்.

இதன்படி பார்த்தால், விவேகானந்தருடைய வாழ்க்கை ஒரு சிறந்த வீர வாழ்க்கைதான்!

★★★

49. அச்சுப்பிழையால் தொடங்கிய அரிய நட்பு

1930களில் டி.என். குமாரஸ்வாமி என்ற இளம் எழுத்தாளர் ஆனந்த விகடன் இதழுக்கு ஒரு கட்டுரை எழுதினார். 'வாழ்க்கைச் சித்திரங்கள்' என்கிற அந்தக் கட்டுரை தேர்ந்தெடுக்கப்பட்டு வெளியானது. ஆனால், தன்னுடைய கட்டுரை விகடனில் வெளியாகியிருக்கிறது என்கிற மகிழ்ச்சியை டி. என். குமாரஸ்வாமியால் முழுமையாக அனுபவிக்க இயலவில்லை. காரணம், ஓர் அச்சுப்பிழை.

கட்டுரையின் தலைப்பிலோ, உள்ளேயிருக்கும் வரிகளிலோ பிழை வந்தால்கூடப் பரவாயில்லை. கட்டுரையை எழுதியவர் பெயரையே விகடன் மாற்றிவிட்டது. டி. என். குமாரஸ்வாமி என்ற பெயரை டி. என். கண்ணுசாமி என்று அச்சிட்டுவிட்டார்கள். இதைப் பார்த்த குமாரஸ்வாமிக்கு மிகுந்த சினம் உண்டானது. இதைச் சும்மா விடக்கூடாது என்று விகடன் அலுவலகத்துக்குச் சென்றுவிட்டார்.

அங்கு, இளைஞர் ஒருவர் ஏதோ ஒரு தாளில் பிழைகளைத் திருத்திக்கொண்டிருந்தார். டி. என். குமாரஸ்வாமியைக் கண்டதும் நிமிர்ந்து பார்த்தார், 'நீங்கள் யார்? உங்களுக்கு என்ன வேண்டும்?'

'என்னுடைய கட்டுரை உங்கள் இதழில் பிரசுரமாகியிருக்கிறது' என்று பேச்சைத் தொடங்கினார் டி. என். குமாரஸ்வாமி, 'ஆனால், அதில் என் பெயருக்குப் பதிலாக...'

அவர் பேச்சை நிறைவுசெய்வதற்குள் சட்டென்று எழுந்து கொண்டார் அந்த இளைஞர். இவருடைய கைகளைப் பற்றிக்கொண்டு, 'உங்களுடைய பெயர் தவறாக அச்சானதற்கு நான் மிகவும் வருந்துகிறேன்' என்றார். 'நீங்கள் கோபப்படுவது நியாயம்தான். என்னுடைய கவனமின்மையால் ஏற்பட்ட பெரிய பிழை இது' என்று தணிவான குரலில் விளக்கினார்.

அவ்வளவுதான். டி.என். குமாரஸ்வாமியின் சினம் பறந்துவிட்டது. தான் தவறு செய்திருக்கிறோம் என்பதை ஏற்றுக்கொள்ளவே விரும்பாத மனிதர்கள் நிறைந்த உலகத்தில், தன்னுடைய தவற்றை நேர்மையாக ஒப்புக்கொண்டு அதற்கு வருத்தமும் தெரிவிக்கிற அந்த இளைஞரை அவருக்கு மிகவும் பிடித்துவிட்டது. அதன்பிறகு, அவர்கள் இருவரும் நல்ல நண்பர்களானார்கள். தமிழ் எழுத்துலகிற்குக் குறிப்பிடக்கூடிய நல்ல படைப்புகளை வழங்கினார்கள்.

டி. என். குமாரஸ்வாமி என்ற பெயரில் எழுதத் தொடங்கிய அந்த இளம் எழுத்தாளர் பின்னர் த. நா. குமாரஸ்வாமி என்ற பெயரில் பல சிறுகதைகள், நாவல்கள், மொழிபெயர்ப்புகளை எழுதினார். மகாத்மா காந்தியைப்பற்றி ஏ. கே. செட்டியார் எடுத்த ஆவணப்படத்துக்கு விளக்கவுரை எழுதியவர் இவர்தான்.

விகடனில் இவருடைய பெயரைத் தவறாக அச்சிட்டுவிட்டு அதற்கு வருத்தம் தெரிவித்த ஆர். மகாதேவன் என்ற அந்த இளைஞர், 'தேவன்' என்ற பெயரில் நகைச்சுவை நிறைந்த பல படைப்புகளை வழங்கினார், புகழ் பெற்ற 'துப்பறியும் சாம்பு' என்ற நாயகரை உருவாக்கி வாசகர்களுடைய உள்ளங்களைக் கவர்ந்தார்.

★★★

50. ஏழு வகை உரைநடைகள்

சிலருக்குக் கவிதைநடை பிடிக்கும், வேறு சிலருக்கு உரைநடை பிடிக்கும்.

அன்றைய தமிழில் கவிதைநடைதான் பெரும்பான்மையாக இருந்தது. அநேகமாக எல்லா நூல்களும் கவிதைநடையில்தான் எழுதப்பட்டன. பின்னர் உரைநடை அறிமுகமாகிப் பெரிய அளவில் புகழ் பெற்றுவிட்டது.

காரணம், கவிதைநடையைப் புரிந்துகொள்வதற்கு நல்ல மொழிப் பயிற்சியும் சொல்வளமும் தேவைப்படுகிறது. உரைநடையையோ எல்லாரும் புரிந்துகொள்ளலாம். எழுதப் படிக்கத் தெரியாதவர்கள்கூட, மற்றவர்கள் படித்துக்காட்டும் உரை நடையைச் சட்டென்று உணர்ந்துகொண்டு பின்பற்றுவார்கள்.

இதனால், இப்போதெல்லாம் உரைநடையில்தான் பெரும்பாலான படைப்புகள் எழுதப்படுகின்றன. சிறுகதை, புதினம் (நாவல்), கட்டுரை, வரலாறு, அறிவியல் என்று பல களங்களில் இதன் பயன்பாட்டைப் பார்க்கிறோம்.

ஆனால், எல்லா உரைநடைகளும் ஒரேமாதிரி இருப்பதில்லை. தமிழில் ஏழுவகையான உரைநடை இருக்கிறது என்கிறார் தமிழறிஞர் உ.வே.சாமிநாதர்:

1. பழைய உரைநடை

அன்றைய தமிழ் நூல்களில் காணப்படும் தொடக்கக் கால உரைநடையைப் 'பழைய உரைநடை' என்கிறார் உ.வே.சா. இதை இன்றைய தமிழர்கள் படித்துப் புரிந்துகொள்வது அத்தனை எளிதில்லை, உரைநடைக்கே விளக்க உரை தேவைப்படக்கூடும்.

2. உரை நூல்களின் உரைநடை

இது, பழைய உரைநடைக்குப் பின்னர் வந்த உரைநடையாகும். ஆகவே, ஒப்பீட்டளவில் நாம் இதை எளிதில் புரிந்துகொள்ளலாம். பொதுவாகக் கவிதைகளை விளக்கிப் புரியவைக்கும்வகையில் எழுதப்பட்ட உரைகளை இவ்வகையில் சேர்க்கலாம்.

3. மணிப்பிரவாள நடை

இந்த உரைநடையில் தமிழ்ச் சொற்களுடன் வடமொழிச் சொற்களும் கலந்திருக்கும். ஆகவே, ஓரளவு வடமொழிப் பயிற்சி உள்ளவர்களால், அல்லது, அன்றைய காலகட்டத்தில் தமிழில் கலந்திருந்த வடமொழிச் சொற்களுக்கு விளக்கம் தெரிந்தவர்களால்தான் இதைப் புரிந்துகொள்ள இயலும்.

4. கதை எழுதும் நடை

இது, சிறுகதைகள், புதினங்கள் போன்றவற்றுக்காகப் பயன்படுத்தப் படும் எளிய உரைநடை. இந்த உரைநடையில் பேச்சுகளும் விவரிப்புகளும் கலந்து காணப்படும். அலங்கரிப்புகளைக் குறைத்துக் கதையோட்டத்துக்குக் கூடுதல் முக்கியத்துவம் தருகிற உரைநடை இது.

5. சாசன நடை

அன்றைய அரசர்கள், பெரிய பணக்காரர்களுடைய புகழை, அவர்கள் வழங்கிய நன்கொடையைப் பதிவு செய்கிற சாசனங்களில் காணப்படும் நடை இது.

6. பத்திர நடை

இதுவும் சாசன நடையைப் போன்றதுதான். ஆனால், இன்றைக்கும் பரவலாகப் பயன்படுத்தப்படுகிறது. வீடு

வாங்கும்போது, தொழில்முறை ஒப்பந்தங்களைச் செய்யும்போது எனப் பல சூழ்நிலைகளில் எழுதப்படும் சட்டப் பத்திரங்களில் இந்த உரைநடையைக் காணலாம்.

7. செய்தி நடை

தமிழ்நாட்டிலும் இந்தியாவிலும் உலகெங்கும் நடைபெறுகிற செய்திகளை நாளிதழ்கள், வானொலி, தொலைக்காட்சி போன்றவை நமக்குக் கொண்டுவருகின்றன. இவ்வாறு செய்திகளைத் தெரிவிக்கும் நோக்கத்துடன் நேரடியாக எழுதப்படும் எளிய நடை இது.

உ.வே.சா. அவர்கள் இந்தக் கட்டுரையை எழுதிப் பல தலைமுறைகளாகி விட்டன. ஆகவே, தமிழில் இன்னும் பல உரைநடைகள் அறிமுகமாகிவிட்டன. எடுத்துக்காட்டாக, ஆய்வுக்கட்டுரைகள் போன்றவற்றுக்கான கல்வி உரைநடை, அறிவியல் செய்திகளைப் பதிவு செய்யும் உரைநடை, மேடைப்பேச்சில் பயன்படுத்தும் உரைநடை, செல்பேசியில் அரட்டையடிக்கும் உரைநடை, ஃபேஸ்புக், ட்விட்டர் போன்ற சமூக ஊடகத் தளங்களில் நண்பர்களுடன் ஊடாடுவதற்கான உரைநடை என்று பலவற்றைக் கூறலாம்.

★★★

51. Book புத்தகம்

உங்கள் பெயர் என்ன?

What is your name?

'இவர் எதற்கு ஒரே தகவலை இரண்டு மொழிகளில் இரண்டு முறை கேட்கிறார்?' என்று யோசிக்கிறீர்களா? காரணம் இருக்கிறது.

உங்களுக்குத் தமிழ் நன்றாகத் தெரியும். ஆனால், ஆங்கிலத்தை இப்போதுதான் கற்றுக்கொள்கிறீர்கள் என்று வைத்துக் கொள்வோம். அப்போது, நீங்கள் இங்குள்ள முதல் கேள்வியைச் சட்டென்று படித்துவிடுவீர்கள், இரண்டாவது கேள்வியைச் சற்று பொறுமையாக எழுத்துக்கூட்டிப் படிப்பீர்கள். இரண்டுக்கும் ஒரே பொருள்தான் என்பது உங்களுக்கு ஏற்கெனவே தெரிந்திருப்பதால், முதல் கேள்வியையும் இரண்டாவது கேள்வியையும் ஒப்பிட்டுப் பார்ப்பீர்கள், 'உங்கள்' என்பதும் '*your*' என்பதும் ஒன்றுதான், 'பெயர்' என்பதும் '*name*' என்பதும் ஒன்றுதான், 'என்ன' என்பதும் '*what*' என்பதும் ஒன்றுதான் என்று புரிந்துகொள்வீர்கள்.

இன்னொருவருக்கு ஆங்கிலம் நன்றாகத் தெரியும். ஆனால், தமிழை இப்போதுதான் கற்றுக்கொள்கிறார். அவர் இந்த

இரண்டாவது கேள்வியைச் சட்டென்று படித்துவிடுவார், முதல் கேள்வியைப் பொறுமையாகப் படிப்பார், நீங்கள் புரிந்துகொண்ட அதே சொல் இணைகளை எதிர்த்திசையில் பொருத்திப் புரிந்துகொள்வார்.

இப்படி ஒரு சுவையான கதைப் புத்தகம் அல்லது தகவல் புத்தகம்முழுவதும் இரண்டு மொழிகளில் எழுதப்படுவதாகக் கற்பனை செய்துகொள்ளுங்கள். அதாவது, ஒவ்வொரு வாக்கியமும் இரண்டு மொழிகளிலும் அடுத்தடுத்து வழங்கப்பட்டிருக்கிறது. இதனால், அந்த இரு மொழிகளில் ஏதேனும் ஒன்றை நன்கு அறிந்தவர்கள் இன்னொரு மொழியைக் கற்றுக்கொள்வதற்கான வாய்ப்பு பெருகும்.

இவ்வகைப் புத்தகங்களை *Bilingual Books* அல்லது *Dual Lanugage Books*, அதாவது, இருமொழி நூல்கள் என்கிறார்கள். இதன் நீட்சியாக, *Trilingual Books*, அதாவது மும்மொழி நூல்களும் உண்டு. இவை பெரும்பாலும் குழந்தைகளுக்காகத் தயாரிக்கப்படுகின்றன. அழகழகான படங்களுடன் ஒவ்வொரு விஷயத்தையும் இரண்டு அல்லது மூன்று மொழிகளில் வழங்கி மொழிக்கல்வியை ஊக்குவிக்கிறார்கள். இதனால் குழந்தைகளுடைய ஆர்வமும் மொழி வளமும் மேம்படுகிறது. ஆகவே, பெற்றோர், ஆசிரியர்கள் இவ்வகை நூல்களை விரும்பி வாங்குகிறார்கள்.

இருமொழி நூல்களுக்கு *'Side by side books'* என்ற பெயரும் உள்ளது. அதாவது, இடப்பக்கம் ஒரு மொழி, வலப்பக்கம் ஒரு மொழி என்று வடிவமைக்கப்படுகிறது. இரண்டு மொழிகளிலும் ஆர்வம் உள்ளவர்கள் இரண்டையும் படிப்பார்கள், மற்றவர்கள் இடப்புறத்தைமட்டும் அல்லது வலப்புறத்தைமட்டும் படித்து விஷயத்தைத் தெரிந்துகொள்வார்கள்.

உங்களுடைய நூலகத்தில் அல்லது புத்தகக் கடையில் இருமொழி நூல்கள் உள்ளனவா என்று பாருங்கள். ஒருவேளை அங்கு கிடைக்காவிட்டால், இணையத்தில் தேடிக் கண்டுபிடியுங்கள். ஓரிரு பக்கங்களைப் புரட்டிச் சில வரிகளைப் படித்துப்பாருங்கள், ஒரே விஷயம், இருவேறு மொழிகளில் வெவ்வேறுவிதமாக

விரிகிற புதுமையான அனுபவத்தை உணருங்கள்.

கிட்டத்தட்ட இதேபோன்ற இன்னொரு மொழிக்கருவி, *Sub-titles* எனப்படும் மொழிபெயர்ப்புக் குறிப்புகளுடன் கூடிய வீடியோக்களைப் பார்ப்பது. திரைப்படங்கள், ஆவணப் படங்கள், அனிமேஷன் அசைபடங்கள் போன்றவற்றை இவ்வாறு மொழிபெயர்ப்புகளுடன் பார்க்கும்போது, ஒவ்வொரு சொற்றொடரும் இரண்டு மொழிகளில் எப்படி அமைகிறது என்பதைக் கூர்ந்து கவனித்துக் கற்றுக்கொள்ளலாம்.

★★★

52. எழுத்துக்கு உதவும் தூண்டுதல்கள்

முதியவர் ஒருவர் சாலையில் நடந்து சென்றுகொண்டிருந்தார். திடீரென்று அவருக்கெதிரில் விலையுயர்ந்த ஒரு கார் வந்து நின்றது. அதிலிருந்து ஒருவர் இறங்கினார். அவரைப் பார்த்ததும் அந்த முதியவருடைய கண்கள் விரிந்தன, மகிழ்ச்சியோடு சிரித்தபடி கைகளை விரித்துக்கொண்டு அவரை நோக்கி நடந்தார்.

யார் அந்த முதியவர்? காரில் வந்தவர் யார்? அவரைப் பார்த்ததும் முதியவர் இவ்வளவு மகிழ்ந்தது ஏன்? அதன்பிறகு என்ன நடந்தது?... இதையெல்லாம் தெரிந்துகொள்ள ஆவலாக இருக்கிறதா? அப்படியானால், ஒரு தாளை எடுங்கள், மேலே உள்ள பத்தியை அப்படியே அதில் எழுதுங்கள், அதன்பிறகு, உங்கள் கற்பனைக் குதிரையைத் தட்டிவிடுங்கள், தொடர்ந்து மேலும் சில பத்திகளை எழுதி இந்தக் கதையை நிறைவுசெய்யுங்கள்.

முதல் பத்தியில் நாம் காண்பது, *Writing Prompt* எனப்படும் எழுத்துத் தூண்டுதல். அதாவது, ஒரு கதையின் முதல் பகுதியை

உங்களுக்குக் கொடுத்துவிடுவார்கள், மீதமுள்ள பகுதியை நீங்களே எழுதவேண்டும். என்ன எழுதுவது என்று தெரியாமல் திகைத்து நிற்பவர்களுக்கு ஒரு சுவையான தொடக்கத்தை இது உண்டாக்கித்தரும்.

தூண்டுதல் வரிகளைக் கதையின் தொடக்கத்தில்தான் பயன்படுத்தவேண்டும் என்று எந்தக் கட்டாயமும் இல்லை. கதைக்கு நடுவிலும் பயன்படுத்தலாம், அதிலிருந்து சில பகுதிகளைமட்டும் எடுத்துக்கொண்டு ஒரு புதிய கதையை உருவாக்கலாம்.

எடுத்துக்காட்டாக, இந்தத் தூண்டுதலில் வரும் முதியவரை நீங்கள் இளைஞராக்கலாம், காரில் வந்தவரைப் பார்த்ததும் அவர் மகிழ்ச்சியடைவதற்குப்பதில் அதிர்ச்சியடையலாம்... உங்கள் கதைக்கு எது பொருத்தமாக இருக்கிறதோ அதை நீங்கள் பயன்படுத்திக்கொள்ளலாம்.

ஆக, கதைத் தூண்டுதல் வரிகள் என்பவை சிந்தனையை, கற்பனையைத் தூண்டுகிற ஒரு சாவிமட்டும்தான். பூட்டைத் திறந்தபிறகு உள்ளே இருப்பது தங்கமா, வெள்ளியா, ஐஸ்க்ரீமா, முறுக்கா என்பதை நீங்கள் தீர்மானிக்கலாம். உங்களுடைய கற்பனையை கொஞ்சம் தட்டிவிட்டு முழுப் படைப்புச் சுதந்தரத்தை அளிக்கிற வரிகள் இவை.

இதுபோன்ற கதைத் தூண்டுதல் வரிகள் எங்கு கிடைக்கும்?

ஆங்கிலத்தில் *Writing Prompts* தொகுப்புகள் கிடைக்கின்றன. பல இணையத் தளங்கள், குழுக்களும் இதற்காக அமைக்கப்பட்டுள்ளன. இவற்றில் நூற்றுக்கணக்கான தூண்டுதல் வரிகள் இருக்கும். நீங்கள் ஏதேனும் ஒரு பக்கத்தைத் திறந்து உங்களுக்குப் பிடித்த வரியை எடுத்துக்கொண்டு எழுதத் தொடங்கலாம்.

அதைவிட எளிது, உங்கள் வீட்டில் அல்லது நூலகத்தில் இருக்கிற ஏதோ ஒரு புத்தகத்தை எடுத்துப் பிரிக்கலாம், அதில் உள்ள ஒரு பத்தியைத் தூண்டுதலாக எடுத்துக்கொண்டு அதை எப்படி மாற்றலாம், எப்படிப் புதிதாக எழுதலாம் என்று சிந்திக்கலாம்.

எழுத்துத் தூண்டுதல்களைப்போலவே, புகைப்பட, ஓவியத் தூண்டுதல்களையும் பயன்படுத்தலாம். நாளிதழ்கள், வார, மாத இதழ்களில் அச்சாகிற படங்களைக் கூர்ந்து கவனித்து, அவற்றிலிருந்து ஒரு கதையை உருவாக்கலாம்.

இப்படித் தொடக்கத்தில் வெளித் தூண்டுதல்களைப் பயன்படுத்திக் கதை எழுதிப் பழகினால், விரைவில் நமக்குள் தூண்டுதல்கள் தானாக உருவாகும். அதன்பிறகு, நம்முடைய எழுத்து இன்னும் விரைவாகும், இன்னும் சிறப்பாகும்.

அது சரி, அந்த முதியவர் காருக்கு முன்னால் சிரிப்போடு காத்திருக்கிறார். அவருடைய கதையை எழுதி நிறைவுசெய்யுங்கள்!

★★★

53. விரிவான படிப்பு, ஆழமான படிப்பு

ரமேஷுக்கும் சுரேஷுக்கும் வரலாற்றுத்துறையில் ஆர்வம் மிகுதி. அந்தத் துறைசார்ந்த பல நூல்களைத் தேடிப் படிக்கிறவர்கள்.

ஆனால், இவர்கள் இருவருடைய படிப்புக்கும் ஒரு முதன்மையான வேறுபாடு உண்டு: ரமேஷ் விரிவாகப் படிக்கிறவர், சுரேஷ் ஆழமாகப் படிக்கிறவர்.

இந்த இரு சொற்களுக்கும் என்ன பொருள்? விரிவாகப் படிப்பதற்கும் ஆழமாகப் படிப்பதற்கும் என்ன வேறுபாடு?

'சாலை பரந்து, விரிந்து செல்கிறது' என்று சொல்கிறோம், 'விரிந்த வானத்தில் பறவைகள் பறக்கின்றன' என்கிறோம், இந்தச் சொற்றொடர்களின் பொருள், சாலையோ வானமோ குறுகலாக இல்லை, நன்கு அகலமாக உள்ளது.

அதுபோல, சில வாசகர்கள் ஒரு குறிப்பிட்ட தலைப்பில் தங்களைச் சுருக்கிக்கொள்ளாமல், அந்தத் துறை சார்ந்த பலவிதமான நூல்களைத் தேடிப் படிப்பார்கள். இதைத்தான் 'விரிவான படிப்பு' என்கிறோம்.

இன்னும் சிலர், அந்தத் துறைக்குள் தங்களுக்குப் பிடித்த ஒரு துணைத்தலைப்பைத் தேர்ந்தெடுத்துக்கொள்வார்கள், அதில் ஆழமாகச் செல்வார்கள், அதாவது, அந்தத் துணைத்தலைப்பை மேலும் மேலும் விவரிக்கும் நூல்களைப் படித்துக் கூடுதல் தகவல்களைத் தெரிந்துகொள்வார்கள். இதைத்தான் 'ஆழமான படிப்பு' என்கிறோம்.

நாம் முதலில் பார்த்த எடுத்துக்காட்டில் ரமேஷ் பலவிதமான வரலாற்று நூல்களைப் படிக்கிறார், அறிவை விரித்துச்செல்கிறார். ஆனால், சுரேஷ் தென்னிந்திய வரலாறு என்கிற ஒரு துணைத்தலைப்பை எடுத்துக்கொண்டு அதில் ஆழமாகப் படிக்கிறார்.

உண்மையில், தென்னிந்திய வரலாறு என்பதுகூடக் கொஞ்சம் பரந்து விரிந்த தலைப்புதான். அதற்குள் தமிழக வரலாறு, அல்லது சென்னை வரலாறு, அல்லது, தென்சென்னை வரலாறு என்று துணைத்தலைப்புகளைத் தேடி ஆழம் செல்லலாம்.

விரிவான படிப்பு, ஆழமான படிப்பு, இந்த இரண்டில் எது நல்லது?

எழுத்தாளர் சுந்தர ராமசாமியுடைய நூலொன்றுக்கு 'விரிவும் ஆழமும் தேடி' என்று தலைப்பு வழங்கப்பட்டிருக்கிறது. இந்தத் தலைப்பில் நம்முடைய கேள்விக்கான பதிலும் இருக்கிறது.

அதாவது, நமக்கு விரிவான படிப்பும் தேவை, ஆழமான படிப்பும் தேவை, எப்போதும் எதில் கவனம் செலுத்துவது என்ற சமநிலை மனத்தில் இருந்தால் போதும், இந்த இரண்டையும் நன்கு சமாளிக்கலாம்.

எடுத்துக்காட்டாக, பள்ளியில் படிக்கிற ஒருவர் ஒவ்வோராண்டும் தமிழ், ஆங்கிலம், கணக்கு, அறிவியல், சமூகவியல் என்று பல துறைகளைச் சார்ந்த பாடங்களைப் படிக்கிறார். அதே நேரம், அடுத்தடுத்த ஆண்டுகளில் அந்தந்தத் துறைகளில் ஆழம் செல்கிறார். பின்னர் கல்லூரி, முதுநிலைப் படிப்பு, ஆய்வுப் படிப்பு என்று செல்லும்போது, தான் தேர்ந்தெடுத்த ஒரு சிறப்புத்தலைப்பில் இன்னும் ஆழமாகப் படிக்கிறார்.

இதன்மூலம் அவருக்கு எல்லாத் தலைப்புகளிலும் விரிவான புரிந்துகொள்ளலும், ஒரு துணைத்தலைப்பில் ஆழமான அறிவும் கிடைக்கிறது.

நாமும் அதுபோல் நம் ஆர்வத்துக்கேற்ற பல தலைப்புகளை விரிவாகப் படித்துத் தெரிந்துகொள்ளலாம். ஒவ்வொரு தலைப்பிலும் அதன் துணைத்தலைப்பிலும் தேவையான அளவு ஆழமாகச் செல்லலாம். அதன்மூலம் விரிவு, ஆழம் ஆகிய இரண்டின் நன்மைகளையும் பெற்றுக்கொள்ளலாம்.

★★★

54. மயக்கத்தைக் குறைப்போம்

இரண்டு பேர் ஒரு விழாவில் முதன்முறையாகச் சந்தித்துக் கொண்டார்கள். ஒருவரையொருவர் அறிமுகப்படுத்திக்கொண்டு பேச்சைத் தொடங்கினார்கள்.

'நீங்க என்ன வேலை பார்க்கறீங்க?' என்று கேட்டார் முதல் நபர்.

'அரசுக் குடிநீர் வாரியத்துல *Third Grade Officer*ஆ இருக்கேன்' என்றார் இரண்டாம் நபர்.

முதல் நபர் சற்று முகம் சுளித்தார். ஏனெனில், அவர் தனித்தமிழ் ஆர்வலர், அன்றாடப் பேச்சில் ஆங்கிலச் சொற்கள் கலப்பதை விரும்புவதில்லை. ஆகவே, 'மூன்றாம் தர அலுவலரா இருக்கேன்னு தமிழ்ல சொல்லலாமே' என்றார்.

இதைக் கேட்டதும் இரண்டாம் நபருக்கு எரிச்சல் வந்துவிட்டது, 'நான் ஒண்ணும் மூணாம் தர அலுவலர் இல்லை, என்னோட வேலை முதல் தரமாத்தான் இருக்கும்' என்றார்.

Grade என்ற ஆங்கிலச் சொல்லைத் தமிழில் 'தரம்' என்று அழைக்கிறோம். எடுத்துக்காட்டாக, பலவகைப் பழங்களை

Grade அடிப்படையில் பிரித்து விற்பனை செய்வதைத் 'தரம் பிரித்தல்' என்பார்கள்.

அதன்படி பார்த்தால், '*Third Grade Officer*' என்பதை 'மூன்றாம் தர அலுவலர்' என்று முதல் நபர் மொழிபெயர்த்தது சரிதானே? அது ஏன் இரண்டாம் நபருக்கு எரிச்சலைத் தந்தது?

சொல்லளவில் இந்த மொழிபெயர்ப்பு சரியாக இருந்தாலும், தமிழில் அது பொருள் மயக்கத்தை உண்டாக்குகிறது. ஏனெனில், தமிழில் 'மூன்றாந்தரம்' என்றால் மோசமானது, அதாவது, முதல் தரம், இரண்டாந்தரத்தைவிடத் தாழ்வானது என்ற பொருள் வருகிறது. ஆகவே, 'மூன்றாந்தர அலுவலர்' என்று அழைத்தால் யாரும் அதை விரும்பமாட்டார்கள்.

ஆகவே, இங்கு '*Grade*' என்ற சொல்லுக்கு 'நிலை' என்ற சொல்லைச் சேர்க்கலாம். 'மூன்றாம் நிலை அலுவலர்' என்று கூறினால், அந்த அலுவலகத்தின் அதிகார வரிசையில் அவர் மூன்றாம் நிலையில் உள்ளார் என்பது தெளிவாகப் புரியும், பொருள் மயக்கம் நீங்கிவிடும்.

நம்முடைய எழுத்தில் பொருள் மயக்கத்தைக் கண்டறிவது எப்படி? மயக்கமில்லாதபடி தெளிவாக எழுதுவது எப்படி?

அதற்கு ஓர் எளிய வழி இருக்கிறது: இன்னொருவருடைய பார்வையிலிருந்து நம்முடைய எழுத்தைத் திரும்பப் படித்துப்பார்த்தல்!

அதாவது, நாம் எழுதவேண்டிய கதை, கவிதை, கட்டுரையை எழுதிவிடவேண்டும். அதன்பிறகு, அதை இன்னொருவர் படிப்பதாக நினைத்துக்கொண்டு மறுபடி படித்துப்பார்க்கவேண்டும். இதனால், எழுதிய நேரத்தில் நமக்குத் தென்படாத பொருள் மயக்கங்கள் பளிச்சென்று வெளிச்சத்துக்கு வரும், அவற்றைக் குழப்பமில்லாதபடி திருத்திவிடலாம்.

எடுத்துக்காட்டாக, சமீபத்தில் அகமதாபாதில் ஒரு புதிய கிரிக்கெட் மைதானம் திறக்கப்பட்டது. அதைப்பற்றிய கட்டுரை ஒன்றில், 'உலகின் முதல் *LED* விளக்குகள்மூலம் ஒளியூட்டப்படும்

கிரிக்கெட் மைதானம்' என்று எழுதியிருந்தார்கள். இதில் எந்தத் தவறும் இல்லை. ஆனால், பொருள் மயக்கத்துக்கான ஒரு சாத்தியம் உள்ளது: இதைப் படிக்கிற யாராவது, 'உலகில் இப்போதுதான் முதன்முறையாக *LED* விளக்குகள் கண்டறியப்பட்டுள்ளன, அவை இந்த மைதானத்தில் பயன்படுத்தப்பட்டுள்ளன' என்று நினைத்துவிடக்கூடும்.

உண்மையில், *LED* விளக்குகள் நெடுங்காலமாக உள்ளன. அந்த விளக்குகள் ஒரு கிரிக்கெட் மைதானத்தில் பயன்படுத்தப்படுவதுதான் முதன்முறை. ஆகவே, 'உலக அளவில் *LED* விளக்குகள்மூலம் ஒளியூட்டப்படும் முதல் கிரிக்கெட் மைதானம்' என்பதுபோல் சிறிது மாற்றி எழுதினால், பொருள் மயக்கம் வராது, தெளிவு மிகும்.

நம்முடைய எழுத்தில் எந்த அளவுக்குப் பொருள் மயக்கத்தைக் குறைத்துத் தெளிவைப் பெருக்குகிறோமோ, அந்த அளவுக்கு வாசகர்கள் பயன் பெறுவார்கள். இதனால், பொருள் மயக்கத்தைக் கூர்ந்து கவனித்துச் சரிசெய்வது எழுதுவோருடைய முதன்மைக் கடமைகளில் ஒன்று.

★★★

55. சாட்சி சொன்ன தமிழறிஞர்

தமிழ் உரைநடை முன்னோடிகளில் ஒருவர், யாழ்ப்பாணம் ஆறுமுக நாவலர், சிறந்த மொழிபெயர்ப்பாளர், சைவ சமயத்துக்கு அரிய சேவைகளைச் செய்தவர்.

அந்த ஆறுமுக நாவலர், நாள்தோறும் அதிகாலையில் எழுந்துவிடுவார், கடற்கரையில் சிறிது நேரம் நடந்து திரும்புவார்.

அப்படி ஒருநாள் அவர் கடற்கரையில் நடந்துகொண்டிருந்தபோது, எதிரில் ஒருவன் ஓடிவந்தான், அவரைக் கடந்து சென்றான். ஆறுமுக நாவலர் அவனைக் கவனித்தார், ஆனால், பெரிதாகப் பொருட்படுத்தவில்லை, யாரோ எதற்கோ ஓடுகிறார்கள் என்று நினைத்துக்கொண்டு தொடர்ந்து நடந்தார்.

உண்மையில், ஆறுமுக நாவலரைக் கடந்து சென்ற அந்த ஆள் ஒரு குற்றவாளி, மரக்கலம் ஒன்றுக்குத் தீ வைத்துவிட்டுத் தப்பி ஓடிக்கொண்டிருந்தான், இந்த விஷயத்தை ஆறுமுக நாவலர் பின்னர்தான் தெரிந்துகொண்டார். ஆகவே, அவனுக்கு எதிராகச் சாட்சியளிப்பதற்காக நீதிமன்றம் சென்றார்.

அந்த வழக்கை விசாரித்த நீதிபதி ஓர் ஆங்கிலோ இந்தியர். ஆகவே, அவர் கேட்ட கேள்விகளுக்கு நாவலர் ஆங்கிலத்தில் பதிலளித்தார். இது அந்த நீதிபதிக்குப் பிடிக்கவில்லை.

'நீங்கள் ஆங்கிலத்தில் பேசியது போதும்' என்றார். நீதிமன்ற மொழிபெயர்ப்பாளரை அழைத்து, 'அவர் தமிழிலேயே பதில் சொல்லட்டும், அவர் சொல்வதை நீங்கள் ஆங்கிலத்தில் மொழிபெயர்த்துச் சொல்லுங்கள்' என்றார்.

இதைக் கேட்ட ஆறுமுக நாவலர் அவமானமாக உணர்ந்தார். தன்னுடைய தோற்றத்தைப் பார்த்துத் தன்னை அவமதிக்கிற அந்த நீதிபதிக்குச் சரியான பாடம் கற்பிக்கத் தீர்மானித்தார். அவருடைய அடுத்த கேள்விக்கு இப்படிப் பதிலளித்தார்:

'அஞ்ஞான்று எல்லியெழ நானாளிப்போதின்வாய்

ஆழிவரம்பணித்தே காலேற்றுக் காலோட்டப் புக்குழி...'

இதைக் கேட்டதும், அங்கிருந்த மொழிபெயர்ப்பாளர் திகைத்துப்போனார். ஆறுமுக நாவலர் சொல்வது என்ன என்றே அவருக்குப் புரியவில்லை, அதை எப்படி ஆங்கிலத்தில் மொழிபெயர்ப்பது?

இதைப் பார்த்த நீதிபதி கேட்டார், 'என்ன ஆயிற்று? அவர் என்ன சொல்கிறார்?'

'அது எனக்குப் புரியவில்லை' என்றார் மொழிபெயர்ப்பாளர்.

'ஏன்? அவர் பேசுவது தமிழ்தானே.'

'ஆமாம்.'

'நீங்களும் தமிழர்தானே. அப்படியானால், அவர் பேசுவது ஏன் உங்களுக்குப் புரியவில்லை?'

'அவர் பேசும் கடினத் தமிழ் எனக்குப் புரியவில்லை.'

இந்த நேரத்தில், அந்த நீதிமன்றத்தில் பணியாற்றும் மயில்வாகனம் என்பவர் அங்கு வந்தார். அவர் ஆறுமுக நாவலரிடம் தமிழ் படித்தவர். ஆகவே, அவரை மரியாதையுடன் வணங்கினார். இதைப் பார்த்த நீதிபதிக்கு, ஆறுமுக நாவலர் ஒரு பெரிய ஆளுமை என்பது புரிந்தது. அவர் ஆங்கிலத்திலேயே சாட்சி அளிக்க அனுமதித்தார்.

ஆனால், ஆறுமுக நாவலர் அதை மறுத்துவிட்டார். 'நான் வழக்கமான தமிழில் சாட்சி சொல்கிறேன், மயில்வாகனம் அதை மொழிபெயர்ப்பார்' என்றார்.

எப்பேர்ப்பட்ட நீதிபதியாக இருந்தால் என்ன? ஒருவருடைய திறமையைக் கவனிக்காமல் வெறுமனே தோற்றத்தைப் பார்த்து அலட்சியமாக எடைபோட்டால் இப்படி மூக்கு உடையவேண்டியதுதான்!

★★★

56. நாட்குறிப்புப் பழக்கம்

'கோவை கிழார்' என்று பெருமையுடன் அழைக்கப்பட்ட தமிழறிஞர், சமூக சேவகர் ம. இராமச்சந்திரனாருக்கு அன்றாடம் நாட்குறிப்பு எழுதும் பழக்கம் இருந்தது. 'இது ஒரு நல்ல பழக்கம், நீங்களும் இதைப் பின்பற்றவேண்டும்' என்று தன்னுடைய நண்பர்கள் பலருக்கு அவர் அறிவுறுத்தியிருக்கிறார்.

ஆனால், அவர் இப்படிப் பலமுறை சொன்னபோதும், அவருடைய நண்பர்கள் இதில் ஆர்வம் காட்டவில்லை. 'நாட்குறிப்பு என்பது தற்சிறப்புக்காக எழுதப்படுவதுதானே?' என்று அலட்சியமாக நினைத்துவிட்டார்கள்.

முதலில், நாட் குறிப்பு என்பது தன்னைச் சிறப்பித்துப் பேசுகிற இடம் இல்லை, தன்னை உண்மையாக வெளிப்படுத்துகிற இடம், அன்றாட வாழ்க்கையில் பார்த்தவை, சிந்தித்தவை, செய்தவற்றைப் பொய்யில்லாமல் எழுதிவைக்கிற இடம்.

அடுத்து, இன்னொருவர் படிக்கவேண்டும், நம்மைப் பாராட்டவேண்டும் என்ற எண்ணத்துடன் நாட்குறிப்புகள் எழுதப்படுவதில்லை. அவற்றைப் பதிவுசெய்யும்போது, நம் மனத்தில் உள்ளதை எழுத்தில் இறக்கிவைத்துவிட்டோம் என்ற நிறைவு ஏற்படுகிறது. பின்னர் வேறொரு நேரத்தில் அதை நாமே

படித்துப்பார்க்கும்போது, காலத்தில் பின்னோக்கிச் செல்கிறோம், நம் பழைய சிந்தனைகளை, உணர்வுகளை, சாதனைகளை அறிகிறோம், வியக்கிறோம், ஊக்கம் பெறுகிறோம், சோர்வு குறைகிறது.

கோவை கிழார் பல ஆண்டுகளாகத் தான் கண்டவை, சிந்தித்தவற்றையெல்லாம் நாட்குறிப்பில் பாடல்களாக, குறிப்புகளாக எழுதிவைத்தார். இப்படி முப்பதுக்கும் மேற்பட்ட தொகுப்புகளை அவர் எழுதியிருப்பதாக அவரைப்பற்றிக் கோவைத் தமிழ்ச் சங்கம் வெளியிட்ட நூலொன்று தெரிவிக்கிறது.

நாட்குறிப்பு எழுதுவதற்கு நாம் எழுத்தாளராகவோ சிந்தனையாளராகவோ இருக்கவேண்டும் என்ற கட்டாயம் இல்லை. சொல்லப்போனால், நாட்குறிப்பு என்ற பெயரில் விற்பனையாகும் பளபளப்பான குறிப்பேடுகள்கூட இதற்குத் தேவைப்படாது. எழுதவேண்டும் என்ற விருப்பமும் முனைப்பும் இருந்தால் வழக்கமான குறிப்பேட்டில்கூட நாட்குறிப்புகளை எழுதலாம். கையால் பேனா பிடித்து எழுதுவது சிரமம் என்று நினைக்கிறவர்கள்கூட, செல்பேசியில், கணினியில் நாட்குறிப்பு எழுதலாம்.

அதேபோல், 'அடுத்த ஜனவரி 1லிருந்து நான் நாட்குறிப்பு எழுதுவேன்' என்று காத்திருக்கவேண்டியதில்லை, எப்போது வேண்டுமானாலும் தொடங்கலாம்.

அன்றாடம் நம் வாழ்க்கையில் நடந்தவற்றைத் திரும்பிப்பார்த்து எழுதும்போது, தொடர்ச்சியான சிந்தனை, எழுத்துப் பழக்கம் வருகிறது. அத்துடன், நம்மையும் நம்மைச் சுற்றியுள்ளவர்களையும் எடைபோடத் தொடங்குகிறோம், நம்முடைய செயல்பாடுகளை மீண்டும் ஆராய்ந்துபார்க்கிறோம், பிழைகளைத் திருத்திக்கொண்டு அடுத்தமுறை இன்னும் நன்றாகச் செயல்படுவதற்கான வாய்ப்புகள் அமைகின்றன.

அந்தவிதத்தில், நாட்குறிப்பு என்பது நம்முடைய மனச்சாட்சியாகக் கூட இயங்குகிறது, நம்மை மேலும் செம்மையாக்கி உதவுகிறது.

★★★

57. நம் நேரம், நம் கையில்

பொழுதுபோக்குகள் இனியவை, மனத்துக்கு மகிழ்ச்சி தருகிறவை. அதனால்தான் உலகம்முழுவதும் விளையாட்டு, இசை, நடனம், நூல்களைப் படித்தல், தோட்டம் போடுதல் என்று வெவ்வேறு பொழுதுபோக்குகளில் மக்கள் நேரம் செலவிடுகிறார்கள். கடினமாக உழைக்கிறவர்கள் பொழுதுபோக்கின் மூலம் அந்த அழுத்தத்தைத் தளர்த்திக் கொள்ளவும் வாய்ப்பு ஏற்படுகிறது.

ஆனால், அந்தப் பொழுதுபோக்கு அளவோடு இருக்கவேண்டும். சில நேரங்களில், அது நம்முடைய முதன்மைப் பணியையே கெடுத்துவிடக்கூடும். அப்போது, நாம்தான் அதைக் கவனித்துச் சரிசெய்துகொள்ளவேண்டும், அதன்மூலம், நம் நேரத்தை நம் கையில் வைத்துக்கொள்ளவேண்டும்.

எடுத்துக்காட்டாக, செல்பேசியில் வீடியோ விளையாட்டுகளை விளையாடுகிற சிறுவர்கள் பலர் உண்டு. அது ஒரு நாளைக்குக் குறிப்பிட்ட நேரம் என்ற அளவில் இருந்தால் பரவாயில்லை. மிகுதியாக விளையாடிப் படிக்கும் நேரத்தைக் குறைத்துக்கொண்டுவிட்டால் மதிப்பெண் குறையும், வகுப்பில், சமூகத்தில் மதிப்பும் குறையும். இதை அவர்கள் உணர்ந்து,

தங்கள் விளையாடும் நேரத்தைக் குறைத்துக்கொண்டால் இழந்ததைத் திரும்பப் பெற்றுவிடலாம்.

‘அட, சிறுவர்களுக்கு இதெல்லாம் எப்படித் தெரியும்?’ என்று கேட்கிறீர்களா? பல ஆண்டுகளுக்குமுன்னால் ஒரு சிறுவர் இப்படிதான், தன்னுடைய கலைப்பயிற்சிக்கு இடையூறாக வந்த பொழுதுபோக்கு விருப்பத்தை அடையாளம் கண்டுகொண்டார், அதை முற்றிலும் நீக்கினார், அதன்மூலம் நிறைய நேரத்தை வரவாகப் பெற்றார்.

அந்தச் சிறுவர் பெயர் வேங்கடசாமி. அவருடைய சித்தப்பாவாகிய சொக்கலிங்கர் என்பவரிடம் இசை பயின்றார்.

அப்போதெல்லாம், கிராமங்களில் வீட்டு வாசலில் திண்ணையில் அமர்ந்து சீட்டாடுகிறவர்கள் இருந்தார்கள். அப்படிச் சீட்டாடுபவர்களைப் பார்த்து ரசிக்கிறவர்களும் இருந்தார்கள்.

சீட்டாட்டம் என்பது எளிதில் முடிந்துவிடாது. அப்படியே முடிந்தாலும், விளையாடியவர்கள் போதும் என்று எழுந்துவிடமாட்டார்கள். ‘மறுபடி விளையாடுவோம்’ என்று சீட்டுகளைக் கலைத்துப்போடத் தொடங்கிவிடுவார்கள், இப்படியே நெடுநேரம் ஓடும்.

வேங்கடசாமிக்குச் சீட்டாடுகிறவர்களைப் பார்த்து ரசிக்கும் பழக்கம் இருந்தது. இதனால் அவருடைய நேரம் வீணானது, இசைப் பயிற்சிக்குத் தடை உண்டானது.

பொதுவாக, அந்த வயதிலிருக்கும் சிறுவர்கள் இதுபோன்ற பொழுதுபோக்குகள் தங்களுடைய படிப்பை, மற்ற பயனுள்ள வேலைகளைக் கெடுக்கின்றன என்பதை உணரமாட்டார்கள். தங்களையும் அறியாமல் அதில் மூழ்கியிருப்பார்கள்.

ஆனால், வேங்கடசாமி இந்தப் பழக்கத்தினால் ஏற்படும் தீமையை உணர்ந்தார், ‘இசை கற்கவேண்டிய நான் இனி சீட்டாடும் இடத்துக்கே போகமாட்டேன்’ என்று நண்பர் ஒருவரிடம் உறுதிமொழி சொன்னார், அதை அக்கறையுடன் பின்பற்றினார்.

இத்தனைக்கும், அவருடைய இசைப்பயிற்சி சில நாட்களில் நின்றுவிட்டது. சில காரணங்களால் இனி இசை படிக்கவேண்டாம் என்று தீர்மானித்துவிட்டார். ஆனால், 'சீட்டாடும் இடத்துக்குப் போகக்கூடாது' என்ற உறுதிமொழியைமட்டும் விடவில்லை. இதனால் அவருடைய நேரம் வீணாகாமல் ஆக்கப்பூர்வமான வேலைகளுக்குப் பயன்பட்டது என்று எழுதுகிறார் அவருடைய வாழ்க்கை வரலாற்றைப் பதிவுசெய்த வே. நடராஜன்.

பொழுதுபோக்குக்கு மிகுதியான நேரத்தை வழங்குவது தவறு என்பதைச் சிறுவயதிலேயே உணர்ந்து தன்னைத் திருத்திக்கொண்ட அந்தச் சிறுவர், பின்னாட்களில் சிறந்த தமிழாசிரியராக, பேராசிரியராகச் செயல்பட்டார், பல சிறந்த நூல்களை எழுதினார், சங்க இலக்கியம் உள்ளிட்ட பழந்தமிழ் நூல்களுக்கு உரை வழங்கினார். 'நாவலர்' என்று போற்றப்படும் ந.மு. வேங்கடசாமி நாட்டார்தான் அவர்!

★★★

58. யார், எவர்?

ஒரு கலைக்கூடத்துக்குச் செல்கிறீர்கள். அழகழகான ஓவியங்களும் சிற்பங்களும் புகைப்படங்களும் மற்ற கலைப்பொருட்களும் சிறப்பாகக் காட்சிப்படுத்தப்பட்டிருக் கின்றன. 'இவை அனைத்தும் ஒரே நாளில் திரட்டப்பட்டவை இல்லை, பல ஆண்டுகளாக, சொல்லப்போனால், சில தலைமுறைகளாக முயன்று சேர்க்கப்பட்டவை' என்று வியக்கிறீர்கள்.

'உண்மைதான்' என்கிறார் அங்கிருக்கும் வழிகாட்டி, 'எங்களுடைய கலைக்கூடத்தின் தொடக்கம், வளர்ச்சிக்குப் பங்களித்திருக்கிற வர்களைப்பற்றித் தெரிந்துகொள்ளவேண்டுமென்றால், இந்தச் சிறு நூலைப் படியுங்கள்' என்று ஒரு புத்தகத்தை வழங்குகிறார். அதன் தலைப்பு, 'யார், எவர்?' என்று அமைந்திருக்கிறது.

நீங்கள் வியப்புடன் அந்தப் புத்தகத்தைப் புரட்டுகிறீர்கள். முதன்முதலாக இந்தக் கலைக்கூடத்தைத் தொடங்கவேண்டும் என்று எண்ணியவரில் தொடங்கி, இப்போதைய கலைக்கூடத் தலைவர்வரை பலரும் அதில் இடம்பெற்றிருக்கிறார்கள். ஒவ்வொருவருடைய முழுப்பெயர், படிப்பு, தனிப்பட்ட

தகவல்கள், இந்தக் கலைக்கூடத்துக்கு அவர்களுடைய பங்களிப்பு, புகைப்படம், கூடுதல் தகவல்களைத் தெரிந்துகொள்ளப் படிக்கவேண்டிய நூல்கள் ஆகியவை வழங்கப்பட்டிருக்கின்றன. சுருக்கமாகச் சொன்னால், அந்தக் கலைக்கூடத்தின் வளர்ச்சிக்கு யாரெல்லாம் காரணம், அதன் இப்போதைய நிலைக்கு எவரெல்லாம் காரணம் என்று அந்த நூல் விளக்குகிறது. அதனால்தான் அதை 'யார், எவர்?' என்று அழைக்கிறார்கள்.

இங்கு கலைக்கூடம் என்பது ஓர் எடுத்துக்காட்டுதான். ஒரு கோயிலுக்கோ, பள்ளி, கல்லூரிக்கோ, மாநிலத்துக்கோ, அரசுத்துறைக்கோ, நாட்டுக்கோ இதுபோன்ற 'யார், எவர்?' கையேடுகளை உருவாக்கலாம். அதன்மூலம், அந்தந்த அமைப்பின் தெளிவான வரலாற்றையும் அதற்குப் பங்களித்தவர்களையும் நாம் தெரிந்துகொள்ளலாம்.

ஆங்கிலத்தில் இவ்வகை நூல்களை *'Who's Who?'* என்று அழைக்கிறார்கள். மிகுந்த உழைப்பு, கவனத்தைக் கோரும் நூல்கள் இவை.

ஏனெனில், எந்தவோர் அமைப்பும் ஒரே ஒருவருடைய முயற்சியால் உருப்பெற்றுவிடுவதில்லை. அதற்குச் சிறிய, பெரிய அளவில் பலர் பங்களித்திருப்பார்கள், தொடர்ந்து பங்களித்துக்கொண்டிருப்பார்கள், அவர்களையெல்லாம் தொடர்ச்சியாகக் கவனித்துப் பதிவுசெய்யவேண்டும். அந்தச் சிறந்த மனிதர்களுடைய உழைப்பை நாம் மதிக்கிறோம் என்பதற்கான அடையாளம்தான் இந்த வரலாற்றுப் பதிவு.

உண்மையில், நாம் காண்கிற எல்லா இடங்களிலும் 'யார், எவர்?' பதிவுகள் இருக்கும். ஆனால், அவை எப்போதும் நூல்களாக அமைவதில்லை, வேறு வடிவங்களிலும் இருக்கும், நாம் தேடிப் பார்த்துக்கொள்ளவேண்டியதுதான்.

எடுத்துக்காட்டாக, ஒரு பள்ளியின் வரவேற்பறையில், அதுவரை அந்தப் பள்ளிக்குத் தலைமையாசிரியராகப் பணியாற்றிய எல்லாருடைய புகைப்படங்களும் மாட்டிவைக்கப்பட்டுள்ளன. அதில் அவர்களுடைய பெயர்கள், இங்கு பணியாற்றிய

ஆண்டுகள் போன்ற சிறு தகவல்களும் சேர்க்கப்பட்டுள்ளன.

அதேபோல், நம் ஊர்களில் சாலைச் சந்திப்புகளில் சிலைகள், நினைவுச் சின்னங்கள் அமைக்கப்பட்டுள்ளன. அந்தச் சிலைகளில் உள்ளவர்கள் யார் என்பதுபற்றிய குறிப்புகளும் எழுதிவைக்கப்பட்டுள்ளன.

இப்படி 'யார், எவர்?' வகைப் பதிவுகள் நம்மைச் சுற்றி எல்லா இடங்களிலும் கிடைக்கின்றன. அவை நூல்களாக எழுதப்பட்டால் இன்னும் எளிதாகப் பலரைச் சென்று சேரும்.

உங்கள் பள்ளிக்கு, அல்லது, நீங்கள் தன்னார்வலராகப் பணியாற்றுகிற அமைப்புக்கு ஒரு 'யார், எவர்?' நூல் உள்ளதா? ஆம் எனில், நீங்கள் அதைப் படித்துத் தெரிந்துகொள்ளலாம். இல்லை எனில், நீங்கள் அதை ஆராய்ந்து உருவாக்கலாம்.

★★★

59. தனித்துத் தெரியும் முக்கியப் பகுதிகள்

நீங்கள் ஒரு புத்தகத்தைப் படிக்கிறீர்கள், அதில் முக்கியமான பகுதிகளை அடிக்கோடிடுகிறீர்கள், அல்லது, வட்டமிடுகிறீர்கள், அல்லது, Highlighter எனப்படும் சுட்டிக்காட்டும் பேனாவைப் பயன்படுத்தி வண்ணம் தீட்டுகிறீர்கள், அல்லது, அந்த வரியின் ஓரத்தில் ஒரு விண்மீன் குறியீட்டை வரைகிறீர்கள்... இதையெல்லாம் நீங்கள் ஏன் செய்கிறீர்கள்?

எந்தவொரு புத்தகத்தையும் முதன்முறை படிக்கும்போது ஆழமாக ஊன்றிப் படிப்போம். அதிலுள்ள முக்கியமான பகுதிகள், கருத்துகள் நம் மனத்தில் தங்கும். ஆனால், நாளாக ஆக, அவற்றை நாம் மறக்கக்கூடும். அப்போது, மீண்டும் அந்தப் புத்தகத்தை முழுக்கப் படிப்பதென்றால் நெடுநேரம் ஆகும். அதற்குப் பதிலாக, முதன்முறை படிக்கும்போது இதுபோன்ற குறியீடுகளை இட்டுவிட்டால், மறுமுறை அந்தக் குறிப்பிட்ட (முக்கியப்) பகுதிகளைமட்டும் மீண்டும் படித்தால் போதும். இதன்மூலம், குறைந்த நேர முதலீட்டில் முழுமையான பலனைப் பெறலாம்.

இவ்வாறு வாசகர் செய்கிற குறியீடுகள் ஒருபுறமிருக்க, எழுத்தாளர் அல்லது பதிப்பாளரே இந்தக் குறியீடுகளைச் செய்யும் வழக்கமும் உண்டு. அதாவது, ஒரு குறிப்பிட்ட கட்டுரை அல்லது நூலில் எந்தெந்தப் பகுதிகள் முக்கியமானவை என்று இவர்கள் முன்கூட்டியே சுட்டிக்காட்டிவிடுகிறார்கள். இதனால், படிக்கிறவர்கள் அந்தப் பகுதிகளைக் கூர்ந்து கவனித்துப் புரிந்துகொள்ள இயலுகிறது. ஒருவேளை, எழுத்தாளரோ பதிப்பாளரோ சுட்டிக்காட்டாத பகுதிகள் வாசகருக்கு முக்கியமாகத் தோன்றினால், அவர் அவற்றைக் கூடுதலாகச் சுட்டிக்காட்டிக்கொள்ளலாம்.

எடுத்துக்காட்டாக, உங்களுடைய பாடப் புத்தகம் அல்லது நீங்கள் படிக்கும் நாளிதழ், வார இதழ், மாத இதழ் போன்றவற்றை எடுத்துப்பாருங்கள், குறிப்பிட்ட பகுதிகள் வெவ்வேறுவிதமாகச் சுட்டிக்காட்டப்பட்டிருக்கும், தனித்துக் காண்பிக்கப்பட்டிருக்கும், அவற்றைமட்டும் மேலோட்டமாகப் பார்த்தாலே அந்தந்தக் கட்டுரைகள் அல்லது பாடங்கள் சொல்லவரும் கருத்துகள் நமக்குப் புரிந்துவிடும்.

பொதுவாக அச்சில் அல்லது கணினியில் இப்படிச் சுட்டிக்காட்டுவதற்குப் பயன்படுத்தப்படும் நுட்பங்களை நாமும் கற்றுக்கொள்வது நல்லது. இதன்மூலம், நம்முடைய எழுத்தில் குறிப்பிட்ட பகுதிகளை வெளிச்சம் போட்டுக் காண்பிக்கலாம், அவற்றை வாசகர் மனத்தில் ஆழமாகப் பதியவைக்கலாம்:

- ★ அடிக்கோடிடுதல் (நேர்கோடு அல்லது வளைகோடு)
- ★ தடிமனாக்குதல் *(Bold)* அல்லது சாய்வாக்குதல் *(Italics)*
- ★ சில சொற்களைமட்டும் மற்ற எழுத்துகளைவிடப் பெரிய அளவில் அல்லது வேறொரு வண்ணத்தில் வழங்குதல்
- ★ மற்ற பத்திகளிலிருந்து சற்று தள்ளித் தொடங்குதல் *(Indentation)*
- ★ பட்டியலாக அமையும் விஷயங்களை 1, 2, 3 என எண்ணிட்டுக் காண்பித்தல் *(Numbering)* அல்லது, ஒன்றன்கீழ் ஒன்றாக ஒரு சிறப்புக் குறியீட்டுடன் அமைத்துக் காண்பித்தல்

★ சில சொற்களுக்குப் பின்னணியில் சிறப்பு வண்ணம் சேர்த்துக் காண்பித்தல், வட்டமிடுதல், கட்டமிடுதல், மேற்கோள் குறிகளை இடுதல் *(Highlighting)*

முன்பெல்லாம் இதுபோன்ற வசதிகள் அச்சிடுவோருக்கு மட்டும்தான் கிடைத்தன. ஆனால் இப்போது, கணினி, செல்பேசித் தொழில்நுட்பத்தின் வளர்ச்சியால் *Word Processors* எனப்படும் மென்பொருட்கள் எல்லாருக்கும் கிடைக்கின்றன, நாமும் மிக எளிதாக இவற்றைக் கற்றுக்கொண்டு பயன்படுத்தலாம். வாசகருக்கு இவ்வாறு உதவுவதன்மூலம் நம்முடைய எழுத்து பலரிடம் எளிதில் சென்று சேர்வதற்கு வழிசெய்யலாம்.

★★★

௬௦. முதல் தமிழ் எழுத்தாளர் மாநாடு

அரசியல் கட்சிகள் அடிக்கடி மாநாடு நடத்துவதைக் கேள்விப்படுகிறோம். ஆனால், மாநாடு என்னும் சொல் எல்லாருக்கும் பொதுவானதுதான், எந்தத் துறையைச் சேர்ந்தவர்களும் மாநாடுகளை நடத்தலாம். எடுத்துக்காட்டாக, மருத்துவர் மாநாடு, ஆசிரியர் மாநாடு, அரசு அலுவலர் மாநாடு, இன்னும் பல.

இந்த வரிசையில் எழுத்தாளர் மாநாடுகளும் அவ்வப்போது நடைபெறுகின்றன. இன்னும் நுணுக்கமாகக் கவிஞர் மாநாடு, நகைச்சுவை எழுத்தாளர் மாநாடு, மொழிபெயர்ப்பாளர் மாநாடு போன்றவையும் நடத்தப்படலாம்.

இதற்கெல்லாம் தொடக்கமாக, 1944ம் ஆண்டில், தமிழ் எழுத்தாளர்களுக்கான முதல் மாநாடு கோவையில் நடைபெற்றது. அதை முன்னின்று நடத்தியவர்கள், மூத்த தமிழ் எழுத்தாளர் ஆர். ஷண்முகசுந்தரம், அவருடைய உடன்பிறந்தவராகிய திருஞானசம்பந்தம்.

கோவையைச் சேர்ந்த உலகப் புகழ் பெற்ற அறிவியலாளரும் கண்டுபிடிப்பாளருமான ஜி. டி. நாயுடுதான் இந்த மாநாட்டுக்குத் தன்னுடைய ஆதரவையும் பொருளுதவியையும் வழங்கினார்.

“கோபால் பாக்” என்கிற அவருடைய மாளிகையில்தான் இந்த மாநாடு நடைபெற்றது என்று எழுத்தாளர் வல்லிக்கண்ணன் குறிப்பிடுகிறார்.

ஏராளமான எழுத்தாளர்கள் ஆர்வத்துடன் பங்கேற்ற இந்த மாநாட்டுக்குத் தலைமை தாங்கியவர், வ.ரா. என்ற பெயரில் வாசகர்களால் நன்கு அறியப்பட்டிருக்கும் வ. ராமஸ்வாமி. ‘தினசரி’ நாளிதழின் ஆசிரியரான டி. எஸ். சொக்கலிங்கம் மாநாட்டுச் சிறப்புரை ஆற்றினார்.

பொதுவாக மாநாடுகளில் அந்தக் குறிப்பிட்ட துறையைப் பற்றிய பல தலைப்புகள் விவாதிக்கப்படும், கலந்துகொள்கிறவர்கள் தங்களுடைய கருத்துகளைக் கூறுவார்கள், பிறர் அவற்றை ஏற்றும் மறுத்தும் பேசுவார்கள், சர்ச்சை எழுகிற விஷயங்களில் பெரும்பாலானோர் என்ன நினைக்கிறார்கள் என்பதை அறிந்து தீர்மானங்கள் நிறைவேற்றப்படும். அவ்விதத்தில் எழுத்தாளர்களுடன் தொடர்புடைய பல முக்கியமான விஷயங்கள் இந்த மாநாட்டில் பேசப்பட்டன.

குறிப்பாக, எழுத்தாளர்கள் சிலர் தங்களைத் தாங்களே மிகச் சுவையாக அறிமுகப்படுத்திக்கொண்டார்கள் என்று குறிப்பிட்டுப் பாராட்டுகிறார் வல்லிக்கண்ணன். அதாவது, ‘என் பெயர் இது, நான் இந்த ஊரைச் சேர்ந்தவன், இத்தனை நூல்களை எழுதியுள்ளேன்’ என்கிற வழக்கமான விவரிப்புகளைப் பயன்படுத்தாமல், எழுத்தாளருக்கே உரிய படைப்புணர்வுடன் சிலர் புதுமையானவகையில் அறிமுகங்களை வழங்கினார்கள்.

எடுத்துக்காட்டாக, வல்லிக்கண்ணன் தன்னை அறிமுகப்படுத்திக் கொண்டபோது, ‘நான்தான் வல்லிக்கண்ணன், நையாண்டி பாரதி, ரா.சு.கி, கோரநாதன், மிவாஸ்கி, சொல்லலிங்கம், வேதாந்தி, கீராவதாரன், நடுத்தெரு நாராயணன், இளவல், ரா. சு. கிருஷ்ணசுவாமி’ என்று அடுக்கினாராம். ஏனெனில், இவை அனைத்தும் அவருடைய புனைபெயர்கள்.

இதழியல் கட்டாயங்களுக்காக ஒரே எழுத்தாளர் பல பெயர்களில் எழுதுவது இயல்புதான். அதை வல்லிக்கண்ணன்

இப்படி அழகாகச் சுட்டிக்காட்டியதும், இது சரியா, தவறா, இதனால் என்ன நன்மைகள், தீமைகள் என்றெல்லாம் எழுத்தாளர்கள் விவாதிக்கத் தொடங்கினார்கள்.

இப்படி இன்னும் பல சுவையான விவாதங்களைக் கொண்டிருந்த அந்த முதல் எழுத்தாளர் மாநாடு மிகச் சிறப்பாக நிறைவுபெற்றது. அறிவியலாளருடைய மாளிகையில் ஒரு நல்ல இலக்கிய விருந்தாக அது அமைந்தது.

★★★

61. கடைக்குள் கனி, சுவைப்பது எப்படி?

பழந்தமிழ் இலக்கியங்கள் பலவும் நமக்குக் கிடைக்கின்றன. ஆனால், அவற்றை எல்லாரும் நேரடியாகப் படித்துவிட இயலுவதில்லை, பெரும்பாலானோருக்கு உரையாசிரியர் ஒருவருடைய உதவி தேவைப்படுகிறது.

உரையாசிரியர் என்பவர் உண்மையில் என்ன செய்கிறார்? பாடலும் தமிழ்தான், உரையும் தமிழ்தான். ஆனால், பாடலைவிட உரை நமக்குப் புரியக் காரணம் என்ன?

முதலில், தமிழ் மொழி நீண்ட வரலாறு கொண்டது. அதில் சில சொற்கள் நூற்றாண்டுகளாகப் புழக்கத்தில் உள்ளன, ஆனால், பல சொற்கள் காலப்போக்கில் மறக்கப்பட்டுவிட்டன, அவற்றுக்குப்பதிலாக வேறு புதிய சொற்கள் புழக்கத்துக்கு வந்துவிட்டன.

இதனால், ஒரு பழந்தமிழ்ப் பாடலில் உள்ள சொற்கள் அனைத்தும் இன்று புழக்கத்தில் இருப்பதில்லை. அவற்றைப் படித்தவுடன் நமக்குப் பொருள் புரிவதில்லை. உரையாசிரியர் அந்தச் சிரமத்தை நீக்கி, நமக்குப் புரியக்கூடிய, நாம் அறிந்த

இன்றைய சொற்களைப் பயன்படுத்தி அந்தப் பாடலை விளக்குகிறார்.

எடுத்துக்காட்டாக, 'கற்க கசடு அற' என்ற சொற்றொடரில், 'கற்க' என்ற சொல் நமக்கு நன்கு புரிகிறது. ஆனால், 'கசடு', 'அற' என்ற சொற்கள் அவ்வளவாகப் புரிவதில்லை. உரையாசிரியர் அவற்றை இவ்வாறு மாற்றுகிறார்:

கசடு=>குற்றம்

அற=>நீங்க

இப்போது, நமக்குச் சொற்கள் அனைத்தும் விளங்கிவிட்டன. ஆனாலும், 'கற்க குற்றம் நீங்க' என்று படித்தால் பொருள் புரிவதில்லை. ஏன்?

அன்றைய சொற்றொடர் அமைப்பும் இன்றைய சொற்றொடர் அமைப்பும் பெருமளவு மாறிவிட்டது. அத்துடன், பாடலுக்கான சொற்றொடர் அமைப்பு சந்தம், எதுகை, மோனை, இயைபு, தளை உள்ளிட்ட பல காரணங்களால் வேறுபடுகிறது.

இதனால், உரையாசிரியர்கள் வெறுமனே சொற்களைமட்டும் தெளிவுபடுத்தினால் போதாது; சொற்றொடர் அமைப்பையும் இன்றைய வாசகர்கள் புரிந்துகொள்ளும்படி மாற்றவேண்டும். 'கற்க குற்றம் நீங்க' என்பதை, 'குற்றங்கள் ஏதும் இல்லாமல் கற்கவேண்டும்' என மாற்றி எழுதினால் அது எல்லாருக்கும் புரிந்துவிடும்.

இந்தப் பணியைத்தான் உரையாசிரியர் ஒவ்வொரு பாடலாக, ஒவ்வொரு வரியாகச் செய்கிறார். அதாவது, படிப்பவருடைய கோணத்திலிருந்து சிந்திக்கிறார், அவருக்கு இந்தப் பாடலைக் கொண்டுசெல்வதற்கு என்ன செய்யலாம், இதை எப்படி எளிமையாகச் சொல்லலாம் என்று பலவிதமாக எண்ணிப்பார்த்து எழுதுகிறார்.

ஒரு சுவையான கனி கடைக்குள் இருக்கிறது. அதை நம்மால் காண இயலுகிறது, அதன் மணத்தை நுகர இயலுகிறது, ஆனால், கடைக்குள் சென்று அதை வாங்கி உண்ண

இயலுவதில்லை, ஏனெனில், கடைக்குள் நுழைவதற்கான சாவியை நாம் காலப்போக்கில் தொலைத்துவிட்டோம். இதை உணர்ந்துகொண்ட ஒருவர் நம்மைக் கை பிடித்துக் கடைக்குள் அழைத்துச்செல்கிறார், ‘கனியை விருப்பம்போல் அள்ளி உண்ணுங்கள்’ என்று சிரிக்கிறார். அந்தக் கனிதான் பழந்தமிழ், நமக்கு உதவும் அந்த மனிதர்தான் உரையாசிரியர்.

இனிமேல் பழந்தமிழ்ப் பாடல்களைப் படிக்கும்போதெல்லாம், ஆசிரியர் பெயருடன் உரையாசிரியருடைய பெயரையும் கவனிப்போம், அவருடைய பணிக்கு நன்றி செலுத்துவோம்!

★★★

62. காய்கள், கனிகள், புத்தகங்கள்!

இவ்வுலகில் பலவகையான காய்கள், கனிகள் இருக்கின்றன. ஆனால், அவை அனைத்தும் நமக்கு ஒரேமாதிரியாகக் கிடைப்பதில்லை. ஒவ்வொன்றையும் நாம் வெவ்வேறுவிதமாகப் பெறவேண்டியுள்ளது, வெவ்வேறுவிதமாகச் சமைத்துச் சாப்பிடவேண்டியுள்ளது.

எடுத்துக்காட்டாக, மா, வாழை, பலா ஆகிய முக்கனிகளை எடுத்துக்கொள்வோம். அவற்றை நாம் ஒரேமாதிரியாகவா உண்கிறோம்? மாம்பழத்தைக் கழுவி அப்படியே ஒரு நிமிடத்தில் உண்கிறோம், வாழைப்பழத்தை எளிதாக உரித்து அரை நிமிடத்தில் உண்கிறோம், ஆனால், பலாப்பழத்தை வெட்டிச் சுளைகளைத் தனியே எடுத்துதான் உண்கிறோம், அதற்குப் பல நிமிடங்கள் ஆகும்.

அதேபோல், வெள்ளரிக்காயைச் செடியிலிருந்து நேரடியாகப் பறித்து உண்ணலாம், சமைக்கக்கூட வேண்டியதில்லை. ஆனால், உருளைக்கிழங்கைத் தரைக்கடியிலிருந்து தோண்டிதான் எடுக்க வேண்டும், அதன்பிறகு, அதை வேகவைத்துச் சமைத்துதான் உண்ணவேண்டும்.

இப்படி ஒவ்வொரு காயும், கனியும் ஒவ்வொருவிதமாகப் பெறப்படுவதைப்போலதான் நூல்களும் என்கிறார் திருக்குறளார் வீ. முனிசாமி. சில நூல்கள் வாழைப்பழத்தைப்போல் எளிமையானவை, அவற்றை நேரடியாகப் படித்தவுடன் பொருள் புரியும். ஆனால், வேறு சில நூல்கள் பலாப்பழத்தைப்போன்றவை, படித்தவுடன் எதுவும் புரியாது, அதைப்பற்றி ஆழமாகச் சிந்திக்கவேண்டும், அப்போதுதான் அதில் சொல்லப்பட்டுள்ள கருத்துகள் விளங்கும்.

ஆனால், நம்மில் பலர் இந்தக் கூடுதல் உழைப்பைத் தரத் தயங்குகிறோம், அல்லது, சோம்பலால் மேலோட்டமாகப் படித்துவிட்டு 'ஒண்ணுமே புரியலை' என்று சொல்லிவிடுகிறோம். இதனால், அந்த நூலின் பலன் நமக்குக் கிடைக்காமல் போய்விடக்கூடும்.

எனவே, பலாப்பழத்தை நேரடியாக உரித்துச் சாப்பிட எண்ணக் கூடாது. அதற்கான உழைப்பைக் கொடுத்தால் இனிய கனியைச் சுவைக்கலாம்.

சில நேரங்களில், ஒரே தலைப்பில் அல்லது பொருளில் இருவிதமான நூல்கள் இருக்கலாம். எடுத்துக்காட்டாக, இந்திய விடுதலைப் போராட்ட வரலாற்றை எளிமையாக அறிமுகப்படுத்தும் ஒரு சிறிய நூலும், அதே வரலாற்றைப் பல தொகுதிகளில் விரிவாகப் பேசும் இன்னொரு நூலும் பதிப்பிக்கப்பட்டிருக்கலாம். இதில் முதல் நூலை வாழைப்பழத்துக்கும் இரண்டாவது நூலைப் பலாப்பழத்துக்கும் ஒப்பிடலாம். 'எனக்கு இதைப்பற்றி ஒரு மேலோட்டமான பார்வை போதும்' என்கிறவர்கள் அறிமுக நூலைப் படிப்பார்கள், நான் இன்னும் ஆழமாகத் தெரிந்துகொள்ள விரும்புகிறேன்' என்கிறவர்கள் விரிவான நூலைப் படிப்பார்கள். இவை இரண்டுமே நல்ல அணுகுமுறைகள்தாம்.

இன்னொரு முக்கியமான விஷயம், ஒரு நூல் சொல்லும் கருத்துகள் அனைத்தும் நமக்கு உடனடியாகப் புரியவேண்டும் என்று கட்டாயம் இல்லை. ஒவ்வொருவருடைய வயது, முதிர்ச்சி நிலை, அவர்கள் எதிர்கொண்ட அனுபவங்கள்

ஆகியவற்றைப் பொறுத்து இந்தப் புரிந்துகொள்ளல் மாறுபடும். எடுத்துக்காட்டாக, ஒருவர் பத்து வயதில் திருக்குறளைப் படிக்கும்போது சில விஷயங்களைப் புரிந்துகொள்வார், நாற்பது வயதில் அதே திருக்குறள் நூலை மீண்டும் படிக்கும்போது, அவருடைய வாழ்வியல் அனுபவங்களின் அடிப்படையில் இன்னும் பல விஷயங்கள் அவருக்குப் புரியும், அல்லது, ஏற்கெனவே புரிந்துகொண்ட விஷயங்களை வேறொரு கோணத்தில் பார்க்க இயலும்.

அதனால்தான், நல்ல நூல்களைப் பலமுறை ஆழ்ந்து படிக்கவேண்டும் என்று சொல்கிறார்கள். ஒவ்வொருமுறை படிக்கும்போதும் அவை நமக்கு ஒரு புதிய புரிந்துகொள்ளலை, புதிய பலனை அளிக்கும்.

★★★

௬௩. இயற்கை அழகைச் சொல்லும் கவிதைகள்

இயற்கைக் காட்சிகள் கவிஞர்களுடைய மனத்துக்கு இன்பம் தருபவை. தாங்கள் கண்ட அழகை அப்படியே பதிவு செய்வது, அதனுடன் சுவையான அடைமொழிகள், உவமைகளைச் சேர்த்து இனிமையாக்குவது, கற்பனைகளைக் கலப்பது என்று சிறந்த கவிதைகளைப் படைத்துவிடுவார்கள்.

எடுத்துக்காட்டாக, ஆற்றங்கரையில் அமர்ந்திருக்கும் ஒரு கவிஞர் அங்கு வீசும் குளிர்க்காற்றையும், நீரின் சலசலப்பையும், குளுமையையும், அதில் மீன்கள் நீந்தும் அழகையும், அங்கு வந்து செல்கிற மனிதர்கள், பறவைகளையும் பாடலாக்குகிறார். இதன்மூலம், அந்தக் காட்சியை நிரந்தரமாகப் பதிவு செய்து விடுகிறார். இதேபோல் கடல், காடு, புல்வெளி, மழை, வானவில் எனப் பலவற்றையும் கவிஞர்கள் பாடலாக்குகிறார்கள், பறவைகள், தாவரங்களும் பாடலாகின்றன. சங்க இலக்கியத்தில் தொடங்கிப் புதுக்கவிதைகள்வரை இதுபோன்ற இயற்கை விவரிப்புகளைத் தொகுத்தால் பல்லாயிரம் கவிதைகள் கிடைக்கும்.

தமிழில் மட்டுமில்லை, மலையாளம், தெலுங்கு, இந்தி என்று பிற இந்திய மொழிகளிலும், பன்னாட்டுக் கவிஞர்களுடைய படைப்புகளிலும்கூட இதேபோன்ற இயற்கை விவரிப்புகள்

நிறைந்திருப்பதைப் பார்க்கிறோம். தமிழகக் கடற்கரையையும் கேரளக் கடற்கரையையும் அமெரிக்கக் கடற்கரையையும் அந்தந்த ஊர்க் கவிஞர்கள் எப்படி வெவ்வேறுவிதமாகப் பார்க்கிறார்கள் என்று ஒப்பிட்டுச் சுவைப்பது ஓர் இனிய அனுபவம். உண்மையில் நம்மைச் சுற்றி இருப்பது அதே இயற்கைதான். ஆனால், வெவ்வேறு கவிஞர்கள் அதைப் பார்க்கும்போது வெவ்வேறுவிதமான கவிதைகள் நமக்குக் கிடைக்கின்றன.

புதிதாகக் கவிதை எழுதிப் பழகுகிறவர்களுக்கும் இயற்கை கை கொடுக்கிறது. தங்களுடைய முன்னோடிகள் எழுதிக் குவித்தவற்றைப் படித்து, அதே திசையில் இவர்களும் சிந்தித்துத் தங்கள் திறமையை மெருகேற்றிக்கொள்ளலாம்.

இதற்கேற்ப, கவிதைப் போட்டிகளை நடத்துகிறவர்கள் நிலா, மரம், மான் என்பதுபோன்ற இயற்கைத் தலைப்புகளை அளிக்கிறார்கள். ஒரே தலைப்பில் பலரும் விதவிதமான கவிதைகளை எழுதிக் குவிக்கிறார்கள். அதற்காக, இயற்கைக் கவிதைகளை எழுதுவது எளிது என்று எண்ணிவிடக்கூடாது. எந்தக் கலைப் படைப்பும் அதற்குரிய உழைப்பை, முனைப்பைக் கொடுத்தால்தான் உருவாகும். ஆற்றைப் பார்த்தபடி அமர்கிற எல்லாருக்கும் கவிதை வந்துவிடாது, அதில் மனத்தைச் செலுத்தி, ஈடுபட்டுச் சிந்தித்து அதை அழகான சொற்களால் பொருத்தமாகக் கோத்துத் தருகிற நுட்பம் வேண்டும்.

பரபரப்பான இன்றைய வாழ்க்கையில் இயற்கையைக் கவனிக்கவோ, சிந்திக்கவோ நேரமில்லாத சூழ்நிலை. இந்தப் பிரச்சனையைத் தீர்ப்பதற்கு இயற்கைக் கவிதைகள் இருவிதங்களில் உதவும்: முதலில், நாம் அன்றாடம் பார்க்கிற, ஆனால் கவனிக்காமல் இருக்கிற சுவையான அம்சங்களை நமக்குச் சுட்டிக்காட்டி நினைவுபடுத்தும், மறுநாள் அதே விஷயங்களைப் பார்க்கும்போது ஒரு புதிய பார்வையை வழங்கி நமக்குள் இருக்கிற கவிஞரைத் தூண்டிவிடும். இரண்டாவதாக, நம்மை வாழவைக்கிற இயற்கைக்கு நன்றி செலுத்தச் சொல்லும்.

★★★

64. ஆராய்ச்சி, தெளிவு, நம்பிக்கை

ஓர் அலுவலகத்துக்குப் புதிதாகப் பணியாளர் ஒருவர் தேவைப்படுகிறார். அவரை எப்படித் தேர்ந்தெடுப்பார்கள்?

முதலில், அந்தப் பணியைச் செய்வதற்கு என்னென்ன தகுதிகள், திறமைகள் வேண்டும் என்று சிந்திப்பார்கள். பின்னர், அதைப் பொதுவில் அறிவிப்பார்கள். அந்த அறிவிப்பைப் பார்த்துவிட்டு வருகிற விண்ணப்பங்களை ஆராய்வார்கள், விண்ணப்பம் செய்தவர்களில் தகுதி, திறமை மிக்க சிலரைத் தேர்ந்தெடுத்து நேர்காணல் நடத்துவார்கள். நிறைவாக, அவர்களில் மிகச் சிறந்த ஒருவரை வேலைக்குத் தேர்ந்தெடுப்பார்கள்.

ஒருவேளை, அந்த அலுவலகத்தில் உள்ளவர்கள் இந்த ஆராய்ச்சியெல்லாம் செய்யாமல் கைக்குக் கிடைத்த யாரோ ஒருவரை வேலைக்கு அமர்த்தினால், அது எப்பேர்ப்பட்ட முட்டாள்தனம்!

அதைவிடப் பெரிய முட்டாள்தனம் ஒன்று உள்ளது: இவ்வளவு ஆராய்ச்சி செய்து தேர்ந்தெடுத்த ஒருவர்மீது நம்பிக்கை வைக்காமல், 'இவர் சரியான ஆள்தானா? இவர் இந்த வேலையை ஒழுங்காகச் செய்வாரா?' என்று

ஐயப்படுவது, அவருடைய வேலையைக் கண்காணித்துக் குறை சொல்லிக்கொண்டே இருப்பது. இப்படிச் செய்தால், தகுதியுள்ள அந்த நபர், 'நீங்களும் வேணாம், உங்க வேலையும் வேணாம்' என்று வெளியேறிவிடுவார். இதனால், அந்த அலுவலகத்தில் நடக்கவேண்டிய வேலை ஒழுங்காக நடக்காது.

ஆக, நாம் ஆராயாமல் ஒருவர்மீது நம்பிக்கை வைக்கக்கூடாது; அவ்வாறு ஆராய்ந்து தேர்ந்தெடுத்தபின் அவர்மீது ஐயப்படக் கூடாது. இதைத்தான் திருவள்ளுவர் அழகாகச் சொல்கிறார்:

தேரான் தெளிவும், தெளிந்தான்கண் ஐயுறவும்
தீரா இடும்பை தரும்

'தேர்தல்' என்ற சொல்லை நாம் அரசியலுடன்மட்டும் இணைத்துப் பார்க்கவேண்டியதில்லை. அதன் பொருள், சிறந்த ஒன்றை அல்லது ஒருவரைத் தேர்ந்தெடுத்தல். பல வேட்பாளர்களில் சிறந்த ஒருவரைச் சட்டமன்ற உறுப்பினராகத் தேர்ந்தெடுப்பதும் தேர்தல்தான்; வகுப்பில் உள்ள மாணவர்களில் சிறந்த ஒருவரை வகுப்புத் தலைவரைத் தேர்ந்தெடுப்பதும் தேர்தல்தான்; வேலைக்கு விண்ணப்பம் செய்த பலரில் சிறந்த ஒருவரைத் தேர்ந்தெடுப்பதும் தேர்தல்தான்.

அவ்வாறு ஆராய்ந்து தேர்ந்தெடுக்காமல், 'இவர்தான் சரியானவர்' என்று நாமாகத் தெளிவடைவது தவறு. அதைத்தான் 'தேரான் தெளிவு' என்கிறார் திருவள்ளுவர்.

அதற்குப் பதிலாக, நாம் ஆராய்ந்து தெளிவைப் பெற வேண்டும். 'இந்தக் காரணத்தால் இந்த வேலையைச் செய்ய இவர் தகுதியானவர்' என்று சிந்தித்து ஒருவரைத் தேர்ந்தெடுக்கவேண்டும். அதன்பிறகு, அவர்மீது ஐயம் வைக்கக்கூடாது. இந்தத் திருக்குறளில் 'ஐயுறவு' (ஐயம் உறுதல்) என்று குறிப்பிடப்பட்டிருப்பது அதைத்தான்.

ஆக, தேரான் தெளிவும் தீராத துன்பத்தைத் தரும், தெளிந்தபிறகு ஐயுறுவதும் தீராத துன்பத்தைத் தரும். ஆராய்ந்து தேர்ந்தெடுத்த ஒருவர்மீது முழு நம்பிக்கை வைத்து அவரிடம் பொறுப்பை ஒப்படைப்பதுதான் முழுமையான இன்பத்தைக் கொண்டுவரும்.

அன்றாட வாழ்க்கையில் நீங்கள் பல விஷயங்களைச் சிந்தித்து, எடைபோட்டுத் தேர்ந்தெடுக்கவேண்டியிருக்கும். அப்போதெல்லாம் ஆராயாமல் தீர்மானிக்காதீர்கள்; ஆராய்ந்து தீர்மானித்தபின், அந்தத் தீர்மானத்தின்மீது ஐயம் கொள்ளாதீர்கள். இந்த இரு எளிய விதிமுறைகளைப் பின்பற்றினால் நம்முடைய தீர்மானங்களும் செயல்பாடுகளும் எப்போதும் சிறப்பாக அமையும்.

★★★

65. படமாகும் நூல்கள்

கதையைப் படிக்கலாம், பார்க்க, கேட்க இயலுமா?

வாசகர் கதையைப் படிக்கும்போது மனக்கண்ணில் அதைப் பார்க்கிறார். ஆசிரியருடைய விவரிப்புகளைப் படித்துக் கதைமாந்தர்களை, கதை நிகழும் இடத்தைக் காட்சிப்படுத்திக் கொள்கிறார், உரையாடல்கள் அவருடைய காதில் கேட்கின்றன.

இதில் சுவையான உண்மை, ஒரு கதை வெவ்வேறு வாசகர்களுடைய மனத்தில் வெவ்வேறுவிதமாக உருவாகிறது. இவர் பார்க்கிற, கேட்கிற கதையை அவர் பார்ப்பதில்லை, கேட்பதில்லை. ஒவ்வொருவருடைய அனுபவம், கல்வி, முதிர்ச்சிநிலையைப் பொறுத்து அவர்கள் அந்தக் கதையைத் தங்களுக்கு ஏற்றவகையில் மனத்துக்குள் நிகழ்த்திக்கொள்கிறார்கள்.

சில கதைகள் திரைக்கதை ஆசிரியர்கள், இயக்குநர்களுடைய கைகளுக்குக் கிடைக்கின்றன. அவர்கள் தங்களுடைய கலை நுட்பத்தின் உதவியால் அதைப் படமாக்கி வழங்குகிறார்கள். இவ்வாறு திரைப்படமாக, தொலைக்காட்சித் தொடராக, இணையப்படமாக வெளியான கதைகள் ஏராளம்.

எடுத்துக்காட்டாக, ஜெயகாந்தனுடைய சில நேரங்களில் சில மனிதர்கள், உன்னைப்போல் ஒருவன், சுஜாதாவுடைய கரையெல்லாம் செண்பகப்பூ, ப்ரியா ஆகியவை திரைப்படமாக வெளிவந்தன. நா. பார்த்தசாரதியுடைய குறிஞ்சி மலர், அழ.

வள்ளியப்பாவுடைய நீலா மாலா ஆகியவை தொலைக்காட்சித் தொடராக வெளிவந்தன. இதேபோல் பல மொழிகளில், பல நாடுகளில் நூற்றுக்கணக்கான எடுத்துக்காட்டுகளைக் கூறலாம்.

ஒரு கதை நூலாக வெளியாகும்போது சில ஆயிரம் பேர் அதைப் படிக்கிறார்கள். அதே கதை திரைப்படமாக வெளியானால் லட்சக்கணக்கானோர் அதைப் பார்க்கலாம். படிக்கும் பழக்கமே இல்லாதவர்களுக்கும் அந்தக் கதை, அதில் கூறப்படும் சிந்தனைகள் சென்றுசேர்வதற்கு வழி உண்டாகிறது.

அதே நேரம், திரைப்படத்தைப் பார்ப்பதும் கதையைப் படிப்பதும் ஒன்றாகிவிடாது. ஏனெனில், கதையில் வாசகர் தன்னுடைய சிந்தனையை இட்டு நிரப்பிக்கொள்வதற்கான இடங்கள் உள்ளன. அவற்றை நிரப்புவதன்மூலம் வாசகரும் கதையில் பங்குபெறுகிறார். திரைப்படத்தில் அதற்கான வாய்ப்பு இல்லை, இவர் இப்படிதான், இந்த இடம் இப்படிதான் என்று அனைத்தும் காட்சியாக உடைத்துக் காண்பிக்கப்பட்டு விடுகின்றன. படத்தைப் பார்ப்பவர் நின்று நிதானித்துச் சிந்திப்பதற்குள் அடுத்தடுத்த காட்சிகள் நிரம்பிவிடுகின்றன.

இதனால், ஒரு நல்ல கதையைத் திரைப்படமாகப் பார்த்தவர்கள் பின்னர் அதை நூலாகப் படிக்கும்போது வியந்துபோகிறார்கள். 'படமாப் பார்த்தபோது இந்தக் கதை நல்லாதான் இருந்துச்சு. ஆனா, இங்கே படிக்கும்போது இன்னும் சுவையா இருக்கே' என்று யோசிக்கிறார்கள். அதற்குக் காரணம், கதையில் அவர்களும் பங்குபெறுகிற வாய்ப்புதான்.

ஆங்கிலத்தில் இதற்காகவே *“Movie Tie-in”* நூல்கள் வெளியாகின்றன. அதாவது, திரைப்படமாக வந்த கதையை நூலாக வெளியிட்டு, அதில் அந்தத் திரைப்படத்தின் புகைப் படங்களைச் சேர்த்துச் சுவை கூட்டுகிறார்கள். திரைப்படத்தின் புகழைப் பயன்படுத்தி நூல் விற்பனையைப் பெருக்குகிறார்கள். இதன்மூலம் மக்களுக்குப் பார்க்கிற, படிக்கிற சுவைகள் இரண்டும் கிடைக்கின்றன.

★★★

௬௬. ஐசோகிராம் விளையாட்டு

Cat, Deer என்ற ஆங்கிலச் சொற்கள் இருவேறு விலங்குகளைக் குறிக்கின்றன. ஆனால், இவற்றினிடையே இன்னொரு முக்கியமான வேறுபாடும் உண்டு: *Cat* என்பது *Isogram* சொல், ஆனால், *Deer* என்பது *Isogram* சொல் இல்லை. அதென்ன ஐசோகிராம்?

ஆங்கிலத்தில் ஒரே எழுத்து மீண்டும் திரும்ப வராத சொற்களை ஐசோகிராம் என்கிறார்கள். *Cat* என்பதில் *C, A, T* என்ற வெவ்வேறு எழுத்துகள் இடம்பெற்றுள்ளன, எதுவும் திரும்ப வரவில்லை. ஆகவே, அது ஐசோகிராம் ஆகிறது. *Deer* என்பதில் *E* என்ற எழுத்து இருமுறை இடம்பெற்றுள்ளதால் அது ஐசோகிராம் ஆகாது.

இந்தச் சுவையான பண்பை வைத்து ஆங்கிலத்தில் ஒரு பிரமாதமான சொல் விளையாட்டையே உருவாக்கியுள்ளார்கள். குழந்தைகள் எதிரெதிரில் அமர்ந்து ஆளுக்கு ஓர் ஐசோகிராம் சொல்லைச் சிந்தித்துச் சொல்கிறார்கள், அதில் ஏதேனும் எழுத்து திரும்ப வந்திருந்தால் அதை மற்றவர்கள் சுட்டிக்காட்டித் திருத்துகிறார்கள், இதன்மூலம் அனைவருடைய சொல்வளமும் பெருகுகிறது, பிழையின்றி எழுதக் கற்கிறார்கள்.

இரண்டெழுத்து, மூன்றெழுத்து ஐசோகிராம்களைக் கண்டறிவது எளிது, நான்கு, ஐந்து என்று எழுத்துகள் கூடக்கூட இது இன்னும்

சவாலாகிவிடும். ஆகவே, குழந்தைகள் இதை ஆர்வத்துடன் விளையாடுகிறார்கள், கடினமான சொற்களை அகரமுதலியில் தேடிப்பிடிக்கிறார்கள். தமிழிலும் ஐசோகிராம்களை உருவாக்கலாம். எடுத்துக்காட்டாக, படம், செல்வம், மலர், பகல், வேடந்தாங்கல் இன்னும் பல.

ஆனால், 26 எழுத்துகளைமட்டும் கொண்ட ஆங்கிலத்துடன் ஒப்பிடும்போது, 247 எழுத்துகளைக் கொண்ட தமிழில் ஐசோகிராம்களைக் கண்டறிவது மிக எளிது. ஆகவே, நாம் ஐசோகிராம் விளையாட்டைத் தமிழுக்குக் கொண்டுவரும்போது அதில் இன்னும் சிக்கலான விதிமுறைகளைச் சேர்த்து மேலும் கடினமாக்கலாம். எடுத்துக்காட்டாக, நாம் கண்டறியும் சொல்லில் ஒரே குடும்ப எழுத்து மீண்டும் வரக்கூடாது என்று ஒரு விதிமுறை போடலாம். இதன்படி, 'வண்ணம்' என்ற சொல் ஐசோகிராம் ஆகாது, ஏனெனில், ண், ண என்ற இரு எழுத்துகளும் ஒரே குடும்பத்தைச் சேர்ந்தவை.

இதேபோல் இன்னும் சில எடுத்துக்காட்டுகள், வல்லின எழுத்துகள் இல்லாத சொற்கள் (மனம், வலைஞர், நன்னீர், முன்னணி), மெய்யெழுத்துகள் இல்லாத சொற்கள் (அலை, மலை, வாழை, மாநாடு), குறில் இல்லாத சொற்கள் (ஏதோ, நானா, நீயா, தாரா, வாரா), நெடில் இல்லாத சொற்கள் (வனமலர், திருமணம்)... இவை ஒவ்வொன்றும் ஒவ்வொரு தனி விளையாட்டு, தனித்தனிச் சவால். இப்படி இன்னும் பல சொல் விளையாட்டுகளை நீங்களே உருவாக்கலாம்!

சொல் விளையாட்டுகள் தொடக்கத்தில் மிக எளிமையாகத் தோன்றும். ஆனால், எல்லாருக்கும் தெரிந்த சில சொற்களைச் சொன்னபிறகு, அது மிகவும் கடினமாகிவிடும். ஆகவே, இதற்கென்று தனியாக உழைப்போம், நூல்களை, அகரமுதலியைத் தேடிப் புதிய சொற்களைத் தெரிந்துகொள்வோம், அவற்றைச் சரியான நேரத்தில் பயன்படுத்தி நண்பர்களிடம் பாராட்டுப் பெறுவோம், அதன்மூலம் நம் மொழியறிவு மேம்படும்.

★★★

67. பாராட்டும் எதிர்ப்பும்

இரண்டு எழுத்தாளர்கள் பேசிக்கொண்டிருக்கிறார்கள். ஒருவர் சொல்கிறார், 'இந்த ஆண்டு உங்களுடைய நூலுக்குச் சாகித்ய அகாதெமி விருது கிடைக்க வாய்ப்பு இருக்கிறது.'

அந்த இன்னோர் எழுத்தாளர் அதை நம்பவில்லை. 'நம்மள மாதிரி ஆட்களுக்கெல்லாம் கொடுக்கமாட்டாங்க, அண்ணாச்சி' என்கிறார். சில நாட்கள் கழித்து, வேறோர் எழுத்தாளர் அவருடன் பேசுகிறார், 'உங்களுடைய நூல் சாகித்ய அகாதெமி விருதுக்குப் பரிந்துரைக்கப்பட்டிருக்கிறது.'

இப்போது அவர் அதை நம்பவில்லை. 'அப்படியா' என்று கேட்டுக்கொள்வதுடன் நிறுத்திவிடுகிறார்.

சில நாட்கள் கழித்து, அவர் ஒரு வேலையை நிறைவு செய்துவிட்டு அலுவலகத்துக்குத் திரும்புகிறார். அலுவலகத் தோழர்கள் எல்லாரும், 'வாழ்த்துகள் சார்' என்று அவரைச் சூழ்ந்துகொள்கிறார்கள். அப்போதும் அவருக்கு விஷயம் புரியவில்லை. ஒருவேளை, தனக்கு அலுவலகத்தில் பதிவு உயர்வு கிடைத்திருக்கிறதோ, அதனால்தான் எல்லாரும் வாழ்த்துகிறார்களோ என்று குழம்புகிறார்.

'இல்லை சார், உங்களுக்குச் சாகித்ய அகாதெமி விருது கிடைத்திருக்கிறது' என்று அலுவலகத் தோழர்கள் கூறுகிறார்கள்.

அந்தச் செய்தியைக் காண்பித்து உறுதிசெய்கிறார்கள். அந்த எழுத்தாளர், சு. சமுத்திரம். அவருக்குச் சாகித்ய அகாதெமி விருது பெற்றுத்தந்த நூல், வேரில் பழுத்த பலா.

சு.சமுத்திரம் அவர்கள் விருது பெற்றவுடன் அவருக்குப் பாராட்டுகள் குவிந்தன. இன்னொருபக்கம் எதிர்ப்புகளும் வந்தன. ‘இவர் இந்த விருதுக்குத் தகுதியானவர் இல்லை’ என்றும் ‘இந்த நூல் விருதுக்கு ஏற்ற தரத்தில் இல்லை’ என்றும் சிலர் விமர்சித்தார்கள். ஆனால், அந்த விமர்சனங்களைப் பற்றிச் சு. சமுத்திரம் கவலைப்படவில்லை. ‘காரணம், என்னைப்பற்றியும் என் எழுத்தைப்பற்றியும் எனக்கு நன்றாகவே தெரியும்’ என்றார் அவர்.

இது ஏதோ சு. சமுத்திரம் அவர்களுக்குமட்டும் நடந்த விஷயம் இல்லை. பல எழுத்தாளர்களும் தங்களுடைய விருதுகள், பரிசுகளுக்கு இதேபோன்ற மாறுபட்ட எதிர்வினைகளைச் சந்தித்திருக்கிறார்கள். இன்றைக்கும் ஓர் எழுத்தாளர் அல்லது ஒரு நூல் விருது பெறும்போது, சுற்றியிருக்கிற பலர் அதைப் பாராட்டுகிறார்கள், சிலர் விமர்சிக்கிறார்கள், எதிர்க்கிறார்கள். ஏனெனில், வெவ்வேறுவிதமான இலக்கிய ரசனைகள், எதிர்பார்ப்புகள் உள்ள ஒரு சூழலில் ஒரே நூல் எல்லாருக்கும் பிடிக்கும் என்று எதிர்பார்க்க இயலாது. தேர்வுக்குழுவினர் தகுதியுள்ளதாக நினைக்கும் நூல் இன்னொருவருக்குத் தகுதியற்றதாகத் தோன்றலாம். அது இயல்புதான்.

எந்தவொரு படைப்பும் விமர்சனத்துக்கு அப்பாற்பட்டது இல்லை. அதே நேரம், அந்த விமர்சனம் கண்ணியமானமுறையில் உரிய தரவுகளுடன் வைக்கப்படவேண்டும். தனிப்பட்ட தாக்குதல்கள், காழ்ப்புகள் இல்லாமல், விருது பெறும் நூலைப் படித்துப் பார்த்து எந்தக் காரணங்களால் அது விருதுக்கு உரியது என்று பாராட்டுவதும் சரி, எந்தக் காரணங்களால் அது விருதுக்கு உரியது இல்லை என்று விமர்சிப்பதும் சரி, இரண்டுக்கும் இலக்கிய விவாதத்தில், திறனாய்வில் இடம் உண்டு.

★★★

68. ஒருமையும் ஒற்றுமையும்

ஒருமை, ஒற்றுமை என்ற இரு சொற்களும் பார்ப்பதற்கு ஒரேபோல இருக்கின்றன. ஆனால், இவற்றின் பொருள் ஒன்றுதானா?

கவிஞர் முடியரசன் இந்த இரு சொற்களையும் பிரித்துக் காண்பிப்பதற்குச் சில எளிய எடுத்துக்காட்டுகளைப் பயன்படுத்துகிறார்: முதலில், பாலும் சர்க்கரையும், அடுத்து, மலரும் மாலையும். பால், சர்க்கரை ஆகியவற்றை நாம் தனித்தனியாக வாங்குகிறோம். பாலைக் காய்ச்சி அதில் சர்க்கரையைப் போட்டுக் கலக்குகிறோம். இப்போது, இவை இரண்டும் ஒன்றாகக் கலந்துவிடுகின்றன. இதுதான் பால், இதுதான் சர்க்கரை என்று யாராலும் பிரித்துப் பார்க்க இயலாது. அதுபோல, பலவும் ஒன்றாகச் சேர்ந்து ஒரே பொருளாக விளங்குவதுதான் 'ஒருமை'.

இதை விளக்குவதற்கு இராமலிங்க வள்ளலாருடைய 'ஒருமையுடன் நினது திரு மலர் அடி நினைக்கின்ற உத்தமர்தம் உறவு வேண்டும்' என்ற வரியைச் சுட்டிக்காண்பிக்கிறார் முடியரசன். கடவுளை வணங்கும்போது நம்முடைய கண், காது, கை, மனம் ஆகிய அனைத்தும் ஒன்றாகச் சேர்ந்து

அவர்மீது ஈடுபடும். அதைத்தான் ‘ஒருமையுடன் நினைத்தல்’ என்று வள்ளலார் எழுதுகிறார்.

அடுத்து, மலர், மாலையை எடுத்துக்கொள்வோம். பல நிறங்கள், மணங்கள் கொண்ட மலர்களைத் தொடுத்து மாலையாக மாற்றுகிறோம். இப்போது, அந்த மலர்கள் ஒன்றாகக் கலந்துவிடுவதில்லை, தனித்தனியேதான் இருக்கின்றன, ஆனால், ஒன்றுபட்டு மாலையாகின்றன, ஒருவேளை, யாராவது அந்த மாலையைப் பிரித்தால், மலர்கள் மீண்டும் பழையபடி தனித்தனியாக இருக்கும். இதைத்தான் ஒற்றுமை என்கிறோம்.

ஆக, ஒன்றுக்குள் ஒன்று சேர்ந்துவிடுவது ஒருமை; ஒன்றுடன் ஒன்று சேர்ந்து, அதே நேரம் அவை தன்னுடைய தனித்தன்மையைத் தக்கவைத்துக்கொண்டிருப்பது ஒற்றுமை.

எடுத்துக்காட்டாக, பல மொழிகள், பண்பாடுகள், பழக்கங்களைக் கொண்ட நாம் இந்தியர் என்றமுறையில் ஒற்றுமையுடன் இருக்கிறோம். அதே நேரம், நம்முடைய தனிப்பட்ட சிறப்புகளையும் தக்கவைத்துக்கொண்டிருக்கிறோம்.

ஒற்றுமைக்கு எதிர்நிலை, ஒற்றுமையின்மை. இரண்டு மாடுகள் ஒற்றுமையோடு ஒரு வண்டியை ஒரே திசையில் இழுத்துச் சென்றால், அந்த வண்டியில் இருக்கும் பொருட்கள் சேரவேண்டிய இடத்துக்குச் செல்லும். அதே மாடுகள் ஒற்றுமையின்றி ஆளுக்கு ஒரு திசையில் ஓடினால், வண்டி அதே இடத்தில்தான் நிற்கும்.

ஒருமைக்கு எதிர்நிலை, பன்மை. இதைப் பன்முகத்தன்மை என்று விரித்துச்சொல்வதும் உண்டு. ஐம்பது வயலின் கலைஞர்கள் ஒரே நேரத்தில் ஓர் இசைக்குறிப்பை ஒருமையுடன் இசைக்கும்போது, நாம் அதைக் கேட்டு ரசிக்கிறோம். அத்துடன் ஒரு வீணையும் புல்லாங்குழலும் சேர்ந்துகொள்ளும்போது, அந்தப் பன்மையிலும் ஒரு தனிச்சுவை கிடைக்கிறது. வரிசையாகத் தென்னை மரங்கள் நிறைந்த தோப்பும் அழகுதான், பலவகைச் செடி, கொடிகள், மரங்கள், புதர்கள், விலங்குகள் நிறைந்த காடும் அழகுதான்!

★★★

௬௯. இதழுக்கு ஏற்ற படைப்பு

எழுத்தாளர் ஒரு கதையை எழுதுகிறார், அதை ஓர் இதழுக்கு அனுப்புகிறார், அது வெளியாகிறது, வாசகர்கள் அதைப் படித்து ரசிக்கிறார்கள்.

உண்மையில், கதையின் கதை இத்தனை எளிதானது இல்லை, கோடு போட்டாற்போல் அது நேரான பாதையில் செல்வதும் இல்லை, அங்குமிங்கும் வளைந்து, ஏறி, இறங்கித் தடுமாறிதான் ஒவ்வொரு கதையும் நம் கைகளை வந்தடைகிறது. கவிதைகள், கட்டுரைகள், நாடகங்கள், நகைச்சுவைத் துணுக்குகள் என அனைத்துக்கும் இது பொருந்தும்.

குறிப்பாக, தொடக்க நிலையில் உள்ள எழுத்தாளர்கள் இந்த விஷயத்தில் மிகக் கவனமாக இருக்கவேண்டும், எழுதும் கலையை, நுட்பங்களைத் தொடர்ந்து கற்றுக்கொள்ளவேண்டும், அப்போதுதான் அவர்களுடைய படைப்புகள் பெரும்பான்மை வாசகர்களைச் சென்றுசேரும்.

1966ல் ஓர் எழுத்தாளருடைய முதல் கதை வெளியானது. அதன்பிறகு, அவர் பல இதழ்களில் வெவ்வேறு கதைகளை எழுதினார். ஆனால், 'குமுதம்' இதழில் தன்னுடைய கதைகள் வெளியாகவேண்டும் என்று அவருக்கு ஆசை.

அதனால், அவர் தன்னுடைய கதைகளைக் குமுதத்துக்கு அனுப்பத் தொடங்கினார், அவை விரைவில் வெளியாகும் என்று ஆவலுடன் எதிர்பார்த்தார்.

ஆனால், அவர் எவ்வளவோ காத்திருந்தபிறகும் அந்தக் கதைகளில் ஒன்றுகூடக் குமுதத்தில் வெளியாகவில்லை, அதனால் அந்த எழுத்தாளருக்கு மிகவும் வருத்தம், ஏமாற்றம்.

அப்போதும் அவர் நம்பிக்கை இழக்கவில்லை. நாள்தோறும் ஒரு கதை எழுதுவார், அதைக் குமுதத்துக்கு அனுப்பிவைப்பார், அடுத்த குமுதம் இதழ் வெளியானதும் ஆர்வத்துடன் அதை வாங்கிப் புரட்டுவார், அங்கு அவருடைய கதை வந்திருக்காது, வருத்தத்துடன் அடுத்த கதையை எழுதத் தொடங்குவார்... இப்படிக் கொஞ்சங்கொஞ்சமாக அவர் குமுதத்துக்கு நூறு கதைகள் அனுப்பிவிட்டார். ஆனால், அவற்றில் எதுவும் குமுதத்தில் வெளியாகவில்லை. அத்தனைக் கதைகளும் 'பிரசுரிக்க இயலவில்லை. வருந்துகிறோம்' என்ற குறிப்புடன் திரும்பி வந்துவிட்டன.

இதனால், அந்த எழுத்தாளர் சென்னையிலுள்ள குமுதம் அலுவலகத்துக்கு நேரில் சென்றார், குமுதம் ஆசிரியர் குழுவில் இருந்த ஒருவரைச் சந்தித்து, 'நான் உங்களுக்கு நூறு கதை அனுப்பியிருக்கிறேன். அதில் ஒன்றைக்கூட நீங்கள் பிரசுரிக்கவில்லை. இது ஏன்?' என்று கேட்டார்.

நல்லவேளையாக, அன்றைக்குக் குமுதம் அலுவலகத்தில் அவருடன் பேசியவரும் ஓர் எழுத்தாளர்தான். 'நீங்கள் நூறு கதை எழுதியது பெரிய விஷயமில்லை. அவை குமுதத்துக்கு ஏற்றவிதமாக உள்ளனவா என்பதுதான் முக்கியம். அப்படிப்பட்ட கதைகளை எழுதுங்கள், அவை கண்டிப்பாகப் பிரசுரமாகும்' என்று அவருக்கு அறிவுறுத்தினார் அந்த எழுத்தாளர்.

இதனால், இதற்குமுன் நூறு கதைகளை எழுதிக் குமுதத்துக்கு அனுப்பிவைத்த அவர், இப்போது "குமுதத்துக்கு ஏற்ற" ஒரு கதையை எழுதினார். அதாவது, தான் அனுப்பிவைக்கும் இதழின் தன்மை, அங்கு வெளியாகும் கதைகள் எப்படிப்பட்டவை

என்பதையெல்லாம் நன்கு புரிந்துகொண்டு அதற்குப் பொருத்தமான கதையை எழுதி அனுப்பினார். அடுத்த வாரமே அந்தக் கதை குமுதத்தில் வெளியானது.

அந்த எழுத்தாளர், பின்னர் ஆயிரத்துக்கும் மேற்பட்ட நாவல்களை எழுதிப் புகழ் பெற்ற ராஜேஷ் குமார். குமுதம் அலுவலகத்தில் அவருக்கு வழிகாட்டிய இன்னோர் எழுத்தாளர், சிறுகதைகள், நாவல்கள், கட்டுரைகள், மொழிபெயர்ப்புகள் என்று பல களங்களில் வெற்றி பெற்ற ரா. கி. ரங்கராஜன்.

ஐம்பது ஆண்டுகளுக்குமுன் ரா. கி. ரங்கராஜன் ராஜேஷ்குமாருக்குச் சொன்ன அந்த அறிவுரை இன்றைக்குப் புதிதாக எழுதுகிறவர்களுக்கும் பொருந்தும்: நம் படைப்பு வெளியாகும் இதழை, அதன் வாசகர்களை, அவர்களுடைய எதிர்பார்ப்புகளைப் புரிந்துகொண்டு சரியான படைப்புகளைச் சரியான இதழுக்கு அனுப்பிவைப்பது ஒரு கலை. எழுதும் நுட்பத்துடன் இதையும் கற்றுக்கொண்டு பயன்படுத்துகிறவர்கள் எளிதில் வெற்றியடையலாம்.

★★★

70. கவிதையின் நீளம்

கவிதை என்பது எவ்வளவு நீளம் இருக்கவேண்டும்?

திருக்குறளில் ஒவ்வொரு பாடலும் இரண்டு வரிகள், ஏழெட்டுச் சொற்களைக் கொண்டவை. நாலடியாரில் ஒவ்வொரு பாடலும் அதைப்போல் இருமடங்கு நீளம் கொண்டவை. ஆனால், மற்ற பல சங்க இலக்கியப் பாடல்கள் இதைவிட நீளமாக உள்ளன, சில நூறு வரிகளைக் கொண்ட பாடல்கள்கூட உண்டு.

காப்பியங்கள், வழிபாட்டு இலக்கியங்களிலும் கிட்டத்தட்ட இதே போக்கைக் காணுகிறோம். அதாவது, அங்கும் சிறு பாடல்கள், பெரிய பாடல்கள் கலந்துதான் உள்ளன.

மரபுக்கவிதையிலாவது இலக்கண அடிப்படையில் நீளம் உண்டு, அதாவது, வரிகளின் எண்ணிக்கை, ஒவ்வொரு வரியிலும் எத்தனைச் சொற்கள் என்கிற எண்ணிக்கை ஆகியவை வகுக்கப்பட்டிருக்கும். அதன்பிறகு வந்த புதுக் கவிதைகளில் இதுபோன்ற நீளக் கட்டுப்பாடுகள் எவையும் இல்லை, எழுதுவோர் தங்களுடைய விருப்பப்படி அதைத் தீர்மானித்துக்கொள்ளலாம்.

தமிழில் 'துளிப்பா' என்ற கவிதை வடிவம்கூட உள்ளது. அதாவது, ஒரு நீர்த்துளியைப்போல் சிறிய கவிதை, மூன்று முதல் ஐந்து வரிகள், ஒவ்வொன்றிலும் இரண்டு அல்லது மூன்று சொற்கள் என மிகச் சுருக்கமான வடிவத்தில் எழுதப்படுவது.

அவ்வளவுதானா? அப்படியானால் யார் வேண்டுமானாலும் கவிதை எழுதலாமே!

உண்மையில் துளிப்பா போன்ற இயக்கங்களின் நோக்கங்களில் அதுவும் ஒன்று. கவிதையின் நீளத்தைக் குறைத்துக் கட்டமைப்பை எளிதாக்கும்போது, நல்ல சிந்தனை கொண்ட, அடிப்படை மொழி அறிவு இருக்கிற யார் வேண்டுமானாலும் தங்களுடைய எண்ணங்களைக் கவிதைகளாகப் பதிவு செய்யலாம்.

ஆனால், அதனால் கவிதையின் தரம் குறைந்துவிடாதா?

பலர் எழுதுவதால் கவிதையின் தரம் குறைந்துவிடும் என்பது ஒருவிதமான மேல்தட்டுப் பார்வை. இவர்தான் கவிதை எழுத வேண்டும், இவர் எழுதக்கூடாது என்பதுபோன்ற விதிமுறைகளை யாராலும் வகுக்க இயலாது, சிறப்பான சிந்தனைகள் யாரிடமிருந்தும் வரலாம், அவை பதிவு செய்யப்படவேண்டும், படிக்கப்படவேண்டும், அதில் தரமுள்ளவை நிலைக்கும், மற்றவை அழிந்துபோகும், இதுதான் உலக இயல்பு.

அதனால்தான் இன்றைக்கும் பல இதழ்கள் துளிப்பாக்களை, அதாவது, அளவில் சிறிய கவிதைகளை வரவேற்கின்றன. 'அட' என்று வியக்கவைக்கிற சிந்தனைகளை மக்கள் கவிதைகளாகப் பதிவு செய்து அனுப்புகிறார்கள். ஒருவேளை அவற்றில் வடிவ ஒழுங்கு, நயம் போன்றவை குறைவாக இருப்பினும், இது அவர்களுக்கு ஒரு தொடக்கமாக அமைகிறது, கவிதை எழுதுதலைப் பொதுவில் பலருக்கும் கொண்டுசெல்வதற்கு இந்த நீளக் குறைப்பும் பயன்படுகிறது.

அப்படியானால், கவிதையின் நீளம் குறைவாகதான் இருக்க வேண்டுமா?

கவிதைக்குச் சொற்சிக்கனம் (குறைந்த சொற்களில் விஷயத்தைச் சொல்வது) தேவை என்பார்கள். ஆனால் அதற்காக எல்லாக்

கவிதைகளும் சிறியவையாகதான் இருக்கவேண்டும் என்று கட்டாயம் இல்லை. அன்றைக்கும் சரி, இன்றைக்கும் சரி, கவிதையில் சொல்லப்படும் பொருள்தான் அதன் நீளத்தைத் தீர்மானிக்கிறது. 'ஆறுவது சினம்' என இரண்டு சொற்களிலும் உயர்ந்த கருத்துகளைச் சொல்லிவிடலாம், ஐந்தாறு பக்கங்களுக்கு விரிவான அளவிலும் கவிதை உணர்வுகளைப் பதிவுசெய்யலாம்.

சுருக்கமாகச் சொன்னால், தேவைக்கு மேல் ஒரு சொல்கூட இல்லாத கவிதை நல்ல கவிதை. அந்தத் தேவை எவ்வளவு என்பதையும் அந்தக் கவிதைதான் தீர்மானிக்கும்.

★★★

71. பணமுடிப்பு எதற்காக?

*1948*ம் ஆண்டு, எழுத்தாளர் வ. ரா. (வ. ராமசாமி) அவர்களுடைய அறுபதாவது வயது தொடங்கவிருந்தது. அதை முன்னிட்டு அவருக்கு ஒரு பாராட்டு விழா நடத்தலாம் என்று சிலர் யோசித்தார்கள், அதைப் பற்றிக் கூட்டம் போட்டுப் பேசினார்கள்.

அந்தக் கூட்டத்தில் பங்கேற்ற அனைவரும் வ. ரா. அவர்களுடைய இலக்கியப் பணியைப் பாராட்டினார்கள், அவருடைய நற்குணங்களை வியந்தார்கள், அவருக்குச் சிறப்பான முறையில் பாராட்டு விழா நடத்தவேண்டும் என்பதை ஒப்புக்கொண்டார்கள். குறிப்பாக, அந்த விழாவில் வ. ரா. அவர்களுக்கு ஒரு பணமுடிப்பு தரவேண்டும் என்றார்கள்.

'பணமுடிப்பு' என்பது எழுத்தாளர்கள், அறிஞர்கள், தலைவர்கள் போன்றோரைப் பெருமைப்படுத்துவதற்காக வழங்கப்படுகிற ஒரு பரிசு. அவர்கள் செய்திருக்கும் சேவைகளுக்காக அவர்களுக்கு நன்றி தெரிவிக்கும்வகையில் பொதுமக்களும் செல்வந்தர்களும் தங்களால் இயன்ற அளவில் சிறிய, பெரிய தொகைகளை வழங்குவார்கள், இந்த நன்கொடைகள் அனைத்தும் திரட்டப்பட்டு அந்த ஆளுமைக்குப் பணமுடிப்பாக

வழங்கப்படும், அது அவர்களுடைய வாழ்க்கைச் செலவுகளுக்குப் பயன்படும்.

அன்றைய கூட்டத்தில் வ. ரா. அவர்களுக்குப் பணமுடிப்பு வழங்கவேண்டும் என்பதை வலியுறுத்திப் பேசிய ஒருவர், 'இந்த வயதான காலத்தில் அவர் வறுமையில் வாடுவதை நாம் அனுமதிக்கலாமா?' என்று உணர்ச்சிவயப்பட்டார், 'அவர் உடைக்காகவோ உணவுக்காகவோ சிரமப்படாதபடி நாம் பார்த்துக்கொள்ளவேண்டும், அதற்கு இந்தப் பணமுடிப்பு உதவும்' என்றார். இந்த விஷயம் வ.ரா. அவர்களுடைய காதுக்குச் சென்றது. அவ்வளவுதான், அவர் மிகவும் சினம் கொண்டுவிட்டார்?

பணமுடிப்பு வழங்கப்படுவது என்பது பெருமையான விஷயம் தானே? அதை எண்ணி அவர் ஏன் சினம் கொள்ளவேண்டும்?

ஒருவருடைய சேவையைப் பாராட்டிப் பணமுடிப்பு வழங்குவது வேறு, அவர் வறுமையில் இருக்கிறார் என்பதற்காகப் பரிதாபப்பட்டுப் பணமுடிப்பு வழங்குவது வேறு, முதலாவது பெருமையாகும், இரண்டாவது இழிவாகும். அந்த வேறுபாட்டைத்தான் வ. ரா. அவர்கள் சுட்டிக்காண்பித்தார், 'நான் ஒன்றும் வறியவன் இல்லை. இந்த உலகத்தின் செல்வம் எல்லாம் என்னுடையதுதான்' என்று கம்பீரமாகத் தெரிவித்தார், 'என்னுடைய ஏழைமைக்காக நீங்கள் எனக்குப் பணமுடிப்பு தருவதாக இருந்தால், என்னைவிட ஏழையானவர்கள் பலர் இருக்கிறார்கள், அவர்களுக்குக் கொடுங்கள். மாறாக, தமிழ் எழுத்தாளன், தமிழ் வளர்ச்சிக்குத் தொண்டு செய்தவன் என்றமுறையில் எனக்குப் பணமுடிப்பு தருவதாக இருந்தால் நான் அதை ஏற்றுக்கொள்கிறேன்.'

வ. ரா. அவர்கள் தமிழுக்குப் பெரிய தொண்டு செய்தவர் என்பதும் உண்மை, அப்போது அவர் வறுமையில் இருந்தார் என்பதும் உண்மை. ஆனால், பணமுடிப்பு அவருடைய தொண்டுக்காகதான் வழங்கப்படவேண்டும், வறுமைக்காக இல்லை. இதைத்தான் அவர் தன்மானத்துடன் இப்படிச் சினமாக வெளிப்படுத்தினார்.

இப்போதும், வறுமையில் இருக்கும் அறிஞர்கள் பலருக்கு அரசு அல்லது தனியார் உதவி வழங்கப்படுகிறது என்று செய்திகள் வருகின்றன, அந்த உதவி அவர்களுடைய வறுமையைப் போக்குவதற்கு உதவும் என்பது உண்மைதான். ஆனால், அவர்கள் வறுமையில் உள்ளார்கள் என்பதற்காக அன்றி, பெரிய இலக்கியப் பணிகளை ஆற்றியுள்ளார்கள் என்பதற்காகதான் அந்த உதவி வழங்கப்படுகிறது. அதனால், அவர்களுக்கு உரிய பெருமையுடன்தான் அந்த உதவியை வழங்கவேண்டும், கொடுக்கிறோம் என்பதற்காக நம் கை உயரத்தில் இருப்பதாகவும் பெறுகிறார்கள் என்பதால் அவர்கள் கை தாழ்ந்து இருப்பதாகவும் நினைத்துவிடக்கூடாது, அவர்களை எப்போதும் மேன்மக்களாகதான் நடத்தவேண்டும், அப்போதுதான் அந்த உதவிக்கோ பரிசுக்கோ மதிப்பு!

★★★

72. திருமணம் என்னும் கலைக்கூடம்

திருமணம் என்பது ஒரு குடும்ப விழா, ஓர் ஆணும் பெண்ணும் இல்லறத்தில் இணைகிறார்கள் என்பதை உலகுக்கு அறிவிக்கின்ற தனிப்பட்ட நிகழ்ச்சி. ஆனால் அந்தத் திருமண நிகழ்வை மையமாக வைத்து நம் பண்பாட்டில் பல கலைகளும் வெளிப்பட்டிருக்கின்றன, செழித்து வளர்ந்திருக்கின்றன என்றால் நம்புவீர்களா?

அன்றைய திருமண நிகழ்ச்சிகளுடன் ஒப்பிடும்போது இன்றைய திருமண நிகழ்ச்சிகள் எவ்வளவோ மாறிவிட்டன. எனினும் திருமணத்தை மையமாகக் கொண்டு பல கலைகள் வெளிப்படுவது தொடரத்தான் செய்கிறது. அந்தந்தக் காலகட்டத்தில் எழுதப்பட்ட கதைகள், கட்டுரைகள், வெளியான செய்திகள், ஓவியங்கள், திரைப்படங்கள் போன்றவற்றைக் கொண்டு இந்தக் கலை வெளிப்பாட்டுத் தொடர்ச்சியை நாம் புரிந்துகொள்ள இயலுகிறது.

எடுத்துக்காட்டாக, திருமணம் நடைபெறும் பெறுகின்ற மண்டபத்தை எடுத்துக்கொள்வோம். அந்த மண்டபத்தின் வாசலில் போடப்படுகின்ற கோலம், அங்கு கட்டப்படும்

வாழை மரங்கள், தோரணங்கள், விருந்தினர்களை வரவேற்க அமைக்கப்படும் அழகிய மேசை, மணமகனும் மணமகளும் அமர்கிற மேடையின் மலர் அலங்கரிப்புகள், அவர்களுடைய ஆடைகள், நகைகள் என்று அழகுக்கலை வெளிப்பாடுகளை அடுக்கிக்கொண்டே போகலாம்.

அங்கிருந்து சமையலறைக்குள் நுழைந்தால், விருந்தினர்கள் ஒவ்வொருவரையும் வியப்பில் ஆழ்த்தி மகிழ்ச்சியுடன் உண்ணச் செய்கிற நோக்கத்துடன் ஏராளமான சுவையான பொருட்கள் சமைக்கப்படுகின்றன, சமையல் கலைஞர்கள் தங்களுடைய முழு திறமையும் காண்பிக்கிறார்கள். பல திருமணங்களில் சாப்பாடுதான் முக்கியமான பேசுபொருளாகக்கூட இருக்கிறது.

இன்றைய திருமண நிகழ்ச்சிகளில் சாப்பாடு பரிமாறப்படும் இடத்தில் பல காய்கறிகளைக் கத்திகளால் விதவிதமாக நறுக்கிக் குடைந்து கலைப்பொருட்களைப்போல் செய்து அடுக்கிவைக்கிறார்கள், சாப்பிட வருகிறவர்களுடைய வயிற்றுடன் கண்ணுக்கும் விருந்து கிடைக்கிறது.

மணமகனும் மணமகளும் மேடையில் அமர்ந்திருக்க இன்னொரு பக்கம் நாகஸ்வரம், மிருதங்கம் ஆகியவற்றுடன் இசை விருந்து அரங்கேறுகிறது, பல திருமணங்களில் பாட்டுக்கச்சேரிகள்கூட நடக்கின்றன, சிறந்த அறிஞர்களைக் கொண்டு சுவையான தலைப்புகளில் சொற்பொழிவுகளும் வழங்கப்படுகின்றன.

அன்றைய திருமணங்களில் உறவினர்களுடைய பொழுது போக்குக்காகவும் குடும்பப் பிணைப்புக்காகவும் சுவையான விடுகதைப் போட்டிகள் நடைபெற்றன என்கிறார் டாக்டர் ச.வே. சுப்பிரமணியன். இதன்மூலம், புதிதாகத் திருமணம் ஆகும் ஆணுக்கும் பெண்ணுக்கும் பல வாழ்வியல் உண்மைகள் உணர்த்தப்பட்டனவாம்.

வேறு சில கலைஞர்களும் திருமண அரங்கத்தில் அங்குமிங்கும் நடந்துகொண்டிருப்பதை நாம் பார்க்கலாம். அவர்கள், புகைப்பட கலைஞர்கள், வீடியோ கலைஞர்கள்... அவர்களுடைய படைப்புகளை நாம் உடனுக்குடன் அங்குள்ள

தொலைக்காட்சித் திரைகளில் பார்க்கலாம் அல்லது, பின்னர் அச்சு வடிவிலும் டிஜிட்டல் வடிவிலும் பார்க்கலாம்.

முக்கியமாக, இந்தப் பெரிய திருமண நிகழ்ச்சியைத் திட்டமிட்டு நடத்துவதும் ஒரு கலை வெளிப்பாடுதான். சரியான நபர்களை அழைத்து, அவர்களிடம் சரியான பொறுப்புகளை ஒப்படைத்து, சரியன செலவுகளைச் செய்து, திருமணத்துக்கு வருகிற அனைவரும் இனிமையான அனுபவத்தைப் பெறும்வகையில் கவனித்துக்கொள்வதும் ஒரு மிகப்பெரிய கலைதான்!

★★★

73. சொல் வங்கி

ஒரு வங்கியில் உங்களுக்குச் சேமிப்புக் கணக்கு இருக்கிறது என்று வைத்துக்கொள்வோம். அதில் ஒவ்வொரு ரூபாய் சேரும்போதும் உங்களுக்கு மகிழ்ச்சியாக இருக்கும், இதுபோல் இன்னும் பலப்பல ரூபாய்கள் சேரவேண்டும், அது நூறாக, ஆயிரமாக, லட்சமாகப் பெருகவேண்டும் என்று எண்ணிக்கொள்வோம். பின்னர் அந்தத் தொகையைச் சரியான விஷயங்களுக்கு எடுத்துச் செலவு செய்து மகிழ்வோம்.

அதுபோல், நம் மூளையிலும் ஒரு வங்கி இருக்கிறது. அதன் பெயர், 'சொல் வங்கி'. சிறுவயதிலிருந்து நாம் கற்றுக்கொண்ட ஒவ்வொரு சொல்லும் அதன் பொருளுடன் அங்கு சேமிக்கப் பட்டிருக்கிறது. தேவையான நேரத்தில் அந்த வங்கியிலிருந்து சரியான சொற்களை எடுத்துப் பயன்படுத்தலாம்.

ஆனால், இந்த இரு வங்கிகளுக்கும் இடையில் ஒரு முக்கியமான வேறுபாடு இருக்கிறது. பண வங்கியிலிருந்து பணத்தை எடுத்துச் செலவுசெய்தால் அந்தப் பணம் தீர்ந்துவிடும், இன்னொருமுறை நமக்குப் பயன்படாது. ஆனால், சொல் வங்கி அப்படியில்லை. அதிலிருந்து நாம் ஒரு சொல்லை எடுத்துச் செலவுசெய்தாலும்

அந்தச் சொல் தீர்ந்துவிடாது, அங்கு அங்கேயே பாதுகாப்பாக இருக்கும், இன்னொருமுறை அதே தேவை வரும்போது அந்தச் சொல்லை நாம் மீண்டும் பயன்படுத்தலாம்.

நீங்கள் ஒரே நேரத்தில் இரண்டு பண வங்கிகளில் கணக்கு தொடங்கலாம். அல்லது, ஒரே வங்கியில் இரண்டு கணக்குகளைக் கூடத் தொடங்கலாம். அதுபோல, நம் மூளையிலும் ஒவ்வொரு மொழிக்கும் ஒரு சொல் வங்கி இருக்கும். எடுத்துக்காட்டாக, தமிழுக்கு ஒரு சொல் வங்கி, ஆங்கிலத்துக்கு ஒரு சொல் வங்கி, நம்முடைய தகவல் தொடர்புத் தேவைக்கேற்ப வேண்டிய வங்கியை அணுகலாம்.

பண வங்கியானாலும் சரி, சொல் வங்கியானாலும் சரி, இட்டுவைப்பு *(Deposit)* செய்தால்தான் எடுத்துப் பயன்படுத்த *(Withdrawal)* இயலும். அதாவது, சம்பாதித்துப் பண வங்கியில் பணத்தைச் சேர்ப்பதுபோல், நிறையப் படித்து, கேட்டு, புரிந்துகொண்டு சொல் வங்கியில் சொற்களைச் சேர்க்க வேண்டும்.

எடுத்துக்காட்டாக, சிலர் செய்தித்தாள் படிக்கும்போது அருகில் அகரமுதலியை வைத்திருப்பார்கள், அல்லது, செல்பேசியில் இருக்கும் அகரமுதலிச் செயலியைப் *(Dictionary App)* பயன்படுத்துவார்கள், கடினமான, புதிய சொற்களைப் புரிந்துகொண்டு எழுதிப்பார்ப்பார்கள், அவற்றைச் சொற்றொடர்களில் பயன்படுத்திப்பார்ப்பார்கள், அவற்றுக்கான இணைச்சொற்களை, எதிர்ச்சொற்களைத் தேடுவார்கள், அதேபோன்ற மற்ற சொற்களுடன் இந்தச் சொற்களை ஒப்பிட்டுப்பார்ப்பார்கள், இப்படிக் கொஞ்சங்கொஞ்சமாக அந்தப் புதிய சொற்களைப் பழக்கப்படுத்திக்கொள்வார்கள், அவற்றைத் தங்களுடைய சொல் வங்கியில் சேர்த்துக்கொள்வார்கள்.

'இப்படிச் சேர்க்கிற எல்லாச் சொற்களும் நினைவில் தங்குமா? தேவையான நேரத்தில் பயன்படுமா?' என்கிற ஐயம் சிலருக்கு வரலாம். சொல் வங்கியில் நாம் இட்டுவைத்த சொற்களை நாமே அவ்வப்போது மறந்துவிடலாம், அல்லது, சரியான நேரத்தில் அவை நினைவுக்கு வராமலிருக்கலாம் என்பது

உண்மைதான். ஆனால், அதற்கு அஞ்சி இட்டுவைக்காமல் இருந்துவிட்டால் அவை ஒருபோதும் பலன் தராது.

அதாவது, மேலும் மேலும் சொற்களைத் தெரிந்துகொண்டு, புரிந்துகொண்டு, பொருளோடு நினைவில் வைத்துக்கொண்டால், அவற்றில் பெரும்பாலானவை நினைவில் நிற்கும், நம் பேச்சையும் எழுத்தையும் மெருகேற்றும். ஒருவேளை சில சொற்களை நாம் மறந்துவிட்டாலும் பரவாயில்லை, மற்றவை நம் மொழித்திறனை வளர்க்கும். எழுத்தாளர்கள், பேச்சாளர்களுக்குமட்டுமில்லை, எந்த மொழியையும் பேசுகிற ஒவ்வொருவருக்கும் இது பொருந்தும்.

உங்கள் சொல் வங்கி எவ்வளவு பெரியது? அடுத்த சில ஆண்டுகளில் அதை இன்னும் பெரிதாக்க என்னென்ன முயற்சிகளை எடுக்கப்போகிறீர்கள்?

★★★

74. மதிப்பை வெளிப்படுத்தும் வழிகள்

பொதுவிழாக்களின் அழைப்பிதழ்களில் அவற்றில் பங்கேற்கிற பெருமக்களுடைய பெயர்கள் எப்படி அச்சிடப்படுகின்றன என்று கவனித்திருக்கிறீர்களா?

எடுத்துக்காட்டாக, ஒரு விழாவுக்குக் கந்தப்பன் என்பவர் தலைமையேற்கிறார் என்று வைத்துக்கொள்வோம். இந்தத் தகவலைத் 'தலைமை: கந்தப்பன்' என்று குறிப்பிட்டால் போதுமானது. ஆனால், அது அவருக்கு முழுமையான மதிப்பைத் தருவதாக இருக்காது. இந்த விழாவுக்குத் தலைமை தாங்கும் அளவு அவர் உயர்வானவர் என்பதை ஏதோ ஒருவிதத்தில் தெரிவிக்கவேண்டுமில்லையா? அதற்காகச் சில உத்திகள் பயன்படுத்தப்படுகின்றன.

முதலில், அவருடைய பெயருக்குமுன்னால், 'திருவாளர்' என்றோ, அதன் சுருக்கமாகிய 'திரு.' என்றோ குறிப்பிடுவார்கள். இவற்றை மதிப்படைச்சொற்கள், அதாவது, மதிப்பைக் காண்பிக்கிற அடைச்சொற்கள் என்று அழைப்பார்கள்.

ஒருவேளை, அந்த விழாவுக்குத் தலைமை தாங்குபவர் திருமணமான பெண்ணாக இருந்தால் அவருடைய பெயருக்கு

முன்னால் 'திருமதி' என்ற மதிப்படைச்சொல் சேர்க்கப்படும். அவர் திருமணமாகாத பெண்ணாக இருந்தால் 'செல்வி' என்ற மதிப்படைச்சொல் பயன்படும்.

'செல்வி' என்பதற்கு இணையாகச் 'செல்வன்' என்ற மதிப்படைச்சொல்லும் இருக்கிறது. இது திருமணமாகாத இளம் ஆண்களுக்குக் குறிப்பிடப்படுகிறது.

சில நேரங்களில் ஒருவருடைய தொழில் அல்லது தனித்தன்மை வாய்ந்த திறமையும் பெயருக்குமுன்னால் சேர்க்கப்படலாம். எடுத்துக்காட்டாக, மருத்துவர் கண்ணன், கவிஞர் திரிபுரசுந்தரி, பொறியாளர் தமிழ்வண்ணன், முனைவர் காமாட்சி.

சிறந்த திறமையாளர்களுக்கு அவர்களுடைய திறமையைச் சுட்டும் பட்டப்பெயர்களும் வழங்கப்படுகின்றன. இவையும் அழைப்பிதழ்களில் இடம்பெறுவதுண்டு. எடுத்துக்காட்டாக, சொற்பொழிவுச் சுடர் பொன்னரசு.

இதேபோல் பெயருக்குப்பின்னால் இடம்பெற்று மதிப்பைச் சுட்டும் சொற்களும் உண்டு. எடுத்துக்காட்டாக:

★ 'அவர்கள்' என்கிற பொதுவான பின்னொட்டு. எகா: இராமசாமி அவர்கள்.

★ அந்த நபர் பெற்றிருக்கும் பட்டங்கள். எகா: இராமசாமி, எம்.ஏ.

★ அவருடைய பதவி அல்லது அவர் வகிக்கும் பொறுப்பு. எகா: இராமசாமி, நெல்லை தமிழ்ச் சங்கத் தலைவர்.

சில நேரங்களில், ஒருவருடைய பெயர் னகர ஒற்றில் (ன்) முடியும்போது, அதற்குப் பதில் ரகர ஒற்று (ர்) பயன்படுத்தப் படுகிற வழக்கமும் உண்டு. எடுத்துக்காட்டாக, 'கந்தப்பன்' என்பதைக் 'கந்தப்பர்' என்று எழுதுவார்கள். 'கந்தப்பனார்' என்று எழுதுகிறவர்களும் உண்டு.

உண்மையில் கந்தப்பன் என்ற பெயரில் எந்த மதிப்புக்குறைவும் இல்லை. சொல்லப்போனால், ஒருவருடைய பெயரை நம் விருப்பம்போல் மாற்றுவது பிழைதான். ஆனால், நம் ஊரில்

அவன், இவன் போன்ற சொற்களைவிட அவர், இவர் போன்ற சொற்கள் கூடுதல் மதிப்புடன் பார்க்கப்படுவதால், 'ன்'ல் முடியும் பெயர்களை இப்படி மாற்றி எழுதுகிற ஒரு வழக்கம் வந்துவிட்டது.

இந்தக் குழப்பத்தைத் தவிர்க்கவேண்டுமென்றால், ஒருவரை விழாவில் பங்கேற்க அழைக்கும்போதே 'அழைப்பிதழில் உங்கள் பெயரை எப்படிக் குறிப்பிடவேண்டும்?' என்று கேட்டுக்கொண்டு அதன்படி செய்யலாம். ஏனெனில், ஒருவருடைய பெயர் என்பது அவருடைய தனிப்பட்ட அடையாளம் *(Personal Brand)*. அதை அவருடைய விருப்பப்படி கையாள்வதுதான் அவருக்கு உயர்ந்த மதிப்பாக இருக்கும்.

★★★

75. இசை கொண்டு இலக்கிய வணிகம்

நகரங்களில் வாழ்கிறவர்களுக்குத் தெருவுக்குத் தெரு கடைகள் உள்ளன. சிறிய கடைகள், நடுத்தரக் கடைகள், பெரிய சூப்பர்மார்க்கெட்கள் என்று இவை பலவிதமாகப் பரவியிருப்பதால், அவர்கள் வேண்டிய பொருட்களை வேண்டிய நேரத்தில் வாங்கிக்கொள்ளலாம்.

ஆனால், கிராமங்களில் இத்தனைக் கடைகள் இருக்காது. அதனால், அங்கு வாழும் மக்கள் 'வாரச் சந்தை'க்காகக் காத்திருப்பார்கள். 'சந்தை' என்பது பலவிதமான தாற்காலிகக் கடைகள் ஒரே இடத்தில் அமைக்கப்படுகிற ஒரு நிகழ்வு. பல வணிகர்கள் மளிகைப் பொருட்கள், காய்கறிகள், தின்பண்டங்கள், வீட்டுப் பயன்பாட்டுப் பொருட்கள் என்று விதவிதமான பொருட்களைக் குவித்துக் கடைகளை அமைப்பார்கள், கிராமத்து மக்கள் தங்களுக்கு வேண்டியவற்றைத் தேர்ந்தெடுத்து வாங்கிக்கொள்வார்கள்.

'வாரச் சந்தை' என்பதன் பொருள், வாரத்தில் ஒருநாள் சந்தை கூடும் என்பதுதான். எடுத்துக்காட்டாக, இந்தக் கிராமத்தில்

திங்கட்கிழமை சந்தை என்றால், சுற்றியுள்ள பல ஊர்களைச் சேர்ந்த வணிகர்கள் திங்கட்கிழமையில் அங்கு வருவார்கள், கடை போடுவார்கள், விற்பனை மும்முரமாக நடக்கும், மறுநாள் அங்கு எந்தக் கடையும் இருக்காது, மீண்டும் அடுத்த திங்கட்கிழமைதான் அந்த ஊரில் சந்தை.

அப்படியானால், மற்ற ஆறு நாட்களும் அந்த வணிகர்கள் என்ன செய்வார்கள்?

பிரச்சனையில்லை. செவ்வாய்க்கிழமை இன்னோர் ஊரில் சந்தை இருக்கும், அவர்கள் மொத்தக் கடையையும் அங்கு கொண்டுசென்றுவிடுவார்கள். அடுத்து புதன்கிழமை வேறோர் ஊர்ச் சந்தைக்குச் செல்வார்கள், இப்படி வாரத்தில் ஏழு நாட்களும் ஏழு வெவ்வேறு ஊர்ச் சந்தைகளில் பங்கேற்று வணிகம் செய்வார்கள்.

சந்தைகள் வெறும் வணிகத் தலங்கள்மட்டுமில்லை, அவற்றில் இலக்கியம் வளர்க்கிறவர்களும் உண்டு.

ஆம், மற்ற கடைகளைப்போலச் சந்தைகளில் ஆங்காங்கு புத்தகக் கடைகளும் அமைக்கப்படும், ஆர்வமுள்ள வாசகர்கள் அங்கு விதவிதமான நூல்களைத் தேர்ந்தெடுத்து வாங்கலாம்.

இருபதாம் நூற்றாண்டின் தொடக்கத்தில், ஈரோட்டுக்கு அருகில் அர்த்தநாரியார் என்ற வணிகர் இருந்தார். அவர் வாரந்தோறும் ஏழு ஊர்களுக்குச் சென்று ஏழு சந்தைகளில் அரிசி, பருப்பு விற்றுக்கொண்டிருந்தார்.

ஒருநாள், சந்தையில் அவருடைய கடைக்கு அருகில் புத்தகக் கடை வைத்திருந்த பெரியவர் ஒருவர் அர்த்தநாரியாரிடம் வந்தார், 'ஐயா, எனக்கு வயதாகிவிட்டது, என்னால் இனிமேலும் வணிகம் செய்ய இயலாது, என்னுடைய புத்தகங்களை எடுத்துக்கொண்டு ஒரு தொகை கொடுங்கள்' என்று கேட்டுக்கொண்டார்.

அர்த்தநாரியாருக்கு ஏற்கெனவே ஒரு கடை இருக்கிறது, அதோடு சேர்ந்து புத்தகக் கடையும் அமைப்பதற்கு அவருக்குப்

பெரிய ஆர்வம் இல்லை. ஆனால், அந்தப் பெரியவருடைய நிலையைக் கண்டு அவர் மனம் இரங்கியது. அதனால், அவரிடமிருந்த புத்தகங்களை ஒரு நல்ல தொகை கொடுத்து வாங்கிக்கொண்டார். அந்தப் புத்தகங்களைத் தன்னுடைய மகன் வேலாயுதத்திடம் கொடுத்து, 'நீ இந்தக் கடையைப் பார்த்துக்கொள்' என்றார்.

வேலாயுதம் சிறுவர்தான். ஆனால், தொழிலில் ஆர்வத்துடன் இருந்தார், தன்னுடைய புத்தகங்களை விற்க ஒரு நல்ல வழி கண்டுபிடித்தார். இசையைக் கொண்டு இலக்கியத்தை வளர்ப்பதுதான் அந்த வழி.

அன்றைய புத்தகங்கள் பலவும் பாடல்களாகத்தான் வந்து கொண்டிருந்தன. அதனால், நல்ல குரல் வளம் கொண்ட வேலாயுதம் அவற்றிலிருந்து சில பாடல்களைத் தேர்ந்தெடுத்துப் பாடத் தொடங்குவார். உடனடியாக, சந்தையில் ஆங்காங்கு இருக்கும் மக்கள் அவருடைய குரலைக் கேட்டு அங்கு வருவார்கள், புத்தகம் வாங்குவார்கள்.

இப்படிப் புதுமையான முறையில் நூல்களை விற்று இளம் வயதில் வெற்றிகரமான வணிகரான வேலாயுதம் பின்னர் 'சிவலிங்க நூற்பதிப்புக் கழகம்' என்ற பதிப்பகத்தைத் தொடங்கினார், பல சிறந்த நூல்களை வெளியிட்டுப் புகழ் பெற்றார்.

ஆக, ஒரு பதிப்பகத்தின் பயணம் ஓர் எளிய சந்தைக் கடையில் தொடங்கியிருக்கிறது, உழைப்பும் முனைப்பும் இருந்தால் எதையும் சாதிக்கலாம் என்பதற்கு இதுவும் ஒரு சான்று!

★★★

76. கல்வி கற்பது எப்படி: ஆறுமுக நாவலர் கற்றுத்தரும் வழிகள்

கல்வியின் சிறப்பை எல்லாரும் அறிவார்கள். மாணவர்கள் ஊன்றிக் கற்றால் வாழ்க்கையில் சிறந்து விளங்குவார்கள் என்பதற்கான எடுத்துக்காட்டுகளை நாள்தோறும் நம்மைச் சுற்றிப் பார்த்துக்கொண்டிருக்கிறோம்.

ஆனால், நன்கு கற்பது எப்படி? சிறந்த உரைநடை ஆசிரியர், பதிப்பாளர் ஆறுமுக நாவலர் நல்ல கல்விக்கான வழிகளைக் கற்றுத்தருகிறார், கேட்டுக்கொள்வோம்:

1. ஒரு துணிக்குச் சாயம் போடவேண்டுமென்றால், அந்தத் துணி அழுக்காக இருக்கக்கூடாது. அப்படி இருந்தால் அந்தத் துணியில் சாயம் சரியாகப் பிடிக்காது. அதுபோல, இளமையில் கற்பதுதான் நன்கு பதியும், வாழ்க்கைப் போராட்டத்தில் ஈடுபட்டுக்கொண்டிருக்கிற வயதில் கற்பது சிறப்பாக இருக்காது. அதனால், இளவயதில் படிக்கத் தொடங்கிவிடவேண்டும். அதன்பிறகும் எந்த வயதிலும் படிக்கலாம். ஆனால், இளவயதுக் கல்வி மிகச் சிறப்பானது.

2. நல்ல ஆசிரியர்களைத் தேடிச் சென்று படிக்கவேண்டும். இங்கு ஆசிரியர் என்பவர் வகுப்பில் பாடம் நடத்துகிறவர் மட்டுமில்லை. நம்மைச் சுற்றிப் பல விஷயங்களை நன்கு அறிந்த திறமையாளர்கள் இருப்பார்கள், அவர்கள் எல்லாரையும் ஆசிரியர்களாகப் பயன்படுத்திக்கொள்ளலாம், பல விஷயங்களைக் கற்றுக்கொள்ளலாம்.

3. படிக்கும்போது ஐயம் (இது சரியா, அது சரியா என்கிற குழப்பம்) இருக்கக்கூடாது, ஒன்றை இன்னொன்றாகப் புரிந்துகொண்டுவிடக்கூடாது, தெளிவாகக் கற்பதுதான் கல்வி.

4. நோய்கள், வறுமை ஆகியவை இல்லாதபோது நன்கு படிக்கலாம். அதனால், நம் உடலை நலத்துடன் பார்த்துக் கொள்ளவேண்டும், வறுமையில் உள்ளவர்கள் தங்கள் கல்விக்கு வேண்டிய பொருளை உரிய முறையில் தேடிப் பெறவேண்டும். அரசு, தனியார் வழங்கும் கல்வி உதவித் தொகை, இலவசப் பாடநூல், பயிற்சி வகுப்புகள் போன்றவற்றைப் பயன்படுத்திக்கொள்ளலாம்.

5. கல்விக்கு மிகச் சிறந்த கருவி, ஆசிரியர் மனத்தில் நம்மைப்பற்றி அருள் உண்டாகும்படி நடந்துகொள்வது. அதாவது, ஆசிரியரை மதிக்கவேண்டும், அவரிடம் இனிய சொற்களைப் பேசவேண்டும், அவருக்கு வேண்டிய உதவிகளைச் செய்யவேண்டும். ஆசிரியர் மனம் மகிழ்ந்தால் நல்லமுறையில் பாடம் நடத்துவார், நாம் சிறப்பாகக் கற்றுக்கொள்ளலாம்.

6. படிக்கிறவர்களுக்குச் சோர்வும் சோம்பலும் கூடாது. நாள்தோறும் விடாமல் படிக்கவேண்டும். எப்போதாவது மட்டும் படித்தால் அறிவு வளராது.

7. ஏற்கெனவே கேட்ட பாடங்களை நாள்தோறும் திருப்பிப் பார்க்கவேண்டும், சிந்திக்கவேண்டும், ஏதும் ஐயம் இருந்தால் ஆசிரியரைச் சந்தித்துக் கேட்டுத் தெளிவு பெறவேண்டும், அல்லது, சக மாணவர்களுடன்

உரையாடி அதைப் புரிந்துகொள்ளவேண்டும், நாமும் அவர்களுடைய ஐயங்களைத் தீர்த்து உதவவேண்டும், பிறருக்குக் கற்றுத்தரவேண்டும்.

8. எதையும் விரைவாகப் படிக்காமல், பதற்றமில்லாமல் அமைதியாகப் படித்தால் தெளிவாகப் புரிந்துகொள்ளலாம்.

9. புதியவற்றைப் படிக்கும்போது பழையவற்றை மறந்துவிடக் கூடாது. யாராவது கையில் இருக்கும் பணத்தைத் தூக்கி எறிந்துவிட்டு வேறு பணத்தைத் தேடச் செல்வார்களா?

10. பசி போன்றவற்றால் கல்வியில் மனம் ஊன்றாவிட்டால், அந்தக் குறையைத் தீர்த்துக்கொண்டு (அதாவது, சாப்பிட்டு விட்டு) அதன்பிறகு படிக்கவேண்டும்.

11. வெறுமனே கற்றால் போதாது, கற்றுக்கொண்ட வழியில் நடக்கவேண்டும்.

12. கல்வியைப் பெற்றபின், அதைப் பிறருக்கு, குறிப்பாக நல்ல மாணவர்களுக்குக் கற்றுத்தரவேண்டும். இதற்கு நாம் ஆசிரியராகப் பணியாற்றவேண்டும் என்று பொருள் இல்லை. எல்லாத் தொழில்களைச் செய்கிறவர்களுக்கும் தங்களுடைய திறமையைப் பிறருக்குக் கற்றுத்தருவது ஒரு கடமை.

★★★

77. பூக்களும் இலக்கியமும்

வண்ணப் பூக்கள் அழகுக்கு எடுத்துக்காட்டாக விளங்குகிறவை. அவற்றைச் செடியில் பார்த்து ரசிக்கலாம், மகளிர் தங்கள் கூந்தலில் சூடிக்கொள்ளலாம், வீடுகள், மண்டபங்கள் போன்றவற்றை அலங்கரிக்கலாம், கடவுளுடைய திருவடிகளில் தூவலாம், மாலையாகக் கட்டிச் சூட்டலாம்.

பெண்களைப்போல் ஆண்களும் பூக்களை அழகாகச் சூடிக் கொள்வதுண்டு. விடுதலை பெற்ற இந்தியாவின் முதல் பிரதமர் ஜவகர்லால் நேரு தன்னுடைய சட்டையில் அணிந்திருந்த ரோஜாப்பூ அவருடைய ஓர் அடையாளமாக மாறிவிட்டது.

பெரிய விழாக்களில் கலந்துகொள்ள வருகிற விருந்தினர்களுக்குப் பூக்களைக் கொடுத்து வரவேற்கும் வழக்கம் இருக்கிறது. பல பூக்களை மொத்தமாகக் கட்டிப் பூங்கொத்தாகக் கொடுக்கிறவர்களும் உண்டு.

தமிழில் சங்க காலக் கவிதைகளில் தொடங்கி இன்றைய புதுக்கவிதைகள்வரை ஏராளமான மலர்கள் பூத்துக் குலுங்குகின்றன. அந்தந்த நிலப்பரப்பை அறிமுகப்படுத்தும்போது

அங்கு விளையும் பூக்களின் பெயர்களை, அவற்றின் வண்ணத்தை, வடிவத்தை, நறுமணத்தை விவரிப்பது கவிஞர்களுக்கு மிகவும் பிடிக்கும். குறிஞ்சி, முல்லை, மருதம், நெய்தல் ஆகிய அகத்திணைகளின் பெயர்களும், வெட்சி, வஞ்சி, நொச்சி, வாகை உள்ளிட்ட புறத்திணைகளின் பெயர்களும் மலர்களின் பெயர்கள்தான்!

கவிதைகளில் பூக்கள் நேரடியாக விவரிக்கப்படுவதுடன் உவமையாகவும் மிகுதியாகப் பயன்படுத்தப்படுகின்றன. எடுத்துக்காட்டாக, ‘ஒருவேளை குவளை மலர்களுக்குக் கண் இருந்தால், அவை இந்தப் பெண்ணைப் பார்த்தால், சட்டென்று தலையைக் கவிழ்த்து நிலத்தைப் பார்க்கும். ஏனெனில், அந்தக் குவளை மலர்களைவிட இந்தப் பெண்ணின் கண்கள் அழகானவை’ என்கிறார் திருவள்ளுவர்.

பூக்கள்மட்டுமின்றி, அவை பூக்கும் கொடிகளும் பெண்களுக்கு உவமையாவதுண்டு. எடுத்துக்காட்டாக, ‘பூங்கொடியைப் போன்ற பெண்’ என்பார்கள். இதன் நீட்சியாகப் பெண்களுக்குப் பூங்கொடி, மலர்க்கொடி, பூவிழி, மலர்விழி என்று பெயர் சூட்டும் வழக்கமும் இருக்கிறது.

மலர்களைக் கொண்டு வாழ்க்கைத் தத்துவங்களை விளக்கும் கவிஞர்களும் இருக்கிறார்கள். ‘மாம்பூ காய்க்கும், கனியாகும், பலவிதமாகப் பயன் தரும். ஆனால், பாதிரிப்பூ காய்க்காது, கனியாது. அதைப்போல் சிலர் அதைச் செய்கிறேன், இதைச் செய்கிறேன் என்று சொல்வார்கள், ஆனால் எதையும் செய்யமாட்டார்கள்’ என்று பாடுகிறார் ஔவையார்.

நம்முடைய பண்பாட்டில் மலர்கள் இறை வழிபாட்டுடன் நெருங்கிய தொடர்பு கொண்டுள்ளன. பல கோயில்களில் இதற்கென்றே தனியாக ஒரு நந்தவனம் இருக்கும், அங்கு பலவிதமான பூச்செடிகளை வளர்ப்பார்கள், அவற்றில் பூக்கும் மலர்களைக் கடவுளுக்கு வழங்கி வழிபடுவார்கள். இந்தக் கடவுளுக்கு இந்த மலர்கள் உகந்தவை என்பதுகூட வரையறுக்கப்பட்டிருக்கிறது.

தமிழர்கள் பூக்களை நான்காக வகுத்திருக்கிறார்கள்: கொடிப்பூ, கோட்டுப்பூ, நீர்ப்பூ, புதற்பூ.

★ கொடிகளில் பூப்பது கொடிப்பூ. எடுத்துக்காட்டாக, பூசணிப்பூ

★ கோட்டில், அதாவது, கிளையில் பூப்பது கோட்டுப்பூ. எடுத்துக்காட்டாக, மாமரக் கிளைகளில் பூக்கும் மாம்பூ

★ நீரில் பூப்பது நீர்ப்பூ. எடுத்துக்காட்டாக, தாமரைப்பூ

★ நிலத்தில், அதாவது, நிலத்துக்கு அருகில் உள்ள செடி, புதர் போன்றவற்றில் பூப்பது புதற்பூ. எடுத்துக்காட்டாக, மல்லிகைப்பூ

★★★

78. ஆராய்ச்சியாளர்களுக்கு உதவும் நூலகங்கள்

பெரிய நூலகங்களில் '*Reference Section*' எனப்படும் 'ஆய்வு உதவிப் பிரிவு' ஒன்றைக் காணலாம். அதாவது, கல்லூரிமூலமாகவோ தனிப்பட்டமுறையிலோ பல துறைகளில் வெவ்வேறு ஆராய்ச்சிகளில் ஈடுபடுகிறவர்களுக்குப் பயன்படக்கூடிய அரிய நூல்கள், இதழ்கள், மற்ற ஆவணங்களையெல்லாம் இங்கு சேமித்துவைத்திருப்பார்கள். இவை பெரும்பாலும் பொதுவான வாசகர்களுடைய வாசிப்பு விருப்பத்துக்குத் தீனி போடும்வகையில் இருக்காது. ஆனால், குறிப்பிட்ட ஆய்வுக்காக வருகிறவர்கள் இவற்றை ஆர்வத்துடன் அள்ளிக்கொள்வார்கள்.

எடுத்துக்காட்டாக, 1960களில் வந்த விளம்பரங்களைப்பற்றி ஒருவர் ஆய்வு செய்கிறார் என்று வைத்துக்கொள்வோம். அவருக்கு ஆய்வு உதவிப் பிரிவில் உள்ள பழைய இதழ்கள் மிகவும் பயன்படும், அவற்றைக் கூர்ந்து கவனிப்பதன்மூலம் அவர் பல விஷயங்களை அறியலாம், கருத்தாக்கங்களை உருவாக்கிக்கொள்ளலாம், சான்றுகளைத் திரட்டலாம்.

இதுபோல் ஒவ்வொருவரும் எந்தெந்தத் தலைப்பில் ஆய்வு செய்யவிருக்கிறார்கள் என்பதை யாரும் முன்கூட்டியே கணிக்க இயலாது. வெவ்வேறு ஊர்கள், நாடுகளிலிருந்துகூட ஆய்வாளர்கள் இங்கு வரக்கூடும் என்பதால், இயன்றவரை

எல்லாத் துறைகளைச் சேர்ந்த முக்கிய நூல்கள் அனைத்தும் இந்தப் பிரிவில் சேர்த்துவைக்கப்படும், அவற்றை முறையாக வகைப்படுத்தி, எளிதில் தேடிப் பெறும் வகையில் ஒழுங்குபடுத்தியிருப்பார்கள். சில நூல்கள், குறிப்பாக, மிக அரிய, பழைய, எளிதில் சேதப்பட்டுவிடக்கூடிய நிலையில் இருக்கிற நூல்கள் தனியாகப் பாதுகாக்கப்பட்டிருக்கும். ஆய்வுகளில் ஈடுபடுகிறவர்கள் தேவையான அனுமதி பெற்று அவற்றை அணுகலாம்!

இந்த ஆராய்ச்சியாளர்களுக்கு உதவுவதற்காக 'ஆய்வு உதவு நூலகர்' *(Reference Librarian)* என்பவரும் பல பெரிய நூலகங்களில் உள்ளார். இவர் ஆராய்ச்சியாளர்களுடைய தலைப்புகள், ஆர்வங்களைப்பற்றித் தெரிந்துகொண்டு அதற்கு ஏற்ற நூல்களைச் சுட்டிக்காண்பித்து உதவுகிறார், வழிகாட்டுகிறார்.

சுருக்கமாகச் சொன்னால், 'ஆய்வு உதவிப் பிரிவு' ஓர் அறிவுப் பெட்டகம்தான். இன்றைக்கு உலகத்தின் அனைத்துத் தகவல்களையும் இணையத்தின்வழியாகப் பெற இயலுகிறது என்றாலும், அங்கு கிடைக்காத தகவல்களைக்கூட இந்த ஆய்வு உதவிப் பிரிவு நூல்களில், இதழ்களில், ஆவணங்களில் பெறலாம் என்பது உண்மை. ஒருவேளை, நம் ஊரில் இதுபோன்ற பெரிய நூலகம் இல்லாவிட்டால்?

இந்தியாவில் அநேகமாக அனைத்து மாநிலங்களிலும் மிகச் சிறந்த ஆய்வு உதவிப் பிரிவைக் கொண்ட ஒரு நூலகமாவது இருக்கிறது, அதற்குமேல் தேசிய அளவில் பெரிய நூலகங்களெல்லாம் உள்ளன. அவற்றை யார் வேண்டுமானாலும் பயன்படுத்திக் கொள்ளலாம், நேரில் சென்று படிக்கலாம், குறிப்பு எடுத்துக் கொள்ளலாம். இந்த நூல்கள், இதழ்களின் குறிப்பிட்ட பக்கங் களைப் பிரதியெடுக்கிற வசதிகூட பல நூலகங்களில் இருக்கிறது.

இந்த ஆய்வு உதவிப் பிரிவு நூல்களில் பெரும்பாலானவை இப்போது படிப்படியாக டிஜிட்டல் மயமாக்கப்படுகின்றன. வருங்காலத்தில் ஆராய்ச்சியாளர்கள் இருந்த இடத்திலிருந்து இவற்றை அணுகுவதும் சாத்தியம்தான்.

★★★

79. பொம்மையைக் கண்டு ஏன் அச்சம்?

ஒரு மன்னருடைய அவையில் பல சிறந்த புலவர்கள் இருந்தார்கள். நாள்தோறும் அவர்கள் தங்களுடைய பாடல்களை முன்வைப்பார்கள், மற்றவர்கள் அதுபற்றிய தங்கள் கருத்துகளைப் பகிர்ந்துகொள்வார்கள், ஐயங்கள் தெளிவுபடுத்தப்படும், அதன்மூலம் எல்லாரும் அறிவைப் பெருக்கிக்கொள்வார்கள்.

ஒருநாள், அந்த மன்னருடைய அவைக்கு ஒரு புதிய புலவர் வந்தார். அவர் வெளிநாட்டைச் சேர்ந்தவர் என்பதால் மற்ற புலவர்களும் அரசரும் அவரை மதிப்புடன் வரவேற்று அமரச்செய்தார்கள். அவர்கள் எல்லாரும் அவருடைய கருத்துகளை, பாடல்களைக் கேட்க ஆவலுடன் இருந்தார்கள்.

ஆனால், அந்தப் புதிய புலவருக்கு அதிலெல்லாம் ஆர்வம் இல்லை. அவர் வாயைத் திறந்தாலே தற்பெருமைதான் வந்து கொட்டியது. 'நான் அந்த நாட்டில் இந்தப் பெருமைகளைப் பெற்றேன், இந்த நாட்டில் அந்தப் பரிசுகளைப் பெற்றேன், என்னை அவர் இப்படிப் பாராட்டினார், இவர் அப்படிப் புகழ்ந்தார்' என்றுதான் நிறுத்தாமல் பேசிக்கொண்டிருந்தார்.

சிறிது நேரத்தில், அவையிலிருந்த மற்ற புலவர்களுக்கெல்லாம் அவர்மீது அருவருப்பு வந்துவிட்டது. 'என்ன இவர்? தொடர்ந்து தன்னைப்பற்றியே பேசிக்கொண்டிருக்கிறார்! இவர் உண்மையில் திறமையுள்ள புலவர்தானா? அல்லது, வெற்றுப் பேச்சு ஆளா?' என்று முகம் சுளித்தார்கள். ஒவ்வொருவராக அந்த அவையிலிருந்து வெளியேறத் தொடங்கினார்கள்.

அன்று மாலை, ஊருக்கு வெளியிலிருந்த சோலையில் சில புலவர்கள் சந்தித்தார்கள். அப்போது, தற்பெருமைப் புலவரைப்பற்றிய பேச்சு வந்தது. எல்லாரும் அவரைக் கேலி செய்து சிரித்தார்கள்.

அந்த நேரத்தில், ஒரு புலவர் எழுந்தார். 'அறிஞர் பெருமக்களே, நீங்கள் அந்தப் புதிய புலவரைக் கண்டு அருவருப்பு கொண்டு வெளியேறியதை நானும் கண்டேன். அது சரியான செயல் இல்லை என்று எனக்குத் தோன்றுகிறது' என்றார். தன்னுடைய கருத்தை ஒரு பாடலாகப் பாடினார்:

> 'கனம் பயில் உணர்வு இலார் புலமை காணும் நீர்
> மனம் பயில் புன்மையோர் மருண்டு நீங்குதல்
> புனம் பயில் புல் உரு வெருவிப் பூம்பொழில்
> இனம் பயில் பறவைகள் இரிதல் போலுமே.'

'புலவர்களே, முறையாகவும் ஆழமாகவும் கற்கிற உணர்வு இல்லாத சிறியோர்களைக் கண்டால் நீங்கள் மனம் தடுமாறுவது ஏன்? அச்சத்துடன் அங்கிருந்து வெளியேறுவது ஏன்?' என்று கேட்டார் அந்தப் புலவர், 'வயலில் பறவைகளை விரட்டுவதற்காகப் புல்லால் ஒரு பொம்மையைச் செய்து வைத்திருப்பார்கள். பறவைகளும் அந்தப் பொம்மையைப் பார்த்து அஞ்சும், அது ஓர் உண்மையான ஆள் என்று எண்ணி நடுங்கும், அங்கிருந்து பறந்துவிடும். நீங்களும் அதுபோல் நடந்துகொள்கிறீர்களே. இது சரியா?'

பறவைகளுக்கு ஐந்து அறிவுதான். எது பொம்மை, எது உண்மையான ஆள் என்று பறவைகளால் கண்டறிய இயலாது. அதனால், அவற்றின் அச்சத்தை நாம் ஏற்றுக்கொள்ளலாம்.

ஆனால், நன்கு கற்றறிந்த புலவர்கள் இப்படி அரைகுறை ஆட்களைக் கண்டு அஞ்சலாமா? அதற்குப் பதிலாக, 'புலவரே, தற்பெருமை போதும், ஏதாவது பாட்டு இருந்தால் பாடுங்கள், இல்லாவிட்டால் நாங்கள் பாடுகிறோம், கேட்டு மகிழுங்கள்' என்று சொல்லியிருக்கவேண்டாமா?

இது ஒரு கற்பனைக் கதைதான். ஆனால், இந்தத் தனிப்பாடல் சொல்லும் கருத்து மிக முக்கியமானது, இன்றைக்கும் நம் அனைவருக்கும் தேவையானது. அறிவு மிக்கவர்கள் அறிவற்றவர்களைக் கண்டு விலகி ஓடினால் உலகில் அந்த அறிவற்றவர்களின் குரல் தொடர்ந்து கேட்டுக்கொண்டுதான் இருக்கும். அதனால், நல்ல அறிவைப் பரப்பும் வாய்ப்பு குறைந்துபோகும். மாறாக, அறிவுள்ளவர்கள் அறிவற்ற பேச்சுகளை, வீணான விவாதங்களைத் துணிவோடு தடுத்து நிறுத்திப் பொருளுள்ள நல்ல உரையாடல்களுக்கு வழி செய்யவேண்டும், அதுதான் அனைவருக்கும் நல்லது.

★★★

80. மொழிமுதல் எழுத்துகள்

ஒரு சிறிய விளையாட்டு. ஏதேனும் ஒரு செய்தித்தாள் அல்லது வார இதழின் பக்கத்தை அல்லது ஒரு செய்தி/ கட்டுரையைத் தேர்ந்தெடுத்துக்கொள்ளுங்கள். பக்கத்தில் ஒரு வெள்ளைத்தாளை வைத்துக்கொண்டு அதில் பின்வரும் வகைகளை வரிக்கு ஒன்றாக எழுதுங்கள்:

உயிரெழுத்து வரிசை

ஆய்த எழுத்து

ககர வரிசை, அதாவது, க, கா, கி, கீ... கௌ *(1)*
ஙகர வரிசை, அதாவது ங, ஙா... ஙௌ *(2)*
சகர வரிசை, அதாவது, ச, சா... சௌ *(3)*
...
னகர வரிசை ன, னா... னௌ *(18)*

இப்போது, நீங்கள் தேர்ந்தெடுத்த கட்டுரையைப் படிக்கத் தொடங்குங்கள். அதில் உள்ள சொற்கள் அனைத்தையும் ஒவ்வொன்றாகக் கூர்ந்து கவனியுங்கள், அவை எந்தெந்த எழுத்துகளில் தொடங்குகின்றன என்று குறிப்பெடுங்கள், ஒவ்வொரு சொல்லின் தொடக்க எழுத்தும் வெள்ளைத்தாளில்

உள்ள எந்த வரிசையில் அமைகிறது என்று கவனித்து அந்த வரிசையில் ஒரு கோடு போட்டுக்கொள்ளுங்கள்.

எடுத்துக்காட்டாக, "அவன் மதுரைக்குச் சென்றான்" என்ற சொற்றொடரில் மூன்று சொற்கள் உள்ளன. இவை முறையே அ, ம மற்றும் செ ஆகிய எழுத்துகளில் தொடங்குகின்றன. அதனால், உயிரெழுத்து வரிசையில் ஒரு கோடு, மகர வரிசையில் ஒரு கோடு, சகர வரிசையில் ஒரு கோடு போடவேண்டும்.

இதுபோல் மொத்தக் கட்டுரையையும் படித்துக் கோடுகளை வரைந்தபிறகு, அந்த வெள்ளைத்தாளைக் கவனியுங்கள். அதில் சில வரிசைகளில்தான் கோடுகள் இருக்கும், சில வரிசையில் ஒரு கோடுகூட இருக்காது.

எடுத்துக்காட்டாக, அகர வரிசையில் கோடுகள் இருக்கும், ககர வரிசையில் கோடுகள் இருக்கும். ஆனால் ழகர வரிசையில் கோடுகள் இருக்காது, றகர வரிசையில் கோடுகள் இருக்காது... ஏனெனில், தமிழில் எந்தச் சொல்லும் இந்த வரிசை எழுத்துகளில் தொடங்காது.

தமிழில் 'மொழிமுதல் எழுத்துகள்', அதாவது, சொல்லின் தொடக்கத்தில் வரக்கூடிய எழுத்துகள் எவை என்று ஒரு தெளிவான பட்டியல் வழங்கப்பட்டிருக்கிறது. இதில் இல்லாத எந்த எழுத்தும் சொல்லுக்கு முன்னால் வராது:

உயிரெழுத்துகள்: 12

> *க, த, ந, ப, ம வரிசையில் தலா 12 எழுத்துகள்*
> *ச வரிசையில் ச, சை, செள நீங்கலாக 9 எழுத்துகள்*
> *வ வரிசையில் வு, வூ, வொ, வோ நீங்கலாக 8 எழுத்துகள்*
> *ஞ வரிசையில் ஞா, ஞெ, ஞொ*
> *ய வரிசையில் யா*

இப்போது, உங்களுடைய வெள்ளைத்தாளில் இந்த வரிசைகளைத்தவிர வேறு வரிசைகளில் கோடுகள் உள்ளனவா என்று பாருங்கள். அப்படி இருந்தால் அவை பெரும்பாலும் பிறமொழிச் சொற்களாக இருக்கும், அல்லது பிழையாக எழுதப்பட்டிருக்கும்.

எடுத்துக்காட்டாக, இந்தியத் தலைநகரமாகிய டில்லியின் பெயர் டகர வரிசையில் தொடங்குகிறது, அது தமிழில் சொல்லுக்குமுன்னால் வராது. அதனால் அதைத் 'தில்லி' என்று எழுதுகிறார்கள்.

அதேபோல், தொடர்வண்டியைக் குறிப்பிடுகிற 'ரயில்' என்ற (ஆங்கிலச்) சொல் ரகர வரிசையில் தொடங்குகிறது, அதுவும் தமிழில் சொல்லுக்குமுன்னால் வராது. அதனால் அதை 'இரயில்' என்று எழுதுகிறார்கள்.

ஆனால் அதற்காக, ரகரத்தில் தொடங்கும் எல்லாப் பிறமொழிச் சொற்களுக்கு முன்னாலும் 'இ' சேர்ப்பது அழகாக இருக்காது. எடுத்துக்காட்டாக, 'ரப்பர்' என்ற சொல்லை 'இரப்பர்' என்று எழுதினால் 'உதவி வேண்டுவார்கள்' என்ற பொருள் வந்துவிடும் என்று நகைச்சுவையாகச் சுட்டிக்காண்பிக்கிறார் அ.கி. பரந்தாமனார். அதுபோன்ற சூழ்நிலைகளில் 'ரப்பர்' என்றே எழுதலாம், அல்லது, அதை 'அழிப்பான்' என்று மொழிபெயர்க்கலாம்.

★★★

81. ஆழ்வார்கள் தமிழுக்கு உரை அருளிய நஞ்சீயரும் நம்பிள்ளையும்

நஞ்சீயர், நம்பிள்ளை என்போர் நாலாயிரம் திவ்யப் பிரபந்த (ஆழ்வார்கள் அருளிச்செயல்) உரைகளுக்காகப் புகழ் பெற்றவர்கள். இவர்களுள் நஞ்சீயர் திருநாராயணபுரத்தில் பிறந்தவர், திருவரங்கத்தில் தொண்டுபுரிந்தவர், நம்பிள்ளையின் குருநாதர்.

ஒருமுறை, நஞ்சீயர் தாம் எழுதிய திருவாய்மொழி விளக்கத்தை நம்பிள்ளைக்குக் கற்பித்தார், அதன் மூலப்படியை அவரிடம் கொடுத்து, 'இதை மீண்டும் எழுதிக் கொண்டுவாருங்கள்' என்றார். நம்பிள்ளை அந்தப் படியோடு தன் ஊருக்குக் கிளம்பினார். செல்லும் வழியில் ஓர் ஆறு குறுக்கிட்டது. அதில் பெரும் வெள்ளம் வந்துகொண்டிருந்தது. நம்பிள்ளை அந்த வெள்ளத்தில் சிக்கிக்கொண்டார், எப்படியோ சிரமப்பட்டு உயிர் பிழைத்தார். ஆனால், நஞ்சீயர் கொடுத்த திருவாய்மொழி விளக்க நூல் வெள்ளத்தில் சென்றுவிட்டது.

அதனால், நம்பிள்ளை தன்னுடைய குருநாதரை எண்ணி வணங்கினார், அவரிடம் தான் கற்ற விஷயங்களை நினைவுக்குக்

கொண்டுவந்து மீண்டும் எழுதினார். அதில் ஆங்காங்கு தன்னுடைய கருத்துகளையும் சேர்த்தார்.

பின்னர், இந்தப் பிரதி நஞ்சீயருடைய பார்வைக்குச் சென்றது. அவர் இதைப் படித்துப்பார்த்துவிட்டு, 'இதில் ஏதோ மாற்றம் தெரிகிறது' என்றார். நம்பிள்ளை நடந்தவற்றை விளக்கிக் கூறினார். அதைக் கேட்டதும் நஞ்சீயர் சினம் கொள்ளவில்லை, நம்பிள்ளையைப் புகழ்ந்தார். யார் எழுதினாலும் சரி, அதில் திருமாலுடைய பெருமை வெளிப்படுகிறது என்பதைத்தான் அவர் கண்டு மகிழ்ந்தார்.

இன்னொருமுறை, திருவாய்மொழியில் வருகிற 'வீவு இன்றி நின்றவர்' என்ற தொடரைப்பற்றி அவர்கள் பேசிக் கொண்டிருந்தார்கள். அப்போது, நம்பிள்ளை நஞ்சீயரிடம் ஓர் ஐயம் கேட்டார், 'அர்ஜுனர் எம்பெருமானை(திருமாலை)ப் பெற்றாரோ, இல்லையோ?'

'அர்ஜுனர் எம்பெருமானைப் பெற்றாரோ, இல்லையோ என்கிற கேள்வி நமக்கு எதற்கு?' என்றார் நஞ்சீயர், 'யார் யாரைப் பெற்றார்கள் என்பதையெல்லாம் ஆராய்ந்துபார்த்து நாம் கடவுளை பற்றக்கூடாது, அவருடைய பெருமைகளை எண்ணிதான் அவரைப் பற்றவேண்டும்.'

இதை விளக்குவதற்காக நஞ்சீயர் ஓர் அழகிய எடுத்துக்காட்டையும் சொன்னார்: நமக்குத் தாகமாக இருக்கிறது, வழியில் ஓர் இடத்தில் குளிர்ந்த நீர் இருக்கிறது, அதை எடுத்துப் பருகுகிறோம், தாகம் தீர்கிறோம். அவ்வளவுதான். மாறாக, 'இதற்குமுன் இந்தத் தண்ணீரை யாரெல்லாம் குடித்துத் தாகம் தீர்ந்தார்கள்?' என்று ஆராய்ந்தபிறகுதான் நான் இந்த நீரைப் பருகுவேன் என்று பிடிவாதம் பிடிக்கலாமா?

நீரின் இயல்பு தாகத்தைத் தீர்ப்பது, கடவுளின் இயல்பு நமக்கு அருள்புரிவது, அதைக் கருதிதான் நாம் அவரைப் பற்றவேண்டும், மற்ற எதுவும் முதன்மையாகாது!

★★★

82. யான், யாம், நீர், தான், தாம்...

சில பழைய நூல்களில், குறிப்பாக, அரசர்கள் வாழ்ந்த காலகட்டத்தில் நடைபெறுவதாக அமையும் நூல்களில் யான், யாம், எம் என்பதுபோன்ற சொற்களைப் பார்த்திருப்பீர்கள். எடுத்துக்காட்டாக, 'யாம் வந்துள்ளோம்', 'எம் தலைவர் வீரத்தில் சிறந்தவர்'.

இந்தச் சொற்களைப் படிக்கும்போது நமக்குச் சிறிது வியப்பு உண்டாகலாம். ஏனெனில், நாம் இன்றைக்கு இவற்றை இதேபோல் பயன்படுத்துவதில்லை, சற்று மாற்றிப் பயன்படுத்துகிறோம். 'யாம் வந்துள்ளோம்' என்பதற்குப்பதில், 'நாங்கள் வந்துள்ளோம்' என்று எழுதுகிறோம், 'எம் தலைவர்' என்பதற்குப் பதில் 'எங்கள் தலைவர்' என்கிறோம். இப்படிக் காலப்போக்கில் உண்டான மாற்றங்களால் இந்த இடைவெளி உருவாகி விட்டது. இதில் எந்தப் பிழையும் இல்லை. எல்லா மொழிகளும் இப்படிக் காலப்போக்கில் மாறுகிறவைதான். சென்ற நூற்றாண்டு ஆங்கில நூல்களைப் படிக்கும் இன்றைய வாசகருக்கும் இதுபோன்ற வியப்பும் தடுமாற்றமும் உண்டாவது இயல்புதான்.

எனினும், நாம் இந்தப் பழைய சொற்களை இழந்துவிடக் கூடாது. தமிழில் பல நூற்றாண்டுகளாகப் பலப்பல

சிறந்த நூல்கள் எழுதப்பட்டுள்ளன. அவற்றை நாம் படித்து ரசிக்கவேண்டுமென்றால் இதுபோன்ற பழைய பயன்பாடுகளையும் புரிந்துகொள்ளவேண்டும்.

மேற்கண்ட சொற்கள் இடப்பெயர்கள் என்ற வகையில் வருகின்றன. இவற்றை மூன்று வகைகளாகப் பிரிக்கலாம்: தன்மை இடப்பெயர்கள், முன்னிலை இடப்பெயர்கள், படர்க்கை இடப்பெயர்கள்.

தன்மை என்பது ஒருவர் தன்னைப்பற்றிக் குறிப்பிடும் பெயர்கள். முன்னிலை என்பது அவர் தனக்கு முன்னால் உள்ளவரைப்பற்றிக் குறிப்பிடும் பெயர்கள். படர்க்கை என்பது இந்த இருவரும் இல்லாத வேறொரு நபரைப்பற்றிக் குறிப்பிடும் பெயர்கள்.

இவற்றுள் இன்னொரு பாகுபாடும் உண்டு: ஒருமை, பன்மை. ஆக, மொத்தம் ஆறு வகை இடப்பெயர்கள் உள்ளன.

1

தன்மை ஒருமை என்பது ‘யான்’ என்ற சொல்லால் குறிப்பிடப்படுகிறது. இது இன்றைக்கு ’நான்’ என்று பயன்படுத்தப்படுகிறது.

2

தன்மைப் பன்மையில் ‘யாம்’, ‘நாம்’ என்ற இரு சொற்கள் இடம்பெறுகின்றன. இந்த இரண்டுக்கும் ஒரு நுணுக்கமான வேறுபாடு உண்டு. ‘யாம்’ என்பது பேசுபவரையும் அவரைப்போன்ற சிலரையும் குறிப்பிடுகிறது. ஆனால், ‘நாம்’ என்பது கேட்பவரையும் சேர்த்துக்கொள்கிறது. எடுத்துக்காட்டாக, ‘யாம் நேற்றுக் காலை வந்தோம்’ என்று ஒருவர் சொன்னால் அது அவரையும் அவருடைய குடும்பத்தினர் அல்லது நண்பர்களையும் குறிக்கும். ‘நாம் இந்தியர்கள்’ என்று அவர் சொன்னால் அது அவரையும் எதிரில் உள்ள பிறரையும் குறிக்கும். அதனால், ‘நாம்’ என்ற சொல் ‘உளப்பாட்டுத் தன்மைப் பன்மை’ என்று அழைக்கப்படுகிறது.

சில நேரங்களில் ‘யாம்’ என்ற சொல் ஒருவர் தன்னைப்பற்றி (ஒருமையில்) சொல்லிக்கொள்ளவும் பயன்படுத்தப்படுவதுண்டு. எடுத்துக்காட்டாக, ‘யாம் மதுரை செல்கிறோம்’ என்று ஒருவர் கூறலாம். அதன் பொருள், அவர் பலருடன் செல்கிறார் என்பதாகவும் இருக்கலாம், அவர்மட்டும் செல்கிறார் என்பதாகவும் இருக்கலாம்.

இன்றைக்கு ’யாம்’ என்ற சொல் பெரும்பாலும் வழக்கில் இல்லை. அதற்குப் பதில் ’நாங்கள்’ என்ற சொல் பயன்படுத்தப்படுகிறது.

3

முன்னிலை ஒருமை என்பது ‘நீ’ என்ற சொல்லால் குறிப்பிடப்படுகிறது. இது இன்றைக்கும் நல்ல பயன்பாட்டில் உள்ள சொல்தான்.

4

முன்னிலைப் பன்மை என்பது ‘நீயிர்’, ‘நீவிர்’, ‘நீர்’ போன்ற சொற்களால் குறிப்பிடப்படுகிறது. இவை இப்போது ‘நீங்கள்’ என்று வழங்குகின்றன. மதிப்பு மிக்க ஒருவரிடம் பேசும்போது ‘நீங்கள்’ என்ற சொல்லை ஒருமையாகப் பயன்படுத்துகிற வழக்கமும் இருக்கிறது. எடுத்துக்காட்டாக, ‘நீங்கள் எந்த ஊரிலிருந்து வருகிறீர்கள்?’

5

படர்க்கை ஒருமை என்பது ‘தான்’ என்ற சொல்லால் குறிப்பிடப்படுகிறது. இது இன்றைக்குப் பெரும்பாலும் பயன்பாட்டில் இல்லை. அதற்குப் பதிலாக, ஆணைக் குறிப்பிட அவன், பெண்ணைக் குறிப்பிட அவள், இவர்கள் இருவருக்கும் பொதுவாக அவர், அஃறிணையைக் குறிப்பிட அது என்பதுபோன்ற சுட்டுப்பெயர்கள் பயன்படுத்தப் படுகின்றன.

6

படர்க்கைப் பன்மை என்பது ‘தாம்’ என்ற சொல்லால் குறிப்பிடப்படுகிறது. இதுவும் இன்றைக்குப் பெரும்பாலும்

பயன்பாட்டில் இல்லை. அதற்குப் பதிலாக, அவர்கள், அவை ஆகிய சுட்டுப்பெயர்கள் பயன்படுத்தப்படுகின்றன.

இவ்வகையில் 'தாங்கள்' என்ற சொல் சிறப்பு மிக்கது. இது 'தாம்' என்ற படர்க்கைப் பன்மைச் சொல்லிலிருந்து பிறந்திருந்தாலும், இதை நாம் பெரும்பாலும் முன்னிலை ஒருமையாகதான் பயன்படுத்துகிறோம். அதாவது, மதிப்பு மிக்க ஒருவர் எதிரில் உள்ளபோது அவரை 'நீ' என்று அழைக்காமல், 'தாங்கள்' என்று அழைக்கிறோம். எடுத்துக்காட்டாக, 'தாங்கள் உணவு அருந்தினீர்களா?'

★★★

83. அறை பறைகள்

உங்களுடைய நண்பர் ஒருவர் உங்களிடம் ஒரு ரகசியத்தைச் சொல்கிறார், 'தயவுசெஞ்சு இதை யார்கிட்டயும் சொல்ல வேண்டாம். இது நமக்குள்ள இருக்கட்டும்' என்று கேட்டுக்கொள்கிறார்.

இப்போது, நீங்கள் என்ன செய்வீர்கள்?

அந்த நண்பர் உங்கள்மீது எவ்வளவு மதிப்பு வைத்திருந்தால் பிறர் அறியக்கூடாத ஒரு விஷயத்தை உங்களிடம் சொல்லியிருப்பார்! அந்த மதிப்பை நீங்கள் தக்கவைத்துக்கொள்ளவேண்டுமென்றால், அவர் கேட்டுக்கொண்டதுபோல் அந்த விஷயத்தை வேறு யாரிடமும் சொல்லமாட்டீர்கள்.

ஒருவேளை, நீங்கள் அந்த ரகசியத்தை இன்னொருவரிடம் சொல்லிவிட்டால்?

அப்போது அந்த நண்பர் உங்கள்மேல் சினம் கொண்டு சண்டையிடக்கூடும். அப்படிச் செய்யாவிட்டாலும், அவருக்கு உங்கள்மேல் இருக்கும் மதிப்பு குறைந்துவிடும். 'இந்தப் பையனிடம் (அல்லது பெண்ணிடம்) எந்த ரகசியமும் தங்காது.

நான் இனி இவரை நம்பமாட்டேன். இவரிடம் எதையும் சொல்லமாட்டேன்' என்றூ அவர் தீர்மானித்துவிடுவார். அதனால் உங்கள் இருவருக்குள் இருக்கிற பிணைப்பும் வலுவிழந்துவிடும்.

தாங்கள் கேட்ட ரகசியத்தைப் பிறருக்குச் சொல்கிறவர்கள் கயவர்கள், அறைபறையைப் போன்றவர்கள் என்கிறார் திருவள்ளுவர்.

அதென்ன அறைபறை?

பறை என்பது தோலால் ஆன ஒரு தாளக் கருவி. அதைக் கையால் அடித்து (அறைந்து) இசை எழுப்புவார்கள். அந்த ஒலி அந்தப் பகுதிமுழுவதும் நன்றாகக் கேட்கும், அங்குள்ள எல்லாருடைய காதுகளுக்கும் சென்று சேரும்.

ஆனால், ரகசியம் என்பது எல்லாருடைய காதுக்கும் செல்லக்கூடாதது. அதை யார் கேட்கிறார்களோ அவர்களுடைய காதுக்குமட்டும்தான் அது செல்லவேண்டும், மற்றவர்களுடைய காதுக்கு அது எட்டக்கூடாது. அதாவது, ரகசியத்தைக் கேட்டவர் தன்னுடைய வாயால் இன்னொருவருடைய காதுக்குச் செல்லும்படி அந்த ரகசியத்தைச் சொல்லக்கூடாது. அப்படிச் சொன்னால் அவர்கள் அறைபறைக்குச் சமமாவார்கள்:

> அறைபறை அன்னர் கயவர், தாம் கேட்ட
> மறை பிறர்க்கு உய்த்து உரைக்கலான்.

இந்த 'அறைபறை' என்கிற உவமையைத் திருவள்ளுவர் இன்னோர் இடத்திலும் மிக அழகாகப் பயன்படுத்துகிறார்:

> மறை பெறல் ஊரார்க்கு அரிது அன்றால், எம்போல்
> அறைபறை கண்ணார் அகத்து

பெண் ஒருத்தி தன்னுடைய காதலரைப் பிரிந்து வருந்துகிறாள். இந்த ரகசியம் வேறு யாருக்கும் தெரியக்கூடாது என்று நினைக்கிறாள். ஆனால், அவள் எண்ணியது நடக்கவில்லை. அவளுடைய ரகசியத்தை ஊரார் தெரிந்துகொண்டுவிடுகிறார்கள்.

எப்படி?

‘என்னுடைய கண்கள்தான் அதற்குக் காரணம்’ என்கிறாள் அந்தப் பெண். ‘நான் என்னுடைய காதலரை எண்ணி வருந்தும்போது என்னுடைய கண்களில் கண்ணீர் வழிகிறது. அது அறையப்படுகின்ற பறையைப்போல் எல்லாருக்கும் என்னுடைய ரகசியத்தைக் காட்டிக்கொடுத்துவிடுகிறது.’

இங்கு அந்தப் பெண் தன்னுடைய ரகசியத்தை யாரிடமும் சொல்லவில்லை. ஆனால், அவளுடைய கண்கள் உண்மையை வெளிப்படுத்திவிடுகின்றன. நாமும் இதுபோன்ற சூழ்நிலைகளைச் சந்தித்திருப்போம். எடுத்துக்காட்டாக, எதையாவது எண்ணி நாம் அஞ்சுகிறோம் என்று வைத்துக்கொள்வோம். அப்போது நாம் அதை வெளியில் சொல்லாவிட்டாலும் நம்முடைய கைகள் நடுங்கும், வாய் குழறும், அதை வைத்துப் பிறர் உண்மையை அறிந்துகொண்டுவிடுவார்கள். அப்போது நம்முடைய கைகளும் வாயும் அறைபறையாகச் செயல்பட்டுவிடும்.

★★★

84. உணர்ந்து படிக்கக் கற்றுத்தந்த ஆசிரியர்

செய்யாறு நகரில் ஓர் உயர்நிலைப் பள்ளி. அங்கு புதிதாக ஒரு தமிழாசிரியர் பணியில் சேர்ந்திருந்தார். அவர் மிகச் சிறப்பாகப் பாடம் நடத்தியதால் மாணவர்கள் மிகுந்த ஆர்வத்துடன் கற்றுக்கொண்டார்கள். ஒருநாள், இலக்கண வகுப்பில் அவர் ஒரு செய்யுள் வரியைச் சொல்லி 'இதற்குச் சொல் இலக்கணம் என்ன?' என்று கேட்டார். மாணவர்களுக்குப் பதில் சொல்லத் தெரியவில்லை, ஒன்றும் புரியாமல் விழித்தார்கள்.

ஏனெனில், அவர்களைப் பொறுத்தவரை இலக்கணம் என்றால் மனப்பாடம்தான். புத்தகத்தில் இருக்கும் பகுதிகளை அப்படியே மனத்தில் பதித்துக்கொண்டு திரும்பச் சொல்வார்கள், தேர்வு எழுதுவார்கள், அதற்குமேல் அவர்களுக்கு ஒன்றும் தெரியாது. அதற்குமுன் அவர்களுக்குப் பாடம் நடத்திய எந்தத் தமிழாசிரியரும் இலக்கணத்தை அவர்களுக்கு முறையாகக் கற்றுத்தரவில்லை. கல்வியின் ஒரே நோக்கம் தேர்வு எழுதி மதிப்பெண்களைப் பெறுவதுதான் என்று பலர் எண்ணிவிடுகிறார்கள். அதனால்தான் எதையும் பொருள்கூடப் புரியாமல் மனப்பாடம் செய்கிற பழக்கம் பரவலாகக் காணப்படுகிறது. சில பெற்றோர், ஆசிரியர்கள்கூட இதை ஊக்குவிக்கிறார்கள். இதன்மூலம் மாணவர் நல்ல மதிப்பெண்ணைப் பெறலாம், ஆனால் அந்தத் தலைப்பை

முறையாகக் கற்றுக்கொள்ளவோ, பயன்படுத்தவோ அவரால் இயலாது. இதனால், சான்றிதழ்களைக் குவித்துவைத்திருக்கிற, ஆனால் கற்றவற்றைச் சொந்தமாகப் பயன்படுத்திப் பிரச்சனைகளுக்குத் தீர்வு காண இயலாத இளைஞர்கள் மிகுதியாகிக்கொண்டிருக்கிறார்கள்.

அன்றைக்கு அந்தத் தமிழாசிரியர் தன்னுடைய வகுப்பிலிருந்த மாணவர்களுடைய நிலையைப் புரிந்துகொண்டார். இவர்களை உணர்ந்து படிக்கவைப்பது எப்படி என்று யோசித்தார், ‘உங்களுக்கு முறையாகத் தமிழ் கற்றுக்கொள்ள விருப்பமா?’ என்று கேட்டார்.

‘ஆமாம் ஐயா’ என்றார்கள் மாணவர்கள்.

‘யாரெல்லாம் என்னிடம் தமிழ் கற்க விரும்புகிறீர்கள்? எழுந்து நில்லுங்கள்’ என்றார் ஆசிரியர். உடனடியாக, வகுப்பிலிருந்த அனைத்து மாணவர்களும் எழுந்து நின்றார்கள்.

‘என்னிடம் தமிழ் படிப்பதற்கு மாதம் ஐந்து ரூபாய் சம்பளம் தரவேண்டும்’ என்றார் ஆசிரியர், ‘அதற்குச் சம்மதமா?’

அன்றைக்கு ஐந்து ரூபாய் என்பது பெரிய தொகைதான். அதனால், எழுந்து நின்ற மாணவர்களில் பெரும்பாலானோர் அமர்ந்துவிட்டார்கள். சிலர்மட்டும் அவருடைய வீட்டுக்குச் சென்று தமிழ் படிக்கத் தொடங்கினார்கள்.

உண்மையில் அந்த ஆசிரியர் அவர்களிடம் எந்தப் பணமும் பெற்றுக்கொள்ளவில்லை, இலவசமாகத்தான் கற்றுத்தந்தார். வகுப்பில் ‘ஐந்து ரூபாய் சம்பளம்’ என்று அவர் சொன்னது பணம் சம்பாதிப்பதற்கு இல்லை, உண்மையான ஆர்வத்துடன் தமிழ் பயில விரும்பும் மாணவர்களை அடையாளம் காணத்தான். அந்தத் தமிழாசிரியர், அறிஞர் ஔவை துரைசாமி. அவரிடம் ஆர்வத்துடன் தமிழை உணர்ந்து படிக்கத் தொடங்கிய மாணவர்களில் ஒருவர், புலவர் கா. கோவிந்தன். ஆசிரியர், மாணவர் என இவர்கள் இருவரும் தமிழுக்குப் பல சிறப்பான நூல்களை வழங்கியிருக்கிறார்கள்.

★★★

85. சொல்லடைவு, பொருளடைவு

அஃது என்ற சொல்லைக் கேள்விப்பட்டிருக்கிறீர்களா?

ஒரு பொருளைச் சுட்டிக்காட்டுவதற்கு நாம் பயன்படுத்தும் 'அது' என்ற சொல்லைத்தான் 'அஃது' என்றும் எழுதுகிறார்கள். இதற்குச் செய்யுள் இலக்கணம் சார்ந்த சில தேவைகள் உண்டு. மற்றபடி இந்தச் சொற்கள் இரண்டுக்கும் ஒரே பொருள்தான். இதேபோல் 'இது' என்பதை 'இஃது' என்று எழுதும் பழக்கமும் உண்டு.

எடுத்துக்காட்டாக, திருக்குறளில் குறள் 38, 49, 76, 80 என மொத்தம் 33 இடங்களில் அஃது என்ற சொல் வருகிறது. ஆனால், 'இஃது' என்ற சொல் ஒரு குறளில்கூட இல்லை. 1161ம் குறளில் 'இஃதோ' என்ற சொல் வருகிறது.

இந்தப் புள்ளிவிவரமெல்லாம் எனக்கு எப்படித் தெரியும் என்று யோசிக்கிறீர்களா? சாமி. வேலாயுதம் அவர்கள் தொகுத்த 'திருக்குறட்சொல்லடைவு' என்ற நூலிலிருந்து நான் இவற்றைப் பெற்றேன்.

சொல்லடைவு (Word Index) என்பது ஒரு நூலில் அல்லது தொகுப்பில் சொற்கள் எப்படியெல்லாம் பயன்படுத்தப்பட்டுள்ளன

என்பதைத் தொகுத்து வழங்குகிறது. திருக்குறளைப்போல் சங்க இலக்கியம், நாலாயிரம் திவ்யப் பிரபந்தம் போன்றவற்றுக்கும் சொல்லடைவுகள் உருவாக்கப்பட்டுள்ளன. இவற்றில் அந்தந்த நூல்களில் இடம்பெற்றுள்ள சொற்கள் அகர வரிசையில் வழங்கப்பட்டிருக்கும், அத்துடன், அவை எங்கு இடம்பெற்றிருக்கின்றன என்கிற பாடல் எண்ணும் இருக்கும்.

இதனால் என்ன பயன்?

நாம் ஒரு குறிப்பிட்ட விஷயத்தைப்பற்றி ஆராய்ச்சி செய்கிறோம், அதைத் திருவள்ளுவர் எப்படிக் கையாண்டிருக்கிறார் என்று தெரிந்துகொள்ள விரும்புகிறோம் என்றால் முழு நூலையும் முதல் பாடலில் தொடங்கி வரிசைப்படி படிக்கவேண்டியதில்லை. சொல்லடைவில் அந்தச் சொல்லை அல்லது அதன் இணைச்சொற்களைப் பார்த்தால் போதும், எந்தெந்தக் குறளில் அந்தச் சொற்கள் பயின்றுவந்திருக்கின்றன என்பதைத் தெரிந்துகொள்ளலாம். அதன்பிறகு, அங்கு சென்று அந்தக் குறள்களைப் படித்துக்கொள்ளலாம்.

இன்றைய கணினி உலகில் சொல்லடைவுகளை உருவாக்குவது மிகவும் எளிது. எத்தனைப் பெரிய நூலையும் சட்டென்று பிரித்து ஆராய்ந்து சொல்லடைவுகளைத் தயாரித்துவிடுகிற மென்பொருட்கள் இருக்கின்றன. அத்துடன், நமக்கு வேண்டிய சொல்லைத் தேடுகிற *Search* தொழில்நுட்பமும் வந்துவிட்டது. ஆனால், மேற்கண்ட சொல்லடைவுகள் உருவாக்கப்பட்ட காலகட்டத்தில் இந்த உத்திகளெல்லாம் இல்லை. அறிஞர்கள் ஒவ்வொரு பாடலாகப் படித்து, அதிலுள்ள சொற்களைப் பிரித்துப் பகுத்து இந்தப் பார்வை நூல்களை *(Reference Books)* உருவாக்கியிருக்கிறார்கள். அவை பலப்பல ஆய்வாளர்கள், பொதுவான வாசகர்களுக்குப் பயன்பட்டிருக்கின்றன. அவர்களுடைய கடுமையான உழைப்பையும் முனைப்பையும் நாம் பாராட்டவேண்டும்.

சொல்லடைவைப்போல் பொருளடைவு *(Subject Index)* என்ற வகையும் இருக்கிறது. இதில் சொற்களைமட்டும் வழங்காமல் அவை என்ன பொருளில் பயின்றுவருகின்றன என்கிற தகவலும்

தரப்படும். எடுத்துக்காட்டாக, 'உள்ளினேன்' என்ற சொல் 'நினைத்தேன்' என்ற பொருளில் *1316*வது குறளில் வருகிறது.

இதுபோல் சொற்களுக்குரிய இலக்கணக் குறிப்புகள், மற்ற தகவல்கள், உரையாசிரியர்களுடைய விளக்கங்களில் காணப்படும் வேறுபாடுகள் என்று பலவிதமான குறிப்புகளை இவ்வகை நூல்கள் தொகுத்துத் தருவதால், ஆய்வாளர்கள்மட்டுமின்றிப் பொதுமக்களும் இவற்றைப் படிக்கலாம், பல விஷயங்களைத் தெரிந்துகொள்ளலாம்.

★★★

86. பேச்சின் முக்கியத்துவம்

பள்ளியில் வகுப்புகளுக்கு இடையில் ஓய்வு நேரம். மாணவர்களெல்லாம் மகிழ்ச்சியாக ஏதோ பேசிக்கொண்டிருந் தார்கள்.

அப்போது, சரவணன் ஒரு நகைச்சுவைத் துணுக்கைச் சொன்னான். அதைக் கேட்டதும் எல்லாரும் விழுந்து விழுந்து சிரித்தார்கள், 'உனக்கு நல்ல நகைச்சுவை உணர்வு' என்று அவனைப் பாராட்டினார்கள்.

அன்று மாலை, கோபால் வீட்டில் சில விருந்தினர்கள் வந்திருந்தார்கள். எல்லாரும் தேநீர் அருந்தியபடி பேசிக் கொண்டிருந்த நேரத்தில், அவர்களுக்கு நடுவில் தானும் சுவையாக எதையாவது சொல்லி நல்ல பெயர் வாங்கவேண்டும் என்று நினைத்தான் கோபால். அதனால், சரவணன் சொந்த அந்த நகைச்சுவைத் துணுக்கை அங்கு திரும்பச் சொன்னான்.

ஆனால், அவன் சொன்னதைக் கேட்டு யாரும் சிரிக்கவில்லை. கோபாலுக்கு மிகவும் வருத்தமாகிவிட்டது.

விருந்தினர்களெல்லாம் கிளம்பிச் சென்றபிறகு, கோபால் தன்னுடைய தாயிடம் கேட்டான், 'அம்மா, இன்னிக்கு மதியம்

இதே நகைச்சுவைத் துணுக்கைப் பள்ளிக்கூடத்துல சரவணன் சொன்னான், அப்போ எல்லாரும் நல்லாச் சிரிச்சாங்க. ஆனா, நான் அதைச் சொன்னபோது ஒருத்தர்கூடச் சிரிக்கலை. அது ஏன்?'

கோபாலின் தாய் கமலா தன் மகனை அன்பாக அணைத்தபடி சொன்னார், 'கண்ணா, நாம என்ன சொல்றோம்ங்கறது முக்கியம்தான். ஆனா, அதை எப்படிச் சொல்றோம்ங்கறது அதைவிட முக்கியம். சரவணனுக்கு நகைச்சுவை உணர்வு நல்லா இருக்கறதால, அவன் அதைச் சுவையாச் சொல்லியிருக்கான். அதனாலதான் எல்லாரும் அதை ரசிச்சுக் கேட்டிருக்காங்க. நீயும் அந்தக் கலையை அவன்கிட்ட கத்துக்கோ, அதுக்கப்புறம் உன்னாலயும் நல்ல நகைச்சுவைகளைச் சொல்லமுடியும்'

'சரிம்மா' என்று தலையாட்டினான் கோபால், 'பேச்சுங்கறது அவ்ளோ முக்கியமான கலையாம்மா?'

'ஆமாம் கோபால், நகைச்சுவைக்குமட்டுமில்லை, எல்லாத்துக்கும் பேச்சு முக்கியம்' என்றார் கமலா, 'அதிவீரராமபாண்டியர் எழுதின வெற்றிவேற்கையில இதைப்பத்தி ரெண்டு அழகான பாட்டு இருக்கு' என்று அந்தப் பாடல்களைச் சொல்லி விளக்கினார்.

> 'பொய் உடை ஒருவன் சொல்வன்மையினால்
>
> மெய்போலும்மே, மெய்போலும்மே.'
>
> 'மெய் உடை ஒருவன் சொலமாட்டாமையால்
>
> பொய்போலும்மே, பொய்போலும்மே.'

'அதாவது, பொய்யைச் சொல்ற ஒருத்தன் அதைத் திறமையா, அழகா, நம்பும்படியாச் சொன்னா, மத்தவங்க எல்லாரும் அதை உண்மைன்னு நினைச்சுடுவாங்க. இன்னொருத்தன் உண்மையைத்தான் சொல்றான். ஆனா, அதை எப்படிச் சரியாச் சொல்றதுன்னு அவனுக்குத் தெரியலை, அதனால, எல்லாரும் அவன் சொல்றது பொய்ன்னு நினைச்சுடுவாங்க.'

'அதனால, நாம உண்மையைச் சொல்லும்போதும் அதைச் சரியாவும் சிறப்பாவும் எல்லாருக்கும் புரியறமாதிரி தெளிவாவும்

சொல்லணும். பொய்யை அழகாச் சொல்லி ஏமாத்தக்கூடாது.'

'புரியுதும்மா' என்று சிரித்தான் கோபால், 'அதேமாதிரி, அடுத்தவங்க அழகாப் பேசறாங்கங்கறதால அவங்க சொல்றது எல்லாம் உண்மைன்னு நாம நம்பிடக்கூடாது, யாராச்சும் தட்டுத்தடுமாறிப் பேசறாங்கங்கறதால அவங்க சொல்றது பொய்யா இருக்குமோன்னு ஐயப்படக்கூடாது, அவங்களோட பேச்சுத் திறமையைத் தாண்டி அவங்க சொல்றது உண்மையா, பொய்யான்னு ஆராய்ஞ்சு தெரிஞ்சுக்கணும். சரியா?'

'கண்டிப்பா! இதைத்தான் கண்ணால் காண்பதும் பொய், காதால் கேட்பதும் பொய், தீர விசாரித்து அறிவதுதான் மெய்ன்னு சொல்வாங்க!' என்றார் கமலா, 'அதனால, நாம உண்மையை நல்லாப் பேசவும் கத்துக்கணும், மத்தவங்களோட பேச்சுக்கு அடியில இருக்கிற உண்மை, பொய்யை ஆராயவும் கத்துக்கணும்.'

★★★

87. கூட்டுச் சொற்றொடர், கலப்புச் சொற்றொடர்

ஒரு விழாவை இரண்டு பேர் தொகுத்து வழங்குகிறார்கள். முதல் நிகழ்ச்சியை முதல் நபர் அறிமுகப்படுத்துகிறார். இரண்டாம் நிகழ்ச்சியை இரண்டாம் நபர் அறிமுகப்படுத்துகிறார். மூன்றாம் நிகழ்ச்சியை மீண்டும் முதல் நபர் அறிமுகப்படுத்துகிறார். இப்படி இவர்கள் மாறி மாறி எல்லா நிகழ்ச்சிகளையும் அறிமுகப்படுத்துகிறார்கள்.

அந்த விழா நிறைவுபெற்றதும் நீங்கள் வீட்டுக்குத் திரும்புகிறீர்கள். வரும் வழியில் உங்கள் நண்பர் ஒருவரைச் சந்திக்கிறீர்கள். அவர் கேட்கிறார், 'இன்றைய விழாவை யார் தொகுத்து வழங்கினார்கள்?'

இப்போது, நீங்கள் என்ன பதில் சொல்வீர்கள்?

கண்டிப்பாக இரண்டு தொகுப்பாளர்களுடைய பெயர்களையும் சேர்த்துதான் சொல்வீர்கள். ஏனெனில், அவர்கள் இருவரும் சமநிலையில் நிகழ்ச்சிகளைத் தொகுத்து வழங்கியிருக் கிறார்கள். மறுநாள், இன்னொரு விழா. அதில் ஒருவர் எல்லா நிகழ்ச்சிகளையும் தொகுத்து வழங்குகிறார். இன்னொருவர் அவருக்கு உதவியாக இருந்து அவ்வப்போது சில வரிகளைமட்டும் பேசுகிறார்.

இந்தமுறையும் நீங்கள் வீடு திரும்பும்போது அந்த நண்பரைச்

சந்திக்கிறீர்கள். அவர் மீண்டும் அந்தக் கேள்வியைக் கேட்கிறார், 'இன்றைய விழாவை யார் தொகுத்து வழங்கினார்கள்?'

இப்போது நீங்கள் இரண்டு தொகுப்பாளர்களுடைய பெயர்களையும் சொல்லமாட்டீர்கள். முதன்மைத் தொகுப்பாளர் பெயரைத்தான் சொல்வீர்கள், ஒருவேளை, 'அவரோட இவரும் தொகுப்புப் பணியைச் செய்தார்' என்று இரண்டாம் நபருடைய பெயரை நீங்கள் குறிப்பிடக்கூடும். அவ்வளவுதான். இந்த இரண்டு விழாக்களுக்கும் என்ன வேறுபாடு? இரண்டிலும் தலா இரண்டு தொகுப்பாளர்கள் இருந்தார்கள். ஆனால், முதல் விழாவில் நீங்கள் இருவர் பெயரையும் குறிப்பிடுகிறீர்கள். இரண்டாம் விழாவில் ஒருவர் பெயரைத்தான் குறிப்பிட்டுப் பேசுகிறீர்கள். அது ஏன்?

ஏனெனில், முதல் விழாவில் தொகுப்பாளர்கள் இருவரும் சமநிலையில் பங்களித்தார்கள். இரண்டாம் விழாவில் ஒருவர்தான் முதன்மையாகப் பங்களித்தார். இன்னொருவர் அவரோடு சேர்ந்து பணியாற்றினார். இவர் அவரைச் சார்ந்துதான் செயல்பட்டார். அதனால் நீங்கள் அவர்கள் இருவரையும் சமமாகப் பார்க்கவில்லை. இரண்டு அல்லது அதற்கு மேற்பட்ட சொற்றொடர்கள் ஒன்றாகச் சேரும்போது இதேபோன்ற ஒரு வேறுபாட்டைக் காணலாம். அதாவது, அந்தச் சொற்றொடர்கள் அனைத்தும் சமநிலையில் நிற்கலாம், அல்லது, ஒன்று முதன்மையாகவும் மற்றொன்று அதைச் சார்ந்தும் நிற்கலாம்.

எடுத்துக்காட்டாக, 'நான் இட்லி சாப்பிட்டேன்' என்பது ஒரு சொற்றொடர். 'நான் தோசை சாப்பிடவில்லை' என்பது இன்னொரு சொற்றொடர். இவை இணையும்போது 'நான் இட்லி சாப்பிட்டேன், ஆனால், தோசை சாப்பிடவில்லை' என்ற கூட்டுச் சொற்றொடர் *(Compound Sentence)* கிடைக்கிறது. இங்கு இட்லி சாப்பிட்ட சொற்றொடரும் தோசை சாப்பிடாத சொற்றொடரும் சமநிலையில் நிற்கின்றன, மேலுள்ள முதல் விழாவைப்போல. மாறாக, இந்தச் சொற்றொடரைப் பாருங்கள்: 'கடையில் தோசை இல்லாததால் நான் இட்லி சாப்பிட்டேன்.'

இந்தச் சொற்றொடரிலும் இரண்டு தனிச் சொற்றொடர்கள் இருக்கின்றன:

1. கடையில் தோசை இல்லை
2. நான் இட்லி சாப்பிட்டேன்

ஆனால், இந்தச் சொற்றொடர்கள் இணையும்போது அவை சமநிலையில் இணையவில்லை. இங்கு 'நான் இட்லி சாப்பிட்டேன்' என்பது தலைமைச் சொற்றொடராகவும், அதற்குக் காரணமாகிய 'கடையில் தோசை இல்லை' என்பது அதைச் சார்ந்து அமைகிற துணைநிலைச் சொற்றொடர் அல்லது சார்புநிலைச் சொற்றொடராகவும் அமைகின்றன, மேலுள்ள இரண்டாவது விழாவைப்போல. இவ்வகைச் சொற்றொடர்களைக் கலப்புச் சொற்றொடர் *(Complex Sentence)* என்கிறார்கள். ஆக,

★ இரண்டு அல்லது அதற்கு மேற்பட்ட சொற்றொடர்கள் சமநிலையில் ஒன்றாகச் சேர்ந்து அமைவது கூட்டுச் சொற்றொடர்

★ இரண்டு அல்லது அதற்கு மேற்பட்ட சொற்றொடர்களில் ஒன்று தலைமை நிலையிலும் மற்றவை துணை/ சார்புநிலையிலும் ஒன்றாகச் சேர்ந்து அமைவது கலப்புச் சொற்றொடர்

இந்த வரையறையை வைத்து, கீழ்க்காணும் சொற்றொடர்களில் எது கூட்டுச் சொற்றொடர், எது கலப்புச் சொற்றொடர் என்று கண்டுபிடியுங்கள்:

1. இந்தக் கட்டுரை சுவையாகவும் விரைவில் படிக்கக் கூடியதாகவும் இருந்தது
2. இந்தக் கட்டுரை சுவையாக இருந்ததால் நான் அதை விரைவாகப் படித்துவிட்டேன்

★★★

88. வறண்ட நடை, சுவையான நடை

பத்தி 1: இந்திய விடுதலைப் போரின்போது மகாத்மா காந்தி சுமார் 79,000 கிலோமீட்டர் தொலைவு நடந்தார்.

பத்தி 2: மகாத்மா காந்திக்கு நடப்பது பிடிக்கும். இந்திய விடுதலைப் போரின்போது அவர் நாடுமுழுவதும் நடந்த தொலைவைக் கணக்கிட்டுப் பார்த்தால் கிட்டத்தட்ட 79,000 கிலோமீட்டர் வருகிறது. இது உலகத்தை இருமுறை சுற்றிவருவதற்குச் சமம்.

இந்த இரண்டு பத்திகளும் கிட்டத்தட்ட ஒரே விஷயத்தைத்தான் சொல்கின்றன. ஆனால், இவற்றினிடையில் ஒரு பெரிய வேறுபாடு இருக்கிறது. அதை உங்களால் உணர இயலுகிறதா?

முதல் பத்தியில் விஷயம் நேரடியாகத் தெரிவிக்கப்பட்டுள்ளது. அது ஒரு புள்ளிவிவரம். அதைக் கேட்டுச் சிலர் வியப்பார்கள். வேறு சிலர் 'அதனால என்ன? இதை ஏன் என்கிட்ட வந்து சொல்றீங்க?' என்று குழம்புவார்கள். அதனால் அவர்கள் மகாத்மா காந்தியை மதிக்கவில்லை என்று எண்ணிவிடக்கூடாது. வெறும் புள்ளிவிவரம் அப்படியே முன்வைக்கப்படும்போது அதன் முக்கியத்துவம் பலருக்குப் புரியாமல் போகலாம்.

அதனால்தான் இரண்டாவது பத்தி அதைச் சற்று மாற்றியமைக்கிறது. அந்த 79,000 கிலோமீட்டர் எப்படி வந்தது என்கிற விளக்கமும், அது ஏன் மிகப் பெரிய எண் என்பதை விளக்குவதற்கு அதை உலகின் சுற்றளவுடன் ஒப்பிடுகிற ஒரு வரியும் சேர்க்கப்பட்டுள்ளது. இதன்மூலம் காந்தி நம் கண்முன்னால் தோன்றுகிறார், நடக்கிறார், அவர் நடந்த மொத்தத் தொலைவை எண்ணி நாம் அனைவரும் வியந்து நிற்கிறோம்.

இங்கு நாம் காண்பது ஒரு நுட்பம், வறண்ட செய்தியை அல்லது புள்ளிவிவரத்தைச் சுவையாக்கும் உத்தி. நாம் படிக்கிற பல கட்டுரைகளைச் சுவையாக்குவது இந்த நுட்பம்தான். அவற்றை எழுதும் ஆசிரியர்கள் ஒவ்வொரு செய்தியையும் வாசகருக்குப் புரியும்வகையில், அவர்கள் அதை நன்கு உணர்ந்துகொள்ளும்வகையில் எப்படிச் சொல்லலாம் என்று பலவிதமாகச் சிந்திக்கிறார்கள், வெவ்வேறு வகையில் மாற்றி எழுதி ஒப்பிடுகிறார்கள், அவற்றுள் மிகச் சிறந்த வடிவத்தைப் பதிப்பிக்கிறார்கள்.

அப்படிச் செய்யாமல் ஒருவேளை புள்ளிவிவரங்கள்மட்டும் பட்டியலிடப்பட்டால், அது ‘வறண்ட நடை’ என்று நாம் சொல்கிறோம். அதாவது, வெறும் சோற்றைத் தின்பதுபோல. சோற்றில் என்னதான் நல்ல சத்துகள் இருந்தாலும், அதைத் தனியாகச் சாப்பிட்டால் தொண்டையில் சிக்கிக்கொள்ளும், சாப்பிடுவோர் சிரமப்படுவார்கள்.

மாறாக, அதே சோற்றில் குழம்பு, ரசம், தயிர் போன்ற ஒன்றை ஊற்றிப் பிசைந்து சாப்பிட்டால், சத்தும் கிடைக்கும், அதை எளிதிலும் உண்ணலாம். வறண்ட நடையைச் சுவையான நடையாக்கித் தருவது அப்படிதான்.

அதே நேரம், சுவையைச் சேர்க்கிறேன் என்று பொய்யை எழுதிவிடக்கூடாது, கற்பனையைக் கலந்துவிடக்கூடாது. உண்மையைத்தான் எழுதவேண்டும், ஆனால் அதைச் சுவையாக வழங்கவேண்டும், அதுதான் இந்தக் கலையின் சிறப்பு. இதை நீங்கள் சரியாகச் செய்துவிட்டால், படிப்பவர்கள் உங்களைக்

கொண்டாடுவார்கள், 'என்ன அழகா எழுதறார்!' என்று வியப்பார்கள். அதுதான் உங்கள் உழைப்புக்குப் பரிசு.

சரி, உங்கள் பள்ளி எந்த ஆண்டில் கட்டப்பட்டது? அந்தப் புள்ளிவிவரத்தை வறண்ட நடையில் இல்லாமல் எப்படிச் சுவையாகச் சொல்வீர்கள்? சிந்தியுங்கள், எழுதிப்பாருங்கள்!

★★★

௪௭. கிலுகிலுப்பை ஆட்டும் குரங்கு

சிறுவயதில் நீங்கள் கிலுகிலுப்பை வைத்து விளையாடியிருப்பீர்கள். இப்போதும் ஏதாவது ஒரு குழந்தையின் கையில் அந்தப் பொம்மையைப் பார்த்தால் நாம் வாங்கி ஓரிரு முறை ஆட்டிப் பார்க்கிறோம், அதனால் எழும் ஒலி குழந்தைக்கும் மகிழ்ச்சி தரும், நமக்கும் மகிழ்ச்சியாகதான் இருக்கும்.

ஆனால், இந்தக் கிலுகிலுப்பையை யார், எப்போது கண்டுபிடித்திருப்பார்கள் என்று யோசித்ததுண்டா?

பிளாஸ்டிக்கில் வண்ணமயமாகச் செய்யப்பட்டிருப்பதால் இது இன்றைய கண்டுபிடிப்பு என்று நினைத்துவிடாதீர்கள். பல நூற்றாண்டுகளுக்கு முன்பிருந்து குழந்தைகள் இந்தப் பொம்மையைக் கொண்டு விளையாடி மகிழ்ந்திருக்கிறார்கள். இதற்கான சான்று சங்க இலக்கியத்தில்கூட இருக்கிறது.

சங்க இலக்கிய நூல்கள் பதினெண் மேற்கணக்கு, பதினெண் கீழ்க்கணக்கு என்று பகுக்கப்பட்டுள்ளன. இவற்றில் தலா 18 நூல்கள் உள்ளன. இவற்றில் பதினெண் மேற்கணக்கு நூல்களை இன்னும் இருவகையாகப் பகுத்துள்ளார்கள்: எட்டுத்தொகை

என்ற பெயரில் எட்டுத் தொகுப்பு நூல்கள், பத்துப்பாட்டு என்ற பெயரில் பத்து முழுமையான (அளவில் நீண்ட) பாடல்களைக் கொண்ட நூல்கள். இந்தப் பத்துப்பாட்டு நூல்களில் ஒன்று, சிறுபாணாற்றுப்படை. இதை எழுதியவர் நல்லூர் நத்தத்தனார். இதில் பாண்டிய நாட்டின் வளத்தை விவரிக்கும் பகுதியில்தான் கிலுகிலுப்பையைப்பற்றிய குறிப்பு இருக்கிறது.

பாண்டிய நாட்டில் உமணர் என்ற உப்பு வணிகர்கள் இருந்தார்கள். இவர்கள் தங்களுடைய உப்பு மூட்டைகளை வண்டிகளில் ஏற்றிக்கொண்டு ஊர் ஊராகச் சென்று உப்பு விற்பனை செய்வார்கள். அப்படிச் செல்லும்போது தங்களுடைய மனைவி, குழந்தைகளையும் உடன் அழைத்துச்செல்வார்கள்.

அப்படி ஒரு வணிகர் வலிமையான காளைகளையுடைய வண்டியில் வருகிறார். அவருடைய வண்டியில் குரங்கு ஒன்றும் வருகிறது.

வணிகருடைய வண்டியில் குரங்கு எப்படி?

அந்தக் குரங்கை அவர் தன்னுடைய சொந்தப் பிள்ளையைப்போல் வளர்க்கிறார். அதனால்தான் வெளியூர் செல்லும்போது அந்தக் குரங்கையும் தன்னுடன் அழைத்துச்செல்கிறார்.

அதுமட்டுமின்றி, வீட்டில் வளரும் குரங்குடன் வணிகருடைய பிள்ளைகள் விளையாடி மகிழ்ந்திருக்கும். சட்டென்று வெளியூர் கிளம்பினால் தங்களுடைய செல்லக் குரங்கை விட்டுவிட்டு வருவதற்குக் குழந்தைகள் ஒப்புக்கொள்ளுமா? அதனால்தான் அவர் குரங்கையும் வண்டியில் அழைத்துவருகிறார். வண்டியில் குழந்தைகளும் குரங்கும் விளையாடுகிறார்கள்.

என்ன விளையாட்டு?

பாண்டிய நாட்டில் முத்துகள் புகழ்பெற்றவை. அந்த முத்துகள் பெண்களுடைய பற்களைப்போல் அழகாக இருக்கின்றன. அவற்றைக் கிளிஞ்சலுக்குள் போட்டு மூடி அந்தக் குரங்கு கிலுகிலுப்பையாக ஆட்டுகிறது. அதைக் கண்டு வணிகருடைய குழந்தைகள் சிரித்து மகிழ்கிறார்கள். இந்தக் காட்சியைப் புலவர்

எப்படி அழகாக விவரிக்கிறார் பாருங்கள்:

> நோன் பகட்டு உமணர் ஒழுகையொடு வந்த
> மகாஅர் அன்ன மந்தி, மடவோர்
> நகாஅர் அன்ன நளி நீர் முத்தம்
> வாள் வாய் எருந்தின் வயிற்று அகத்து அடக்கி,
>
> ...
>
> கிளர் பூண் புதல்வரொடு கிலுகிலி ஆடும்.

தொழிற்சாலையில் செய்த கிலுகிலுப்பையெல்லாம் இன்றைய கதை. அன்றைய மக்கள் இயற்கையாகக் கிடைக்கிற பொருட்களைக் கொண்டு கிலுகிலுப்பையை உருவாக்கியிருக்கிறார்கள், அதைத் தங்கள் பிள்ளைகளுக்கு விளையாடக் கொடுத்திருக்கிறார்கள், குரங்குகள்கூட அதைப் பார்த்து விளையாடக் கற்றுக்கொண்டிருக்கின்றன!

★★★

௯௦. முகில், மயில், பொற்குவியல், விளக்கு

கல்வியின் நோக்கம் என்ன?

பள்ளியில் படிப்பது அடுத்த வகுப்புக்குத் தேர்ச்சி பெறுவதற்கு. கல்லூரியில் படிப்பது பட்டம் பெறுவதற்கு. ஆனால் இவையெல்லாம் தாற்காலிக நன்மைகள்தான். கல்வியால் நமக்குக் கிடைக்கும் மிகப் பெரிய நன்மை, அறிவு பெருகுதல், முன்னைவிட மேம்பட்ட மனிதர்களாதல்.

அதனால்தான், கல்வியானது பள்ளி, கல்லூரியுடன் நிறைவடைந்துவிடுவதில்லை என்கிறார்கள். நாம் படிக்கிற ஒவ்வொரு புத்தகமும், கேட்கிற ஒவ்வொரு சொல்லும், பார்க்கிற ஒவ்வொரு மனிதரும் நமக்கு வெவ்வேறு விஷயங்களைக் கற்றுத்தந்துகொண்டுதான் இருக்கிறார்கள். நம் மூளை தான் ஏற்கெனவே அறிந்த விஷயங்களுடன் இவற்றையும் சேர்த்துப் புதிய இணைப்புகளை உருவாக்குகிறது, நம் அறிவு மேம்படுகிறது.

ஆனால், இந்த இரண்டையும் தாண்டிக் கல்விக்கு இன்னொரு மூன்றாவது முக்கியப் பயனும் உள்ளது: பிறருக்கு உதவுதல்.

எடுத்துக்காட்டாக, பாலம் கட்டுவது எப்படி என்பதை அறிந்த ஒருவர் ஆற்றின் குறுக்கில் சிறந்த பாலத்தைக் கட்டி மக்கள் இக்கரையிலிருந்து அக்கரைக்குப் பாதுகாப்பாகச் செல்ல உதவுகிறார், இருகரைகளிலும் வசிக்கும் மக்களுடைய தொழில் முன்னேற்றத்துக்கு வழிசெய்கிறார். இதுபோல் மருத்துவர்கள், பொறியாளர்கள், வழக்கறிஞர்கள், அறிவியலாளர்கள் என்று கல்வி கற்ற எல்லாரும் அதைப் பிறருக்கு வழங்குவதன்மூலம்தான் முழு நிறைவைக் காண்கிறார்கள்.

1967ம் ஆண்டு, மதுரைப் பல்கலைக்கழகத்தின் பட்டமளிப்பு விழா. பட்டம் பெறும் மாணவர்களிடையில் அறிஞர் அண்ணா உரை நிகழ்த்துகிறார், மாணவர்களை முகிலாக, மயிலாக, பொற்குவியலாக, விளக்காக வர்ணித்துப் பேசுகிறார்.

முகில் (மேகம்) என்ன செய்கிறது? பூமியிலிருந்து நீரை உண்கிறது, பின்னர் அந்த நீரை அதே பூமியில் வாழும் மக்கள் மகிழும்படி மழையாகப் பொழிகிறது.

மயில் அனைவரும் கண்டு மகிழும்படி நடனம் ஆடுகிறது. அந்த நடனத்தால் மயிலுக்கு எந்தப் பயனும் இல்லை, பிறருக்குதான் பயன்.

பொற்குவியலில் ஏகப்பட்ட தங்கம் இருந்தாலும், அந்தத் தங்கத்தைப் பொற்குவியல் பயன்படுத்திக்கொள்வதில்லை, மற்றவர்கள் நகை செய்து அணிந்துகொள்வதற்குத் தந்துவிடுகிறது.

விளக்கு ஒளியைத் தருகிறது, சுற்றியுள்ள இருளை அகற்றுகிறது.

அதுபோல, பட்டம் பெறும் மாணவர்களும் தாங்கள் கற்றுக்கொண்ட, இனி கற்கப்போகிற அறிவைக் கொண்டு பிறருக்குப் பயன் தரவேண்டும், சமூக முன்னேற்றத்துக்கு உதவவேண்டும் என்றார் அண்ணா.

இப்படிப் பிறருக்கு உதவுவதற்கு ஒருவர் மிகப் பெரிய அறிஞராக, வல்லுனராக, அந்தத் துறையில் எல்லாரையும்விடச் சிறந்த திறமையாளராக இருக்கவேண்டும் என்று கட்டாயம் இல்லை. ஒவ்வொருவருக்குக் கீழும் சிலர் இருப்பார்கள், அவர்களுக்கு இவர்கள் உதவலாம்.

எடுத்துக்காட்டாக, பள்ளி மாணவர் ஒருவர் படிப்பில் பின்தங்கியிருக்கும் தன்னுடைய வகுப்புத் தோழர்களுக்குப் பாடம் கற்றுத்தந்து உதவுகிறார், அவர்களுடைய ஐயங்களைத் தீர்த்து வழிகாட்டுகிறார், அவர்கள் தேர்ச்சி பெறவும் நல்ல மதிப்பெண்களைப் பெறவும் உதவுகிறார். அந்த மாணவர் வளர, வளர, அவருடைய உதவி வட்டம் பெருகும், அவரால் நன்மை பெறுகிறவர்களுடைய எண்ணிக்கையும் கூடும்.

ஆக, கல்வியின் முதன்மைப் பயன், அதைக்கொண்டு உலகுக்கு உதவுதல். அது தரும் மன நிறைவுக்கு ஈடில்லை!

★★★

௯1. உவமை உணர்த்திய உயர்நெறி!

கோயில்பட்டியில் கம்பராமாயணச் சொற்பொழிவுகள் நடைபெற்றுக்கொண்டிருந்தன. புகழ் பெற்ற எழுத்தாளர், பேச்சாளர் பிஸ்ரீ அவர்கள் கம்பருடைய பாடல்களை அழகாக விளக்கிப் பேசினார், மக்கள் விரும்பிக் கேட்டு ரசித்தார்கள்.

அந்தக் கூட்டங்களுக்கு வருகை தந்த இன்னொரு புகழ் பெற்ற ஆளுமை, கப்பலோட்டிய தமிழர் வ. உ. சிதம்பரனார். அவருக்கு வள்ளுவரையும் கம்பரையும் மிகவும் பிடிக்கும். அதனால், பிஸ்ரீயின் கம்பராமாயண விளக்க உரையை ஆவலுடன் கேட்டு மகிழ்ந்தார்.

ஒருநாள், பிஸ்ரீ விளக்கிய கம்பராமாயணப் பாடலில் இப்படி ஓர் உவமை வந்தது: 'பொய்ச் சாட்சி சொன்னவன் குலம் அழிவதுபோல...'

அதாவது, நீதிமன்றத்தில் ஒருவன் நடக்காத ஒன்றை நடந்ததாகச் சொல்கிறான், அல்லது, நடந்த ஒன்றை நடக்கவில்லை என்கிறான். இப்படிப் பொய்யாகச் சாட்சி சொல்வதன்மூலம் அவனுக்கு உடனடியாக ஏதோ நன்மை கிடைக்கிறது. ஆனால், தொலைநோக்கில் பார்க்கும்போது அந்தப் பிழையால் அவனுடைய குலம் அழிந்துவிடுகிறது. அவன் செய்த குற்றத்துக்கு

அதுதான் தண்டனை. இதைத்தான் பிஸ்ரீ உணர்ச்சிமயமாக விளக்கினார். அதைக் கேட்ட வஉசி. உணர்ச்சிவயப்பட்டுக் கண்ணீர் சிந்தினார்.

வஉசி. இப்படி உணர்ச்சிவயப்படுவதைக் கண்டு பிஸ்ரீயும் மற்றவர்களும் வியந்தார்கள். 'என்ன ஆயிற்று?' என்று விசாரித்தார்கள்.

'சாட்சி சொல்கிறவர்கள் மட்டும்தானா பொய் சொல்கிறார்கள்?' என்றார் வஉசி. 'சில நேரங்களில் வழக்கறிஞர்களாகிய நாங்களும்தான் எங்கள் கட்சிக்காரரைக் காப்பாற்றவேண்டும் என்று விரும்பி நெஞ்சாரப் பொய் சொல்கிறோம்!'

திருக்குறள் வழி வாழ்ந்த வஉசி பொய் சொல்வார் என்று நம்ப இடமில்லை. ஆனால், வழக்கறிஞராகத் தொழில் செய்த அவர் தன்னைச் சுற்றிப் பலரும் இப்படிப் பொய் சொல்வதைக் கண்டிருப்பார், அது அவருடைய மனத்தை வருத்தியது, அதைத்தான் இப்படிக் கண்ணீராக வெளிப்படுத்தினார்.

அன்றைய கூட்டம் நிறைவடைந்தபிறகு, பிஸ்ரீயைத் தன்னுடைய இல்லத்துக்கு அழைத்துச்சென்றார் வஉசி. 'நீங்கள் சொன்ன பாட்டைக் கேட்டபிறகு, வழக்கறிஞர் தொழில் பாவமானது என்று தோன்றுகிறது, அதை விட்டுவிடலாமா என்று யோசிக்கிறேன்' என்றார்.

'இலக்கியத்தைப் படிப்பதால், கேட்பதால் என்ன பயன்?' என்று சிலர் பேசக் கேட்கிறோம். அந்தக் கேள்விக்கு அழகான பதிலைச் சொல்லும் நிகழ்ச்சி இது. ஒரு பாடல், அதில் வருகிற ஒரு உவமை, பொய் சொல்லாத ஒருவருடைய மனத்தைக்கூட இந்த அளவு அசைத்துவிட்டது என்றால், நல்ல இலக்கியம் மனித மனங்களை எப்படிப் பண்படுத்தும் என்பதை நாம் நன்கு உணரலாம், இலக்கியத்தின்மூலம் வாழ்க்கை நெறிகளை உணரலாம், நம்மை ஒழுங்குபடுத்திக்கொண்டு நன்முறையில் வாழலாம் என்று புரிந்துகொள்ளலாம்.

இங்கு வஉசி. அவர்களுடைய உயர்ந்த சிந்தனையையும் நாம் வியக்கவேண்டும். தங்களுக்கு வருமானம் வருகிறது,

தொழில் முன்னேறுகிறது என்றால் எதையும் செய்யலாம் என்று நினைக்கிறவர்கள், தங்களுடைய குற்றத்தைக்கூட நியாயப்படுத்திப் பேசுகிறவர்கள் இருக்கிற உலகத்தில் தன்னுடைய தொழிலில் இருக்கும் பிழையைத் தானே வலிய ஒப்புக்கொண்டு தீர்வைத் தேடும் மனம் எத்தனைப் பேருக்கு வரும்!

★★★

92. தமிழில் சிந்திப்போம்

எந்தவொரு மொழியும் அதன் பயன்பாட்டால்தான் உயிர்த்திருக்கும், தன்னைப் புதுப்பித்துக்கொண்டு இன்னும் வளரும். அந்தவிதத்தில் தமிழ் மொழி பேசப்படுவதும் எழுதப்படுவதும் மேலும் பெருகவேண்டும் என்பதுதான் ஒவ்வொரு தமிழ் ஆர்வலருடைய முதல் விருப்பமாக இருக்கும்.

அதாவது, தமிழைத் தாய்மொழியாகக் கொண்டவர்கள் தங்களுடைய வீடுகளில், பள்ளி, கல்லூரிகளில், அலுவலகங்களில், சமூகச் சூழல்களில் தமிழில் பரவலாகப் பேசுவது மிகுதியாகவேண்டும். தமிழில் பொழுதுபோக்கு, இலக்கியம், அறிவியல், கலைகள் என அனைத்துவிதமான படைப்புகளும் தொடர்ந்து எழுதப்படவேண்டும். அத்துடன், பொதுமக்கள் எழுத்துகளாகிய கடிதங்கள், அரசு, தனியார் ஆவணங்களிலும் தமிழுக்கு உரிய இடம் கிடைக்கவேண்டும்.

இவையெல்லாம் இப்போதும் நடக்கின்றன. ஆனால், உலகமயமாதலின் ஒரு முக்கிய விளைவாக ஆங்கிலத்தின் தாக்கம் எல்லாத் தளங்களிலும் மிகுதியாகிக்கொண்டிருக்கிறது.

நாம் அதை எதிர்ப்பது அறிவார்ந்த செயல் ஆகாது, அதற்குத் தேவையும் இல்லை. ஏனெனில், ஆங்கிலத்தின் பரவல் தமிழின் இழப்பாக இருக்கவேண்டியதில்லை, இரண்டும் அதனதன் இடத்தில் செழித்து வளரும் சூழலை நாம் உருவாக்கலாம். ஆங்கிலத்தை எங்கு எப்படிப் பயன்படுத்திக்கொள்ளவேண்டும் என்பதில் தெளிவும், தமிழின் பெருமை, பண்பாடுபற்றிய அறிவும், அது நம் அடையாளம் என்கிற பெருமிதமும், கடமையுணர்ச்சியும் இருந்தால் இந்த இரட்டைக் குதிரைப் பயணம் நமக்குக் கடினமாக இருக்காது, நம்முடைய தனித்தன்மையைத் தக்கவைத்துக்கொண்டபடி உலக அரங்கில் நமக்கான இடத்தையும் உரிமையுடன் பெற்றுவிடலாம்.

இதில் நம்மைப்போன்ற தனிமனிதர்கள் மொழியை எப்படிப் பார்க்கிறோம் என்பது முக்கியப் பங்கு வகிக்கிறது. 'இதைச் செய்தால் நமக்கு என்ன கிடைக்கும்?' என்கிற வணிகக் கணக்குகளைமட்டும் அடிப்படையாகக் கொண்டு சிந்திக்கிறவர்கள் நம் குழந்தைகள் தமிழ் கற்பதில் எந்தப் பயனும் இல்லை என்கிற தீர்மானத்துக்குக்கூட வந்துவிடக்கூடும். அப்படித் தீர்மானித்துவிட்டவர்கள் பலர் இருக்கிறார்கள், தமிழ்நாட்டில்மட்டுமில்லை, ஒவ்வோர் இந்திய மாநிலத்திலும், ஒவ்வோர் இந்திய மொழியிலும்.

மாறாக, சற்று தள்ளி நின்று சிந்திக்கும்போது, தாய்மொழிக் கல்வி குழந்தைகளுடைய சிந்தனையை எப்படிக் கூர்மையாக்குகிறது என்கிற ஆராய்ச்சிகள் நம் கண்ணுக்குத் தெரியத்தொடங்கும். ஒரு விஷயத்தை இயல்பாக நன்கு புரிந்துகொண்டு பயன்படுத்துகிறவர்களுக்கும் எதுவும் புரியாமல் மனப்பாடம் செய்து நினைவில் வைத்துக்கொள்கிறவர்களுக்கும் மிகப் பெரிய வேறுபாடு இருக்குமில்லையா?

அதனால், தமிழில் பேசுதல், கற்பித்தல், படித்தல், விவாதித்தல், பரிமாற்றங்களை நடத்துதல், சிந்தித்தல் ஆகியவை இங்கு பெரிய அளவில் ஊக்குவிக்கப்படவேண்டும். குறிப்பாக, வெவ்வேறு துறைகளில் நடக்கிற முன்னேற்றங்களை உடனுக்குடன் தமிழுக்கு மொழிபெயர்த்துக் கொண்டுவருதலையும் உரிய

அமைப்புகள் விரைவாக்கவேண்டும். இதன்மூலம் ஆங்கிலம் அறியாதோர், அல்லது, ஓரளவுமட்டும் அறிந்தோர்கூடத் தங்களுடைய தாய்மொழி அறிவின் துணையோடு கற்கலாம், ஆராய்ச்சிகளை நடத்தலாம், வேலைவாய்ப்புகள், சொந்தத் தொழில் முயற்சிகளில் முன்னிற்கலாம்.

அதேபோல், புதிய (எலக்ட்ரானிக்/டிஜிட்டல்/இணையத்) தளங்களில் தமிழ் கூடுதலாகப் பயன்படுத்தப்படும்போது, நாளைய புதிய வசதிகள் அனைத்தும் தமிழ்மட்டும் அறிந்தவர்களும் பயன்படுத்தக்கூடியவகையில் உடனடியாகக் கிடைக்கும் சூழல் ஏற்படும். எடுத்துக்காட்டாக, இன்றைய புகழ் பெற்ற சமூக ஊடகங்கள் அனைத்தும் தமிழில் கிடைக்கின்றன, மின்வணிகத் தளங்களும் தமிழில் வரத்தொடங்கிவிட்டன. இதற்குக் காரணம், இந்தத் தளங்களில் தமிழில் தேடியவர்கள், பேசியவர்கள், பதில் சொன்னவர்கள்தான். இவர்களுடைய சந்தை இருக்கிறது என்று தெரிந்த எந்த நிறுவனமும் அதற்கு மதிப்பளிக்காமல் விடாது.

கோடிக்கணக்கானோர் தமிழைத் தொடர்ந்து ஆர்வத்துடனும் அன்புடனும் பேசுகிறார்கள், எழுதுகிறார்கள் என்கிற உண்மைதான் இந்தச் செம்மொழியை இன்றைக்கும் என்றைக்கும் பொருந்துகிற நல்மொழியாக வளரச்செய்யும். அதற்கு நம்முடைய பங்களிப்பை உறுதியாகச் செய்வோம்.

★★★

୨3. வரலாறு, பண்பாட்டைப் பேசும் சிலைகள்

***உ**ங்கள் ஊரில் சிலைகள் உண்டா?*

கண்டிப்பாக இருக்கும். முதன்மையான பகுதிகளில், சாலையோரங்களில், பல சாலைகள் சந்திக்கும் இடங்களில், பொது வளாகங்களுக்குள், ஆலயங்களில் பல சிலைகளை நாம் பார்க்கிறோம். காந்தி, நேரு, நேதாஜி, அம்பேத்கர் போன்ற தேசத் தலைவர்கள், அரசியல் தலைவர்கள், திருவள்ளுவர், பாரதியார் போன்ற மொழி ஆளுமைகள், உழைப்பாளர்கள், நடனம் ஆடுவோர்... இப்படிப் பலவிதமான சிலைகள் அமைக்கப்படுகின்றன. ஆளுயரச் சிலைகள், மார்பளவுச் சிலைகள், மிகுந்த உயரம் கொண்டு வானை எட்டி நிற்கிறவை, கல்லில், மரத்தில் செதுக்கப்படுகிறவை, உலோகத்தில் வார்க்கப்படுகிறவை என்று அவற்றில் பல வகைகளும் உள்ளன.

உண்மையில் சிலைகளின் நோக்கம் என்ன? அவை ஏன் அமைக்கப்படுகின்றன?

கடவுள் சிலைகள் வழிபாட்டுக்கானவை. பழங்காலக் கோயில்கள், வளாகங்கள், அரங்கங்கள் போன்றவற்றில்

அமைந்துள்ள சிலைகள் அன்றைய சமூக வரலாற்றைக் காண்பிக்கின்றன. எடுத்துக்காட்டாக, நடன முத்திரைகளைக் காண்பிக்கும் சிலைகள், நீதிக்கதைகளைச் சொல்லும் சிலைகள் போன்றவை.

தலைவர்கள், ஆளுமைகளுடைய சிலைகளின் முதன்மை நோக்கம், அவர்களுடைய நினைவைப் போற்றுவது. அதாவது, அப்படி ஒருவர் வரலாற்றில் இருந்துள்ளார் என்பதை இன்றைய மக்களுக்கு நினைவுபடுத்துவது. அதனால்தான் இந்தச் சிலைகளின் பீடங்களில் எல்லாப் பக்கங்களிலும் அவர்களுடைய வாழ்க்கைக் கதை, கொள்கைகள், பொன்மொழிகள் போன்றவற்றைச் செதுக்குகிறார்கள்.

பல நேரங்களில், இந்தத் தலைவர்களுடைய சிலைகள் அவர்கள் செய்துவந்த பணிகளின் தொடர்ச்சிக்குச் சான்றாக, அடையாளமாகவும் அமைகின்றன. எடுத்துக்காட்டாக, பள்ளிக்கு அருகில் திறக்கப்பட்டுள்ள மதுக்கடை ஒன்றை மூடவேண்டும் என்று வன்முறையற்ற முறையில் போராடுகிறவர்கள் அந்தப் போராட்டத்தைக் காந்தி சிலையின்முன் நடத்துவது பொருத்தமாக இருக்கும். அந்தப் போராட்டத்தில் பங்குபெறுவோர் காந்தியின் சிலையைக் கண்டு கூடுதல் உந்துதல் பெறக்கூடும், அவரும் நம்முடைய போராட்டத்தில் பங்குபெறுகிறார், நம்மை வழிநடத்துகிறார் என்று எண்ணி ஊக்கத்துடன் செயல்படக்கூடும்.

நம் நாட்டில்மட்டுமின்றி, உலகெங்கும் சிலைகள் அமைக்கும் பண்பாடு இருக்கிறது. நாம் வெளிநாடு செல்லும்போது, அல்லது வெளிநாட்டினர் இங்கு வரும்போது இந்தச் சிலைகள் உள்ளூர் மக்கள் எதையெல்லாம், யாரையெல்லாம் முதன்மையாகக் கருதிவந்திருக்கிறார்கள் என்பதைத் தெரிந்துகொள்ளலாம்.

சிலைகள் அமைக்கப்படுவதுமட்டுமில்லை, நீக்கப்படுவதும் வரலாற்று அடையாளம்தான். எடுத்துக்காட்டாக, ஒரு நாட்டில் மன்னராட்சியின்போது அமைக்கப்பட்ட சிலைகள் அங்கு மக்களாட்சி அமையும்போது நீக்கப்படலாம்.

தமிழில் ‘சிலை’ என்ற பெயர்ச்சொல்லுக்குக் கல், மலை போன்ற பொருட்களும் உண்டு. வில்லையும் ‘சிலை’ என்று அழைப்பார்கள். ‘வரி சிலை நிகர் நுதல்’ என்று மலைமகளுடைய நெற்றியை விவரிக்கிறார் திருஞானசம்பந்தர். அதாவது, வரிந்து கட்டப்பட்ட வில்லைப்போல் அழகாக வளைந்து திகழும் திருநெற்றி!

‘சிலை’யை வினைச்சொல்லாகவும் தமிழில் பயன்படுத்தலாம். ‘சிலைத்தல்’ என்றால் ‘ஒலித்தல்’ என்று பொருள். தோலாமொழித்தேவர் எழுதிய ‘சூளாமணி’யில், ‘சிலைத்த தேர்க் குழாம்’ என்ற பயன்பாடு வருகிறது. அதாவது, மிகுந்த ஒலியை எழுப்பும் தேர்க்கூட்டம்.

★★★

௯4. கிளிகளும் ஒரு சின்னப் பெண்ணும்

வயலில் பயிர்கள் செழித்து வளர்ந்திருக்கின்றன. அவற்றைப் பாதுகாத்து, அறுவடை செய்து விற்றால்தான் உழவர்களுக்கு வருவாய் கிடைக்கும்.

ஆனால், விளைந்த பயிர் கிளிகளைக் கை நீட்டி அழைக்கிறது. அவை அந்தப் பயிர்களில் உள்ள தானியங்களை உண்பதற்குக் கூட்டமாக வருகின்றன. அவற்றிடமிருந்து வயலைக் காப்பாற்றாவிட்டால், விளைச்சலில் பெரும்பகுதி வீணாகிவிடும்.

அதனால், உழவர்கள் தங்கள் வீட்டில் உள்ள இளம்பெண்களை அழைத்து அந்தப் பாதுகாப்புப் பொறுப்பை ஒப்படைக்கிறார்கள், 'கிளிகள் வந்து பயிரை உண்ணப்பார்க்கும், அவற்றை விரட்டிவிடுங்கள்' என்று கட்டளையிடுகிறார்கள்.

அப்படி ஒரு பெண், தன் வீட்டுக்குச் சொந்தமான வயலைக் காவல் காக்க வந்திருக்கிறாள், கிளிகள் வருகின்றனவா என்று கூர்மையான பார்வையால் நோட்டமிடுகிறாள்.

சிறிது நேரம் கழித்து, கிளிகள் வருகின்றன. ஆனால், அவற்றை விரட்டவேண்டிய அந்தப் பெண் சிறிது தயங்குகிறாள். 'பாவம்,

அழகான கிளிகள், கொஞ்சம் தானியம் சாப்பிட்டால் என்ன தவறு?’ என்று நினைக்கிறாள். அதனால், கிளிகளை விரட்டாமல் விட்டுவிடுகிறாள்.

கிளிகளுக்கு மிகுந்த மகிழ்ச்சி, விருப்பம்போல் தானியங்களைத் தின்றுவிட்டுப் பறக்கின்றன. அதைப் பார்த்து அந்தப் பெண்ணுக்கும் மகிழ்ச்சி, பகுத்து உண்டு பல உயிர்களைக் காப்பது மனித இனத்தின் கடமையல்லவா!

மறுநாள், அதே பெண் அதே வயலை அதேபோல் காவல் காக்கிறாள். அப்போது, அதே கிளிகள் மீண்டும் வருகின்றன, தானியங்களைத் தின்னப் பார்க்கின்றன.

இவளுக்குக் கிளிகள்மீது இன்னும் அன்பு இருக்கிறது. ஆனால், தன்னுடைய வீட்டார் தனக்குக் கொடுத்திருக்கும் காவல் கடமையை எண்ணி அவள் மயங்குகிறாள், ‘இந்தக் கிளிகளை விரட்டுவதா, வேண்டாமா’ என்று திகைக்கிறாள், அந்தக் கிளிகளை நோக்கிப் பேசுகிறாள்:

‘அழகிய கிளிகளே, அன்றைக்கு நீங்கள் இங்கு வந்து தானியங்களை உண்டீர்கள். உங்கள்மீது கொண்ட அன்பால் நான் உங்களை விரட்டாமல் இருந்துவிட்டேன். அதற்காக எப்போதும் இங்கு வந்து தானியங்களை உண்ணுவது சரியா? நீங்கள் அப்படி உண்டால் என் வீட்டார் என்மீது சினம் கொள்ளமாட்டார்களா? இந்தப் பெண் காவல் வேலையை முறையாகச் செய்வதில்லை என்று குற்றம் சாட்டமாட்டார்களா?’

இப்படிச் சொன்ன அந்தப் பெண் தன்னுடைய கவண் என்னும் கருவியை எடுத்து அதன்மூலம் அந்தக் கிளிகளை விரட்டுகிறாள். அவை அஞ்சிப் பறக்கின்றன.

இந்த அழகிய காட்சி சுந்தரர் எழுதிய தேவாரப் பாடலொன்றில் வருகிறது. சிவபெருமான் எழுந்தருளியிருக்கும் திருப்பருப்பத மலையைத்தான் அவர் இப்படிச் சிறப்பாக விவரிக்கிறார். இந்த மலை இன்றைய ஆந்திரப்பிரதேச மாநிலத்தில் உள்ளது, ’ஸ்ரீசைலம்’ என்று அழைக்கப்படுகிறது.

அப்போது வந்து உண்டீர்களுக்கு அழையாது முன் இருந்தேன்,

எப்போதும் வந்து உண்டால் எமை எமர்கள் சுழியாரோ?

இப்போது உமக்கு இதுவே தொழில் என்று ஓடி அக் கிளியைச்

செப்பு ஏந்து இள முலையாள் எறி சீபர்ப்பதமலையே.

ஆனால், அந்தப் பெண் விரட்டிய கிளிகளுடைய நிலைமை என்ன ஆகும்? அவற்றுக்கு உணவு எப்படிக் கிடைக்கும்?

கவலைப்படாதீர்கள். வேறொரு வயலில் அந்தக் கிளிகள்மீது அன்பு காட்டும் இன்னொரு பெண் இருப்பாள், அங்கு அவை வயிறார உண்ணும். எல்லா உயிர்களுக்கும் வேண்டுவனவற்றைத் தருவதுதான் இறைவன் அருள்!

★★★

௯5. மாடசாமியைக் காப்பாற்றிய புரட்சிக் கவிஞர்

இலக்கியவாதிகள், அதிலும் குறிப்பாகக் கவிஞர்களுடைய வாழ்க்கையைப் படிக்கும்போது அதில் அவர்களுடைய படிப்பு ஆர்வம், எழுத்து ஆர்வம், வழிகாட்டிய முன்னோடிகள், கை கொடுத்த நூல்கள், அவர்கள் எழுதிய முதல் நூல் எப்படி வெளியானது, அதற்கு வந்த எதிர்வினைகள், அவற்றைப் பயன்படுத்திக்கொண்டு அவர்கள் எப்படி முன்னேறினார்கள், எந்தெந்த விருதுகளைப் பெற்றார்கள், என்னமாதிரியான விமர்சனங்களை எதிர்கொண்டார்கள், எவ்வாறு அடுத்த தலைமுறைக்கு உதவினார்கள், அவர்களுடைய மனைவி/கணவர், பிள்ளைகள் என்பதுபோன்ற தகவல்கள்தான் மிகுதியாகக் கிடைக்கின்றன. உண்மையில் வாசகர்களும் இவ்வகை வாழ்க்கை வரலாறுகளில் எதிர்பார்ப்பது இதுபோன்ற தகவல்களைத்தான்.

அதிசயமாக எப்போதாவது, இலக்கியவாதிகளின் வாழ்க்கை வரலாற்றில் விறுவிறுப்பான கதையைப்போன்ற நிகழ்வுகள் இடம் பெறும், நம்மைப் பரபரப்பில் ஆழ்த்தி நாற்காலியின் நுனிக்குக் கொண்டுவரும். அப்படி ஒரு நிகழ்ச்சி, புரட்சிக் கவிஞர் பாரதிதாசன் வாழ்க்கையில் நடந்திருக்கிறது, அதை

அவரே விரிவாகப் பதிவுசெய்தும் இருக்கிறார். இந்த நிகழ்ச்சியை முனைவர் இரா. இளவரசு அவர்கள் எழுதிய 'இந்திய விடுதலை இயக்கத்தில் பாரதிதாசன்' என்ற நூல் சுவையாக விவரிக்கிறது.

அந்நாட்களில் எஸ். எம். மாடசாமி என்ற விடுதலைப் போராட்ட வீரர் இருந்தார். அவர் கப்பலோட்டிய தமிழர் வ.உ.சிதம்பரனார்மீது மிகுந்த அன்பு கொண்டவர், அவருடைய 'சுதேசி கப்பல் கம்பெனி'யில் பணியாற்றியவர், அன்றைய பிரிட்டிஷ் அரசுக்கு எதிரான போராட்டங்களில் ஈடுபட்டவர்.

இதனால், பிரிட்டிஷ் அரசு அவரைப் பிடித்துச் சிறையில் வைக்க எண்ணியது, அவரைப்பற்றித் தகவல் தெரிவிப்பவர்களுக்கு ஆயிரம் ரூபாய் தரப்படும் என்று அறிவித்தது.

அப்போதெல்லாம் இந்தியாவில் இதுபோன்ற நெருக்கடிக்கு ஆளாகிற விடுதலைப் போராட்ட வீரர்கள் ஃபிரெஞ்சு ஆட்சியில் இருந்த புதுச்சேரியில் தஞ்சம் புகுவது வழக்கம். அதன்படி மாடசாமியும் புதுச்சேரி வந்தார். அப்போது அவரைப் பாதுகாக்கும் பொறுப்பை ஏற்ற பலரில் பாரதிதாசனும் ஒருவர்.

ஒருநாள், மாடசாமியும் பாரதிதாசனும் அப்போது புதுச்சேரியில் வாழ்ந்துவந்த பாரதியார் வீட்டுக்குச் சென்றுகொண்டிருந்தார்கள். திடீரென்று, அரசாங்கத் துப்பறிவாளர் ஒருவரும் அரசுக்குத் தகவல்கள் தெரிவிக்கிற மயூரேசன் என்ற நபரும் அங்கு வந்தார்கள், இவர்களைப் பின்தொடர்ந்தார்கள்.

இதை அறிந்த பாரதிதாசன் எப்படியாவது மாடசாமியைக் காப்பாற்றவேண்டும் என்று தீர்மானித்தார். உடனடியாக, அவர்கள் இருவரும் அங்கிருந்த காமாட்சியம்மன் கோயில் வளாகத்துக்குள் புகுந்தார்கள். அங்கிருந்த ஒரு வீட்டில் மாடசாமியை ஒளித்துவைத்தார் பாரதிதாசன்.

ஆனால், அதுமட்டும் போதுமா? பாரதிதாசனும் அரசாங்க ஆட்களிடமிருந்து தப்பவேண்டுமில்லையா?

பாரதிதாசன் சுற்றிலும் பார்த்தார், அங்கிருந்த மதில் சுவர்மீது ஏறினார், மறுபக்கம் குதித்துத் தப்ப நினைத்தார்.

ஆனால், அந்த மதில் சுவர் மிக உயரமானது. அவ்வளவு உயரத்திலிருந்து அவரால் குதிக்க இயலுமா?

அதற்குள், மயூரேசன் கோயிலுக்குள் நுழைந்துவிட்டார். சற்றும் யோசிக்காமல் பாரதிதாசன் அங்கிருந்து குதித்தார், விரைந்து சென்று பாரதி வீட்டுக்குள் நுழைந்துவிட்டார்.

பின்னர் நெடுநேரம் கழித்து, பாரதிதாசன் வெளியில் வந்தார், மாடசாமியைப் பத்திரமாக மீட்டு அழைத்துச்சென்றார்.

மறுநாள், பாரதி இதைப்பற்றிப் பாரதிதாசனிடம் பேசிக்கொண்டிருந்தார், 'அந்தச் சுவரைப் பார், எவ்வளவு உயரம்!' என்று வியந்தார், 'இப்போது இந்தச் சுவரிலிருந்து குதி என்றால் நீ குதிப்பாயா? உனக்குள் கனன்றுகொண்டிருந்த புரட்சி எண்ணம்தான் நேற்று உன் காலுக்கு வலிமையூட்டியிருக்கிறது!'

★★★

௯6. முதல்வரின் குறிப்பு

சென்னை மாகாணத்தின் பிரதமர் அலுவலகம். அங்கு, தட்டச்சு செய்யப்பட்ட ஒரு கடிதம் பிரதமருடைய பார்வைக்குச் சென்றது.

கொஞ்சம் பொறுங்கள். சென்னைக்கு ஏது பிரதமர்? மாநிலங்களை ஆள்கிறவர் முதல்வர்தானே? நாட்டை ஆள்கிறவரைத்தானே பிரதமர் என்று அழைப்பார்கள்?

ஆம். ஆனால், இவையெல்லாம் இன்றைய வழக்கங்கள். அன்றைக்கு, அதாவது, இந்தியா விடுதலை பெறுவதற்குமுன்னால் இந்தப் பகுதியைச் 'சென்னை மாகாணம்' என்றுதான் அழைத்தார்கள். அதை ஆள்கிறவர் 'பிரதமர்' என்றுதான் அழைக்கப்பட்டார். இந்தப் பிரதமர் பதவியைத்தான் பின்னர் முதல்வர், முதலமைச்சர் என்று மாற்றினார்கள். சென்னை மாகாணமும் தமிழ்நாடு என்கிற மாநிலமாக மாறியது.

ஆக, இங்கு பிரதமர் என்று குறிப்பிடப்படுகிறவர் உண்மையில் முதல்வர்தான். அதனால், மீதியுள்ள கட்டுரையில் நமக்கு நன்கு பழகிய அந்தச் சொல்லையே பயன்படுத்துவோம்.

முதல்வர் அந்தக் கடிதத்தைப் பார்த்தார், அது யாருக்கு அனுப்பப்படுகிறது என்பதைக் கவனித்தார், கடிதத்தில்

தன்னுடைய கையால் ஒரு குறிப்பு எழுதினார், 'ஆங்கிலத்தைப் பொறுத்துக்கொள்ளவேண்டும்.'

இந்தக் குறிப்புக்கு என்ன பொருள்?

அந்தக் கடிதம் ஒரு பெரிய தமிழறிஞருக்கு அனுப்பப்படவிருந்தது. அதை அனுப்புகிற முதல்வரும் தமிழை நன்கு கற்றறிந்த அறிஞர்தான். ஆனால், அலுவலகக் கடிதம் என்பதால் அது அன்றைய வழக்கப்படி ஆங்கிலத்தில் தட்டச்சு செய்யப்பட்டுவிட்டது. அதை அப்படியே அனுப்புவதற்கு முதல்வர் விரும்பவில்லை. அந்தத் தமிழறிஞருடைய மனம் புண்படக்கூடாது என்பதற்காக, 'இதை நாங்கள் தமிழில்தான் எழுதியிருக்க வேண்டும். ஆனால், அலுவல் முறைப்படி ஆங்கிலத்தில் எழுதிவிட்டோம். அதைப் பொருட்படுத்தாமல் பொறுத்துக் கொள்ளுங்கள்' என்று தெரிவிக்கும்விதமாக அந்தக் குறிப்பை எழுதினார்.

உண்மையில், மாநிலத்தின் ஆட்சியாளர் என்கிற மிகப் பெரிய பொறுப்பில் இருக்கிற ஒருவர் இதையெல்லாம் கவனிக்கவேண்டிய தேவை இல்லை. மற்ற அலுவல் கடிதங்களைப்போல் இதிலும் கையெழுத்திட்டு அனுப்பியிருக்கலாம். ஆனால், கடிதத்தைப் பெறப்போகிறவருடைய தகுதியைக் கருத்தில் கொண்டு, அதைப் பெற்றுப் படிக்கும்போது அவருடைய மனக்கருத்து என்னவாக இருக்கும் என்பதை ஊகித்து அவர் அந்தக் குறிப்பைச் சேர்க்கிறார்.

அந்த முதல்வர், ராஜாஜி. அவர் குறிப்பெழுதிய தமிழறிஞர், பெரும்புலவர் இ. மு. சுப்பிரமணியர், தமிழில் கலைச்சொற்களை உருவாக்குவதற்குப் பெரிதும் பங்களித்தவர். குறிப்பாக, சென்னை மாகாணத் தமிழ்ச் சங்கத்தின் சார்பாக அவர் தயாரித்து வழங்கிய ஆட்சிச் சொல்லகராதிதான் இன்றைக்குத் தமிழ்நாட்டு அரசுத்துறைகள் அனைத்தும் பயன்படுத்துகிற சிறந்த பல தமிழ்ச் சொற்களுக்கு அடிப்படையாக அமைந்தது.

அனைத்தையும் தமிழில் சொல்ல இயலும், நாம் பிற மொழிகளிலிருந்து எதையும் கடன் வாங்கவேண்டியதில்லை

என்று பெருமையுடன் அறிவித்தவர் இ. மு. சுப்பிரமணியர், அதற்கெனச் சிறந்த தமிழ்ச் சொற்களைத் தேடிக் கண்டறிந்து, உருவாக்கிப் பயன்படுத்தியவர். அப்படிப்பட்ட அறிஞருக்கு ஆங்கிலத்தில் கடிதம் அனுப்புகிறோமே என்று ராஜாஜி தயங்கியதும் குறிப்பு எழுதியதும் சரிதான்!

இந்த நிகழ்ச்சியிலிருந்து நாமும் ஒரு பாடம் கற்கலாம், தமிழ் அறிந்த நம் நண்பர்கள், உறவினர்களுடன் தமிழில்மட்டும் உரையாடுவது, தமிழில்மட்டும் கடிதங்கள், மின் செய்திகள் அனுப்புவது என்று உறுதியெடுத்துக்கொள்ளலாம்.

★★★

௯7. அன்பைப் பெருக்கும் இசை

விலங்குகளை இருவகையாகப் பிரிக்கலாம்: நலிப்பவை, நலிபவை.

'நலிப்பவை' என்றால், தங்களுடைய வலிமையால் பிற விலங்குகளைத் துன்புறுத்துகிற விலங்குகள். 'நலிபவை' என்றால், மற்ற விலங்குகளின் வலிமையைக் கண்டு அஞ்சி நடுங்கி அவற்றுக்குக் கட்டுப்பட்டு வாழ்கிற விலங்குகள்.

எடுத்துக்காட்டாக, புலி நலிப்பது, மான் நலிவது; மீன்கொத்தி நலிப்பது, மீன் நலிவது. வலிமை மிக்க நலிப்பவை, வலிமை குறைந்த நலிபவை ஆகிய விலங்குகள் ஒன்றுக்கொன்று வேறுபட்டவை. ஆனால், இவை இரண்டுக்கும் ஓர் ஒற்றுமை: அவற்றின் இசை உணர்வு, விருப்பம்.

அதாவது, எல்லா விலங்குகளும் இசையை விரும்பிக் கேட்கின்றன, தன்னை மறக்கின்றன, நெகிழ்கின்றன, உருகுகின்றன.

இதற்குச் சான்று வேண்டுமா? பெரியபுராணத்துக்கு வாருங்கள், அங்கு சேக்கிழார் காண்பிக்கும் ஓர் அழகிய காட்சியைக் காண்போம். பெரியபுராணம் எனப்படும் திருத்தொண்டர்புராணம் சிவபெருமானுடைய 63 சிறந்த அடியவர்களுடைய வரலாற்றைச் சொல்கிறது. அதில் ஆனாய

நாயனார் என்ற நாயன்மாருடைய வரலாற்றில்தான் நாம் இந்தக் காட்சியைப் பெறுகிறோம்.

ஆனாயர் பசுக்களை மேய்க்கிறவர். அவர் ஒரு கொன்றை மரத்தின் அருகில் நின்று, சிவபெருமானை எண்ணி வியக்கிறார், குழல் ஊதுகிறார். அவருடைய இசையைக் கேட்டதும், அங்குள்ள நலிப்பவையும் நலிபவையும் ஒன்றுபோல் உள்ளம் உருகி நிற்கின்றன.

இதோ, நஞ்சு நிறைந்த வெண்ணிறப் பற்களை உடைய பாம்பு. அதன் பக்கத்தில், பாம்புக்கு எதிரியாகக் கருதப்படும் மயில். அவை இரண்டும் ஆனாயர் இசையைக் கேட்டு மயங்குகின்றன, மயிலின்மீது மருண்டு விழுகிறது பாம்பு.

சற்றுத் தொலைவில் வீரம் குறையாத சிங்கம், அதன் அருகில் பெரிய யானை. இவை இரண்டும் ஒன்றுக்கொன்று பகையாகக் கருதப்படுகின்றன. ஆனால், ஆனாயர் இசைக்குமுன்னால் அவை ஒன்றாகிச் சேர்ந்து நிற்கின்றன.

இங்கு பாருங்கள், புல்லை உண்கிற மான், அந்த மானை உண்ணக்கூடிய புலி. இப்போது அவை இரண்டும் இசையை உண்டு மகிழ்கின்றன.

விலங்குகள் மட்டுமின்றி, இயற்கையில் ஒவ்வொன்றும் ஆனாயர் இசையைக் கேட்டு மயங்குகின்றன: காற்று விரைவாக வீசுவதில்லை, மரங்கள் மலர் நிறைந்த தங்களுடைய கிளைகளை அசைப்பதில்லை, கருத்த மலையிலிருந்து விழும் அருவிகளும் காட்டு ஆறுகளும் ஒலி எழுப்பிக்கொண்டு ஓடுவதில்லை, பெரிய மேகக் கூட்டங்கள் மழையைப் பொழிந்து ஒலி எழுப்புவதில்லை, இடி இடிப்பதில்லை, ஏழு கடல்களும் அலைகளை வீசி ஒலி உண்டாக்குவதில்லை... ஏனெனில், இந்த ஒலியெல்லாம் ஆனாயருடைய இனிமையான இசைக்குத் தொந்தரவாகி விடுமில்லையா!

நல்ல இசை மனித மனங்களை ஆற்றும், அமைதிப்படுத்தும் என்பார்கள். அந்த உணர்வின்முன் பகை இல்லை, சினம் இல்லை, வெறுப்பு இல்லை, எல்லாம் அன்புதான்!

நலிவாரும் மெலிவாரும் உணர்வு ஒன்றாய் நயத்தலினால்
மலி வாய் வெள் எயிற்று அரவம் மயில்மீது மருண்டு விழும்,
சலியாத நிலை அரியும் தடம் கரியும் உடன் சாரும்,
புலிவாயின் மருங்கு அணையும் புல் வாய புல்வாயும்.
மருவிய கால் விசைத்து அசையா, மரங்கள் மலர்ச் சினை சலியா,
கரு வரை வீழ் அருவிகளும் கான் யாறும் கலித்து ஓடா,
பெருமுகிலின் குலங்கள் புடை பெயர்வு ஒழியப் புனல் சோரா,
இரு விசும்பின் இடை முழங்கா, எழு கடலும் இடை துளும்பா.

★★★

௭௮. மின்

விவேகானந்தருடைய புகழ் பெற்ற பொன்மொழி ஒன்று தமிழில் இவ்வாறு மொழிபெயர்க்கப்பட்டுள்ளது: எழுமின், விழிமின், குறிக்கோளை அடையும்வரை நில்லாது உழைமின்.

இந்தப் பொன்மொழியில் வருகிற எழுமின், விழிமின், உழைமின் ஆகிய மூன்று சொற்களும் நமக்குச் சற்று வியப்பை உண்டாக்கலாம். ஆனால், ஒருமுறைக்கு இருமுறை படித்தால் அதன் பொருள் நமக்கு விளங்கிவிடுகிறது, எழுங்கள், விழியுங்கள், உழையுங்கள் என்பதைத்தான் அப்படி எழுதியிருக்கிறார்கள் என்று புரிந்துகொள்கிறோம்.

'மின்' என்பது இன்றைக்குப் பெரிதும் பயன்பாட்டில் இல்லாத முன்னிலைப் பன்மை வினைமுற்று விகுதி. அதாவது, நமக்கு முன்னாலிருக்கின்ற பலரைக் குறிப்பிட்டு அவர்களை ஒரு செயலைச் செய்யும்படி தூண்டும்போது இந்த விகுதியைப் பயன்படுத்தலாம்.

எடுத்துக்காட்டாக, 'எழுமின்' என்பது 'எழு' என்கிற வினையை வேராகக் கொண்டுள்ளது. பலரை எழச்சொல்லும்போது அதை 'எழுமின்' என்று எழுதுகிறோம். இதேபோல் கேள்மின்,

எழுதுமின், நடமின், கொடுமின் என்று எந்த வினையுடனும் இதைப் பயன்படுத்தலாம்.

இந்த விகுதியை எதிர்மறையில் பயன்படுத்துவது எப்படி?

'செய்மின்' என்றால் செய்யுங்கள், 'செய்யேன்மின்' என்றால் செய்யாதீர்கள். 'எழுதுமின்' என்றால் எழுதுங்கள், 'எழுதேன்மின்' என்றால் எழுதாதீர்கள். இவ்வாறு 'மின்' விகுதி எதிர்மறையிலும் வரும்.

'மின்' என்பது வினைமுற்றாக வராதபோது, அது மின்னுகின்ற பொருட்களைக் குறிக்கும். எடுத்துக்காட்டாக, மழை பெய்யும் போது வானத்தில் தோன்றும் மின்னல் சுருக்கமாக 'மின்' என்று அழைக்கப்படுகிறது, அதன் ஒளியை 'மின்னொளி' என்பார்கள்.

நம் வீடுகளில் பல்வேறு பொருட்களை இயக்கப் பயன்படுவது 'மின்'சாரக் கம்பிகளில் நிகழும் 'மின்'னோட்டம்தான். நாம் நம்முடைய செல்பேசியை மின்சாரத்தில் இணைக்கும்போது, அதன் 'மின்'கலனை *(Battery)* 'மின்'னேற்றுகிறோம் *(Charge* செய்கிறோம்).

தொலைவில் உள்ள ஒருவருக்குத் தாளில் செய்திகளை எழுதி அனுப்புவது அஞ்சல், அதையே 'மின்'னணுவியல் *(Electronic)* தொழில்நுட்பத்தின் உதவியுடன் கணினியில் எழுதி இணையத்தில் அனுப்புவது 'மின்'னஞ்சல் *(Email)*.

முன்பெல்லாம் தொலைக்காட்சி, வானொலி, அச்சு இதழ்கள் போன்ற ஊடகங்களின்வழியாகச் செய்திகள் உலகுக்குச் சென்று சேர்ந்தன. இப்போது அவை மின்னணுவியல் தொழில்நுட்பத்தைப் பயன்படுத்திக் கணினி, செல்பேசிமூலம் விரைவாகப் பரவுகின்றன. இவற்றை 'மின்னூடகங்கள்' *(Electronic Media)* என்கிறோம்.

உயிரியல் துறையிலும் 'மின்' என்ற முன்னொட்டு உண்டு, இயல்பாக ஒளிவிடுகின்ற ஒரு பூச்சியை 'மின்மினி' என்று அழைக்கிறோம், சில வகை மீன்கள் மின்னாற்றலை வெளிவிடுவதால் அவை 'மின்சார மீன்கள்' எனப்படுகின்றன.

இன்றைக்கு நாம் அரசாங்கத்துடன் தொடர்புகொள்வதற்குப் பல்வேறு நவீன தொழில்நுட்ப இணைப்புகளைப் பயன்படுத்துகிறோம். எடுத்துக்காட்டாக, வரி செலுத்துவது, பல்வேறு சேவைகளுக்கு விண்ணப்பம் செய்வது என்று பல்வேறு பணிகளையும் இணையத்தின்மூலம் செய்கிற வசதி ஏற்பட்டுள்ளது. இவ்வாறு அரசாங்கம் தகவல் தொழில்நுட்பத்தைப் பயன்படுத்திப் பொதுமக்களை இன்னும் சிறப்பானவகையில் ஆளுவதை 'மின் ஆளுகை' *(E-Governance)* என்கிறார்கள்.

இவ்வாறு 'மின்' வசதிகள் ஏராளமாகப் பெருகிக்கொண்டிருக்கிற சூழ்நிலையில் நம் மனத்தில் தோன்றும் எண்ணமெல்லாம் ஒன்றுதான்: எப்போதும் மின் திரைகளில் மூழ்கிக் கிடக்கேன்மின், அவ்வப்போது நிமிர்ந்து உலகைப் பார்மின், மற்ற மனிதர்களோடு பழகுமின், அன்பைப் பொழிமின்!

★★★

௨௨. பேட்டிகள்

இதழ்களில் கதை, கவிதை, கட்டுரை, நகைச்சுவை போன்றவற்றுடன் தொடர்ச்சியாக இடம்பெறுகிற இன்னொரு புகழ் பெற்ற பகுதி, பேட்டிகள் அல்லது நேர்காணல்கள். எழுத்தாளர்கள், அறிஞர்கள், தலைவர்கள், கலைஞர்கள், விளையாட்டு வீரர்கள் என்று பல்வேறு ஆளுமைகளைக் கேள்வி கேட்டுப் பதில் பெற்று வெளியிடுவதைத்தான் இவ்வாறு அழைக்கிறோம்.

பேட்டிகளுக்குப் பல்வேறு நோக்கங்கள் இருக்கலாம். எடுத்துக்காட்டாக, ஒரு கவிஞருடைய வாழ்க்கையை வாசகர்களுக்கு அறிமுகப்படுத்தும் நோக்கத்துடன் அவரிடம் பேட்டி எடுக்கப்படலாம். அல்லது, அந்தக் கவிஞருடைய புதிய நூல் ஒன்று வெளியாகியிருக்கிறது, அல்லது, அவர் ஒரு விருதைப் பெற்றுள்ளார் என்ற சூழ்நிலையில் அந்தக் குறிப்பிட்ட நூல் அல்லது விருதைப்பற்றிய தகவல்களை மக்களுக்கு விரிவாக வழங்குவதற்குப் பேட்டி எடுக்கப்படலாம்.

ஒருவரை எதற்குப் பேட்டி எடுக்கிறோம் என்பதைப் பொறுத்துக் கேட்கப்படும் கேள்விகள் அமையும். பொதுவான அறிமுகப்

பேட்டிகளில் 'உங்களைப்பற்றிச் சொல்லுங்கள்', 'உங்களுக்கு ஏன் இந்தத் துறையில் ஆர்வம் வந்தது?', 'உங்களை இளவயதில் ஊக்குவித்தவர்கள் யார்?' என்பதுபோன்ற கேள்விகள் கேட்கப்படலாம். குறிப்பிட்ட தலைப்பைப்பற்றிமட்டும் பேசுகிற பேட்டிகளில் இன்னும் நுணுக்கமான சிறப்புக் கேள்விகள் இடம்பெறும்.

பேட்டி எடுக்கப்படுகிறவர் தனி நபராகப் பேசுகிறாரா, அல்லது, ஒரு நிறுவனம் அல்லது அமைப்பின் பிரதிநிதியாகப் பேசுகிறாரா என்பதையும் கவனிக்கவேண்டும். அந்த அடிப்படையிலும் கேள்விகள் மாறுபடலாம். எடுத்துக்காட்டாக, பங்குச் சந்தையில் நுழையவிருக்கும் நிறுவனம் ஒன்றின் தலைவரைப் பேட்டியெடுக்கும்போது தொழில் சார்ந்த கேள்விகள்தான் முதன்மையாக இடம்பெறும். அவற்றுக்கு அவர் சொல்லும் பதில்களும் அந்த நிறுவனத்தின் பதில்களாகத்தான் கருதப்படும். ஒருவேளை, அவர் தன்னுடைய தனிப்பட்ட கருத்துகளைத் தெரிவித்தால், 'இது என்னுடைய நிறுவனத்தின் கருத்து இல்லை' என்று தெளிவுபடுத்தவேண்டியிருக்கும்.

தொழில்நுட்ப வளர்ச்சியினால் பேட்டிகளின் தன்மையும் மாறியுள்ளது. வானொலி, தொலைக்காட்சி, இணையத் தளங்களில் ஒலி, ஒளி வடிவப் பேட்டிகளும் இடம்பெறுகின்றன. குறிப்பாக, *Podcasts* என்ற பெயரில் உலக அளவில் மிகுந்த புகழ் பெற்றுள்ள ஒலி வடிவ நிகழ்ச்சிகளில் ஒவ்வொரு நாளும் நூற்றுக்கணக்கான பேட்டிகள் வெளியாகின்றன.

வடிவம் எதுவானாலும் சரி, பேசுகிறவரைப்பற்றியும் பேசப்படுகிற தலைப்பைப் பற்றியும் தெளிவான செய்திகளை வெளிக்கொண்டு வரும் வகையில் கேள்விகள் கேட்கப்பட வேண்டும். அப்போதுதான் அவை படிப்போருக்குப் பயன் தரும் வகையில் அமையும்.

அதனால், நீங்கள் யாரையேனும் நேர்காணல் செய்து எழுதுகிறீர்கள் என்றால், அவரைப்பற்றியும் அவர் பேசப்போகும் பொருளைப்பற்றியும் அடிப்படை ஆராய்ச்சிகள் செய்து நல்ல கேள்விகளைத் தயார்செய்துகொண்டு செல்வது நல்லது.

அவருக்கு அந்தக் கேள்விகளை முன்கூட்டியே கொடுக்க இயலுமானால் அவரும் சிறப்பாகத் தயார்செய்துகொண்டு வருவார். அதன்மூலம், உங்கள் இருவருடைய உரையாடல் அறிவார்ந்த தொகுப்பாக அமையும்.

அதே நேரம், நீங்கள் அந்தக் கேள்விகளைமட்டும்தான் கேட்கவேண்டும் என்றில்லை. அவர் சொல்லும் பதில்களின் அடிப்படையில் உங்கள் கருத்துகளைச் சொல்லலாம், கூடுதல் கேள்விகளைக் கேட்டு விளக்கம் பெறலாம். இவையெல்லாம் பயிற்சியால் வருகிற கலைகள்.

ஒருவேளை, நீங்கள் எழுத்து வடிவில் அந்த நேர்காணலை வெளியிடப் போகிறீர்கள் என்றால், உங்களுடைய நினைவாற்றலை மட்டும் முழுக்க நம்பாமல் ஒலிப்பதிவுக் கருவி ஒன்றைப் பயன்படுத்தி முழு உரையாடலையும் பதிவுசெய்து கொள்வது நல்லது. இதன்மூலம் பேசப்பட்ட பொருளைத் துல்லியமாகவும் பிழையின்றியும் வெளியிடலாம், பின்னாட்களில் சட்டச் சிக்கல்கள் வராமலும் தவிர்க்கலாம்.

அதேபோல், நேர்காணல் எடுப்பவர் ஒரு வழிகாட்டிதான் என்பதை மறந்துவிடக் கூடாது. நேர்காணல் எடுக்கப்படுகிறவரைப் பேசவிடாமல் நீங்களே தொடர்ந்து பேசிக்கொண்டிருந்தால் அவருக்கும் சலிப்பாக இருக்கும், படிக்கிறவர்களும் ஆர்வம் இழந்து விடுவார்கள். அதனால், சரியான கேள்விகள், துணைக் கேள்விகளின் மூலம் ஆர்வத்தைத் தூண்டும் வகையில் உரையாடலைக் கொண்டுசென்றால் எல்லாருக்கும் மகிழ்ச்சி. அதன்மூலம் ஒரு சிறந்த நேர்காணலும் உருவாகிவிடும்.

★★★

100. வெள்ளத்தால் வந்த குழப்பங்கள்

காலை நேரத்தில் பள்ளி, கல்லூரி அல்லது அலுவலகத்துக்குப் புறப்படுகிற பரபரப்பில் இருக்கிறவர்கள் இடக்கால் செருப்பை வலக்காலிலும் வலக்கால் செருப்பை இடக்காலிலும் மாற்றி அணிந்துகொள்வதுண்டு. சிலர் வீட்டுச் சாவியையோ பணப்பையையோ உணவுப் பொட்டலத்தையோ மறந்துவிட்டு ஓடுவதுண்டு. இதுபோல் பல நகைச்சுவைகள் பல வீடுகளில் அன்றாடம் நடந்துகொண்டிருக்கின்றன.

அன்றைய தமிழ்நாட்டில் இதுபோல் ஒரு நகைச்சுவையான காட்சி, பரிபாடலில் நல்லந்துவனார் என்கிற புலவர் எழுதியது.

நன்கு மழை பொழிகிறது. அதனால், வையை ஆற்றில் வெள்ளம் பெருகி வருகிறது. அந்த ஒலியைக் கேட்டு மதுரை மக்கள் துயிலெழுகிறார்கள், ‘அட, வையையில் வெள்ளம் வந்துவிட்டது. நாம் அங்கு சென்று நன்றாக நீராடலாம்’ என்று நினைத்துப் புறப்படுகிறார்கள்.

ஆனால், அவர்கள் அப்போதுதான் தூங்கி எழுந்ததால், இன்னும் தூக்கக் கலக்கம் முழுக்கத் தீரவில்லை. அதனால், புறப்படுகிற

பரபரப்பில் ஏதேதோ தவறுகளைச் செய்கிறார்கள். அவற்றை நல்லந்துவனார் சுவையாக விளக்குகிறார்.

அந்த மக்களுடைய வீடுகளில் எருதுகளால் இழுக்கப்படும் வண்டிகளும் குதிரைகளால் இழுக்கப்படும் தேர்களும் உள்ளன. ஆனால் அவர்களோ, குதிரைகளை அழைத்துச்சென்று வண்டிகளில் கட்டுகிறார்கள், மாடுகளை அழைத்துச்சென்று தேர்களில் கட்டுகிறார்கள்.

இன்னும் சிலர் வீடுகளில் யானை இருக்கிறது. அந்த யானைகளின்மீது அவர்கள் சேணத்தைப் போடுகிறார்கள். பிறகு, 'அடடா, இது குதிரைக்குப் போடுகிற சேணம் ஆயிற்றே' என்று திகைக்கிறார்கள்.

சிலர் இந்தப் பிரச்சனையே வேண்டாம் என்று தங்களுடைய யானைகளுக்கோ குதிரைகளுக்கோ எதையும் அணிவிப்பதில்லை, அப்படியே ஏறி அமர்ந்து அவற்றைச் செலுத்துகிறார்கள்.

விலங்குகளை விடுங்கள், மனிதர்களுக்காவது ஏதேனும் அணிகலன்கள் வேண்டாமா?

கோதை என்பது பெண்கள் அணிகிற மாலை. தார் என்பது ஆண்கள் அணிகிற குளிர்ந்த மாலை. ஆனால், வையையின் வெள்ளம் தந்த மகிழ்ச்சிப் பரபரப்பில் ஆண்கள் கோதையை அணிகிறார்கள், பெண்கள் தார் அணிந்துகொள்கிறார்கள்.

இப்படி ஏகப்பட்ட குழப்பங்களுடன் இத்தனைப் பேரும் இவ்வளவு விரைவாகப் புறப்படுவது ஏன்? கொஞ்சம் நிதானமாகக் கிளம்பலாமே.

உங்கள் பள்ளி விழாவில் ஒரு முக்கியமான பேச்சாளர் பேசப்போகிறார் என்றால் நீங்கள் பொறுமையாகக் கிளம்புவீர்களா? அல்லது, முன்கூட்டியே அங்கு சென்று அவருடைய பேச்சை நன்கு கேட்கும்விதமாக நல்ல இருக்கையாகப் பார்த்து அமர்வீர்களா?

அதே பரபரப்புதான் அன்றைய மதுரை மக்களுக்கும். வையை ஆற்றில் வெள்ளம் வருகிறது என்றால் மொத்த ஊரும் அங்கு

வந்துவிடும் என்று எல்லாருக்கும் தெரியும். அப்படிக் கூட்டம் வருவதற்குமுன்னால் வையைக்குச் சென்றுவிடவேண்டும், நன்கு தண்ணீரில் விளையாடவேண்டும் என்கிற ஆவலில்தான் தூங்கி எழுந்ததும் பரபரவென்று எல்லாரும் வையையை நோக்கிப் புறப்படுகிறார்கள். அந்தக் காட்சியை நல்லந்துவனார் மிக அழகாக எழுதுகிறார்:

...நீர் ஊர் அரவத்தால் துயில் உணர்பு எழீஇத்
திண் தேர்ப் புரவி வங்கம் பூட்டவும்
வங்கப் பாண்டியில் திண் தேர் ஊரவும்
வய மாப் பண்ணுந மத மாப் பண்ணவும்
கய மாப் பேணிக் கலவாது ஊரவும்
மகளிர் கோதை மைந்தர் புனையவும்
மைந்தர் தண் தார் மகளிர் பெய்யவும்
முந்துறல் விருப்பொடு முறை மறந்து அணிந்தவர்...

★★★

தெளிவான எழுத்தும் ஆழமான ஆய்வும் நிறைந்த நூல்களுக்காகத் தமிழ் வாசகர்களிடையில் நன்கு அறியப்பட்டுள்ள என். சொக்கன் புனைவு, வாழ்க்கை வரலாறு, நிறுவன வரலாறு, தன்னம்பிக்கை, சிறுவர் இலக்கியம் உள்ளிட்ட துறைகளில் இதுவரை எழுபதுக்கும் மேற்பட்ட நூல்கள், நூற்றுக்கணக்கான கதைகள், கட்டுரைகளை எழுதியுள்ளார். விரிவான ஆய்வுகள், சான்றுகளின் அடிப்படையிலான ஆழமான வரலாற்று நூல்களைத் தமிழில் எழுத இயலும், அவற்றைப் பெரும்பான்மை வாசகர்களுக்குக் கொண்டுசேர்க்கவும் இயலும் என்பதைப் பலமுறை நிரூபித்த எழுத்து வகை இவருடையது.

தமிழ், ஆங்கிலம் ஆகிய இரு மொழிகளிலும் எழுதும் சொக்கனுடைய நூல்கள் ஹிந்தி, கன்னடம், மலையாளம் உள்ளிட்ட பல மொழிகளில் மொழிபெயர்ப்பாகியுள்ளன.

www.ingramcontent.com/pod-product-compliance
Ingram Content Group UK Ltd.
Pitfield, Milton Keynes, MK11 3LW, UK
UKHW042135021026
15589UKWH00003B/844

9 789395 222372